கந்தில் பாவை
(2015 – 1880)

கந்தில் பாவை
(2015 – 1880)

தேவகாந்தன் (பி. 1947)

இலங்கையின் வடமாகாணம் சாவகச்சேரியில் பிறந்த தேவகாந்தன், தனது பல்கலைக்கழகப் புகுமுகவகுப்பை டிறிபேக் கல்லூரியில் முடித்ததும் 1968இல் இணைந்து பணியாற்றிய இடம் *ஈழநாடு* தேசிய நாளிதழின் ஆசிரியர் குழு. 1974வரை அந்நிறுவனத்தில் கடமையாற்றிய பின் இலங்கை யுத்த நிலைமை காரணமாகத் தமிழ்நாட்டுக்குப் புலம்பெயர்தல் 1984இல் நிகழ்கிறது. இடையிட்ட சில ஆண்டுகளைத் தவிர 2003இல் இலங்கைக்குத் திரும்பும்வரை தமிழ்நாட்டில் தங்கியிருந்த நீண்டகாலத்தில் *இலக்கு* சிற்றிதழை நடத்தியதோடு 'கனவுச்சிறை' மகாநாவல் உட்பட ஐந்து நாவல்கள், இரண்டு குறுநாவல் தொகுப்புகள், மூன்று சிறுகதைத் தொகுப்புகளையும் வெளியிடுதல் சாத்தியப்பட்டது. தமிழ்நாடு தமிழ் வளர்ச்சித் துறை நாவல் பரிசு (1998), திருப்பூர் தமிழ்ச் சங்கம் (1996), லில்லி தேவசிகாமணி (1996), தமிழர் தகவல் (2013) உட்பட பல்வேறு இலக்கியப் பரிசுகளைப் பெற்றிருக்கிறார்.

இவரது படைப்புகளுள் வாசக, விமர்சன கவனம் பெற்றவை 'யுத்தத்தின் முதலாம் அதிகாரம்', 'விதி', 'கதாகாலம்', 'லங்காபுரம்'.

மனைவி, இரண்டு மகள்களுடன் தற்பொழுது கனடா ரொறன்ரோவில் வசித்துவருகிறார்.

மின்னஞ்சல்: baladevakanthan@gmail.com

தேவகாந்தன்

கந்தில் பாவை
(2015 – 1880)

காலச்சுவடு பதிப்பகம்

அன்பார்ந்த வாசகருக்கு,

வணக்கம்.

காலச்சுவடு நூலை வாங்கியமைக்கு நன்றி.

நூலின் உள்ளடக்கம், உருவாக்கம், அட்டைப்படம் இன்ன பிற அம்சங்கள் பற்றிய உங்கள் கருத்துகளையும் ஆலோசனைகளையும் காலச்சுவடு வரவேற்கிறது. தகவல், எழுத்து, வாக்கியப் பிழைகள் தென்பட்டால் கட்டாயம் தெரிவித்து உதவுங்கள். நூல் தயாரிப்பில் கடும் குறைபாடு இருப்பின் மாற்றுப் பிரதி உங்களுக்குக் கிடைக்கக் காலச்சுவடு ஏற்பாடு செய்யும்.

மின்னஞ்சல்: publisher@kalachuvadu.com

காலச்சுவடு நாகர்கோவில் தலைமையகத்துக்கும் கடிதம் அனுப்பலாம்.

தங்கள்
எஸ்.ஆர். சுந்தரம் (கண்ணன்)
பதிப்பாளர் – நிர்வாக இயக்குநர்

கந்தில் பாவை ♦ நாவல் ♦ ஆசிரியர்: தேவகாந்தன் ♦ ©பா. குமாரசாமி ♦ முதல் (குறும்) பதிப்பு: மே 2016, இரண்டாம் (குறும்) பதிப்பு: அக்டோபர் 2022 ♦ வெளியீடு: காலச்சுவடு பப்ளிகேஷன்ஸ் (பி) லிட்., 669 கே.பி. சாலை, நாகர்கோவில் 629001

kanthil Paavai ♦ Novel ♦ Author: Devakanthan ♦ © B. Kumarasamy ♦ Language: Tamil ♦ First (Short) Edition: May 2016, Second (Short) Edition: October 2022 ♦ Size: Demy 1x8 ♦ Paper:18.6 kg maplitho ♦ Pages: 264

Published by Kalachuvadu Publications Pvt. Ltd., 669 K.P. Road, Nagercoil 629001, India ♦ Phone:91-4652-278525 ♦ e-mail: publications @kalachuvadu.com ♦ Printed at Adyar Students xerox Pvt. Ltd., No. 275 Habibullah Road, Triplicane high Road, Opp Triplicane Post Office, Triplicane, Chennai 600005

ISBN: 978-93-5244-022-1

10/2022/S.No. 698, kcp 3879, 18.6 (2) 1k

பேராசிரியர் செல்வா கனகநாயகம்
கவிஞர் திருமாவளவன்
நினைவுகளுக்கு

என்னுரை

மனிதமனம் விசித்திரமான கணித விதி களில் இயங்குவதாய் மனோவியல் ஆய்வுகள் கூறுகின்றன. அதை உள்ளும் புறமுமான நீரோட்டங்கள் சமநிலையில் இருக்கவைக்கின்றன. எது காரணத்தாலோ ஏற்படும் இச்சமநிலையின் பாதிப்பு மனத்திலும் சமனற்ற நீரோட்டத்தை உருவாக்கிவிடுகிறது. இச்சமன் அறும் நிலையில் மனம் புரியமுடியாத விதங்களில் விசித்திரமாய் இயங்குகிறது. அப்போதும் அந்த மனித மனத்திற்கான இயங்குதல் விதிகள் இருக்கும். ஆனால் அவை சுயத்தின் தனி விதிகளாக அமைந்துவிடுகின்றன. மனித மனநிலையின் இயங்குதற் பண்பை இவ்வளவு இங்கே சொல்ல வேண்டும். அது இந்த நாவலுக்கு முக்கியம்.

மனம், அது சிதைவுறும் கணம், அக்கணத்தின் சூழல் மீண்டுமெழுந்து கிளர்த்தும் அதிர்வுகள், அது பரம்பரைபரம்பரையாக முடிவுறாத் தொடரும் நுட்பங்கள் ஆகியவற்றை அவற்றின் மருத்துவ ரீதியான பகுப்பும், முதுமக்கள் ஞானமுமான இரட்டைத் தடத்தில் பின்னோட்ட விசையுள்ள ஒரு ஒற்றை வாகனம்போல் இந்நாவலை நகர்த்தி யிருக்கிறேன். இம்மாதிரியான ஒரு நாவலுக்கு எனக்கு முன் திட்டமிருக்கவில்லை. நிகழ்ந்தது எதிர்பாராதது.

மணிமேகலைக் காப்பியத்தில் வரும் சக்கரவாளக் கோட்டத்துக் கந்தில் பாவை என்னில் வெகு ஆழமாய்ப் பதிந்த இலக்கியவுரு. காப்பியத்தின் கந்தில் பாவை முற்பிறப்பில் நடந்ததும் நடக்கப்போவதும் உரைத்து

நிற்கிறது. அதுபோல் மணிமேகலா தெய்வமும், சம்பாதியும்கூட உரைத்தபோதிலும் கந்தில் பாவையின் இருப்பும், மயனால் அமைக்கப்பட்ட அதன் தோற்றமும் என்னில் தோற்றக் கனவுகள் உண்டாக ஏதுவாயின. மட்டுமில்லை. 'மன்பெருந் தெய்வ கணங்களின் உள்ள'தாயினும் கந்தில் பாவை நிறைந்த மானுடத் தன்மையும் முதுமைத் தோற்றமும் கொண்டிருந்ததாக எனக்குப் பட்டது. 'கந்துடைநெடுநிலைக் காரணம் காட்டிய அந்தில் எழுதிய அற்புதப் பாவை'யெனவும், 'நெடுநிலைக் கந்தின் இடன்வயின் விளங்க கடவுள் எழுதிய பாவை' எனவும் மணிமேகலைக் காப்பியம் குறிப்பிடுவது சக்கரவாளக் கோட்டத்து தூணில் அமைந்திருந்த இந்தப் பாவையைத்தான். காப்பியத்தில் மணிமேகலையும் சுதமதியும் கந்தில் பாவையினாலேயே வழி நடத்தப்படுகிறார்கள். இந்நாவலின் முக்கியமானஅம்சம் முதுமக்களின் அனுபவங்களும் அவற்றினூடாகக் கிளரும் ஞானங்களுமே. அவர்களின் ஞானமுரைப்பை கந்தில் பாவையின் நிகழ்பிறவியில் வருவதும், கடந்த பிறவியில் வந்ததும் உரைத்தலுக்கு இணையாய்க் காண என்னால் அபூர்வமாய் முடிந்திருந்தது. அதனால் நாவலின் தலைப்பு 'கந்தில் பாவை'யாயிற்று.

என் தாயாரின் பிறப்பிடம் யாழ்ப்பாணத்தில் கந்தர்மடம். தனதும், தன் குடும்பத்தினதும், அயலினதும் சரித்திரங்களைக் கதைகளாய்க் கூறும் அவளது ஆற்றலின் காரணமாயே பல்வேறு நாவல்களிலும் சிறுகதைகளிலும் 1920களின், 1930களின் காலகட்டங்களைக்கூட ஏறக்குறைய பிசகில்லாமல் நான் பிரத்தியட்சப்படுத்த முடிந்திருந்தேன். ஆறு தசாப்தங்களை இந்த மண்ணில் வாழ்ந்து கழித்துவிட்ட ஒருவனுக்கு, பன்னிரண்டு தசாப்தங்களை இவ்வாறான பின்புலத்திலேயே ஒரு நாவலில் கொண்டுவரச் சாத்தியமாகிறது. எனினும் சில தகவல்கள் இன்னும் என் சமுசயத்தோடேயே இதில் பதிவுபெறுகின்றன. அவற்றை இந்நாவலுக்காகவே வாசித்த சுமார் பத்துக்கு மேற்பட்ட வரலாற்று, வரலாற்றாய்வு நூல்களாலும்கூடத் தீர்த்து வைக்க முடியவில்லை. அதனால் என் தாய் சொல்லி மனத்தில் நிலைத்திருந்த ஞாபகத்தின்வண்ணமே அவற்றை இங்கே இடம்பெறவிட்டிருக்கிறேன்.

கதையின் பின்னோட்டத்தினால் விளக்கக்குறைவோ, நான்கு பகுதிகளாக அமைந்திருப்பதில் இவற்றுக்கிடையேயான ஒருதொடர்பு ஈடாட்டமோ தோன்றக்கூடாது என்பதற்காக வம்ச வழிப் பட்டியலொன்று இணைக்கப்பட்டுள்ளது.

நாவலின் உருவம், உள்ளடக்கம், உத்தி குறித்தான ஒரு அலசலை வாசக மத்தியில் இது ஏற்படுத்துமென்ற பெரிய எதிர்பார்ப்பு எனக்குண்டு. இதை *anti novel* என்ற வகையில்

அடக்குவது பொருத்தமாக இருக்குமோ அறியேன். அதை உறுதிசெய்ய வேண்டியது விமர்சர்கள். வாசகர்களும்தான். உங்கள் வாசிப்பின் பின்னூட்டங்களும் பேராதரவும் வழமைபோல் இருக்குமென்ற நம்பிக்கை எனக்குண்டு.

இதை வெளியிட முன்வந்த காலச்சுவடு பதிப்பகம், நண்பர் செந்தூரன் மற்றும் கணினியில் வடிவமைப்பு செய்தும் எழுத்துப் பிழைகள் திருத்தியும் அட்டைப்பட உருவாக்கமும் செய்த வள்ளியூர் வி. பெருமாள் ஆகியோருக்கும், படிநிலையில் இந்த நாவலை வாசித்து இதன் செழுமைக்கு உதவிய நண்பர்கள் அருண்மொழி வர்மனுக்கும் எஸ்.கே. விக்னேஸ்வரனுக்கும் என் நன்றிகள்.

ரொறன்ரோ, கனடா   தேவகாந்தன்
ஜனவரி 2016

வம்சாவழி (1830 -2015)

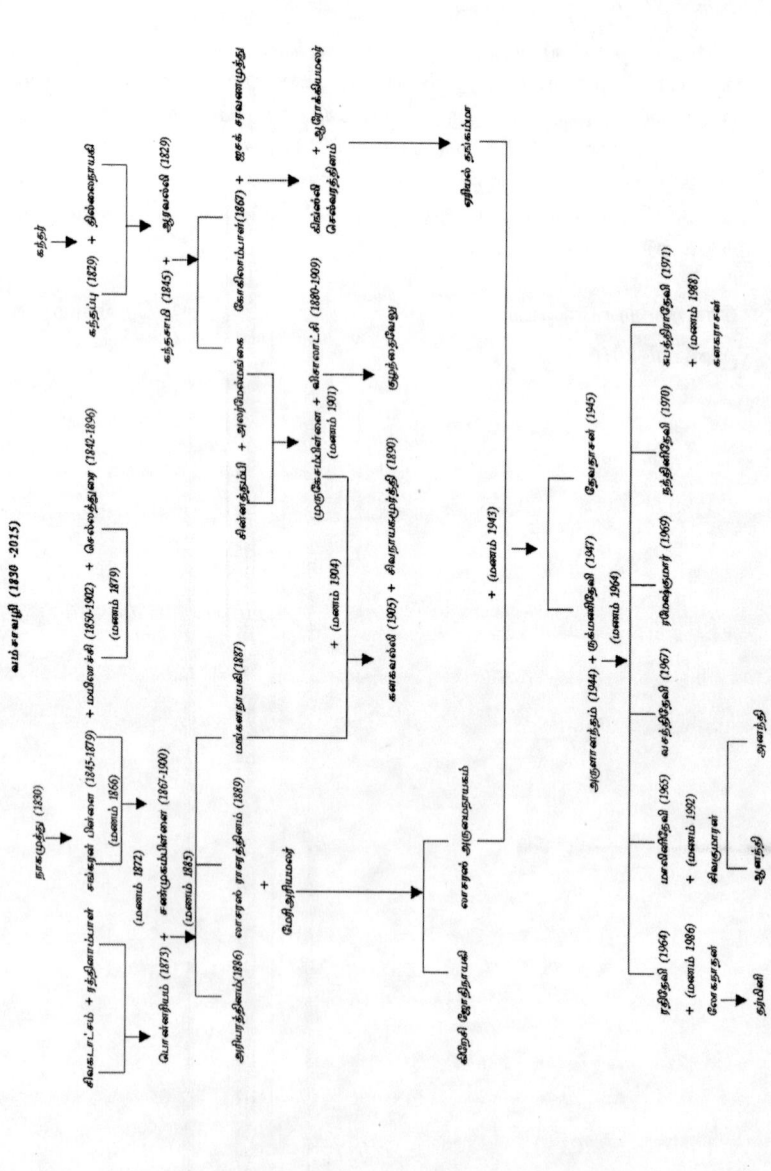

அத்தியாயம் I
(2014 – 2015)

1

தனி இழைகளாய்ப் பிரிந்து உருவமழிந்த ஒரு துண்டுக் கயிறாக காலத்துக்குமாய் விழுந்த சிதைவிலும் உயிர்ப்பைச் செய்தபடி இலக்கற்று நடந்துகொண்டிருந்தான் கனகராசன். வெளியே காற்று பெரிய ஆரவாரத்தைச் செய்துகொண்டிருந்தது. அதை ரொறன்ரோ மாநிலத்தின் பிஞ்ச் – மக்காவன் சந்திப்பிலுள்ள வுட்சைற் கடைத்தொகுதிக் கூடத்துள் அங்கங்கேயிருந்த இரட்டை வாயில் கண்ணாடிகளினூடு அவன் தாமதித்துக் கண்டான். காலமாற்றத்தின் நகர்ச்சியில் நேரத்தோடு இருள் இறுக ஆரம்பித்துவிட்டமை, மின்விளக்குகளின் வெளிச்சம் தீட்சண்யம் அடைந்துவருவதில் தெரிந்தது. இனியும் அவன் அங்கே தாமதித்துவிட முடியாது. பார்வதியாச்சி அங்கே நின்றிருக்கக்கூடிய சாத்தியம் இனியுமில்லை. அந்தமாதிரி காலநிலைச் சீர்கேட்டில் அவள் அந்த வெள்ளிக்கிழமை அங்கே வரவில்லையென்று நினைப்பதே சௌகரியமாக இருந்தது. அவன் புறப்பட ஆயத்தமானான். இத்தனை புழுதியையும் கஞ்சல்களையும் இன்னும் எங்கேயிருந்துதான் காற்று திரட்டிவருகிறது என்ற திகைப்பில் ஒருகணம் உள்வாயிலில் தயங்கி நின்றுவிட்டு, அவசரமாய் கண்ணாடிக் கதவுகளைத் திறந்துகொண்டு வெளியே வந்தான். அதற்குமேல் கால்கள் விசையில் ஏறின. வீடு இருபது நிமிட நடைதூரத்தில் இருந்தது.

இலையுதிர்காலத்தில் மங்கும் வர்ணங்களின் பன்மை தவிர்த்து ரசிக்க பெரும்பாலும் எதுவும் இருப்பதில்லை. எங்கும் மஞ்சள் மஞ்சளாய்ப் பொலிந்துகிடந்த பிரபஞ்சம் மெல்லமெல்லமாய் உமி

நிறத்துக்கும், மரப்பட்டை நிறத்துக்குமாய் மாறிக்கொண்டிருந்தது காலத்துயராய்த் தென்பட்டது. ஜீவன் பிரிவதின் துக்கத்துக்கு இலையுதிர்கால மேக அலைவை உதாரணம் சொல்கிறது ஒரு இந்திய ஆதிக் கதை.

இன்னும் ஓரிரு வாரங்களில் இலையுதிர்காலம் முடியவிருந்தது. மார்கழி 22இல் பனிக்காலத்தின் பிறப்பு சொல்லப்பட்டபோதே, அதன் மரணம் குறிக்கப்பட்டாயிற்று. ஆயினும் தன் மூர்க்கத்தில் எந்தத் தளர்வுமின்றி வீசிக்கொண்டிருந்தது காற்று.

இலைகளை உதறிவிட்டு வெறும் கம்புகளால் வானத்தைச் சுட்டியபடி நின்றுகொண்டிருந்தன தேவதாரு மரங்கள். மேபிள் மரங்களும் தம் கோணல் கிளைகளை மொட்டையாக்கி விட்டிருந்தன. இலையுதிர்வை நிச்சயமாக்குவதே அக்காலத்தில் தன் ஒற்றைச் செயல்போன்று காற்று வீச்சாகவும், சுழித்துச் சுழித்தும் வீசியது. வெட்டிய கால்வாய்களில் பாய்ந்துவரும் வெள்ளமென, வானமளாவிய கட்டிட ஊடுகளுக்குள்ளால் காற்று புகுந்து அத்தனை வலிதோடு வெளியேறிக்கொண்டிருந்தது. அது அக்காலத்தில் காற்றினொரு வித்தியாசமான இயக்கம். சொட்டு அசைவின்றி வீதியோரச் சருகுகள் கிடக்க, கண்ணெதிர்த் தூரத்தில் வந்த காற்று கஞ்சல்களை வாரிப் பெருக்கி அடித்துச் சுருட்டி ஒரு உருவமெடுத்ததைப்போல் ஓடிக்கொண்டிருந்தது.

கனகராசன் தன் விசை மாறாமல் குனிந்த தலையோடு நடந்துசென்று தெருவிலிருந்து திரும்பி குறுக்குத் தெருவுக்குள் நுழைந்தான். வீடு, இனித் தூரமில்லை.

வட்டம்போட்டு அதற்குள் நின்று சுழலென விடப்பட்டவோர் ஆணையில்போல் திடீரெனத் தூசு, கஞ்சல், சருகுகளை உருட்டித் திரட்டி உருப்பெற்று எழுந்தது காற்றின் ஒரு சுழி. சுருண்டு கொண்டே வட்டமாக அது மூன்றடி உயரத்துக்குமேல் நின்று சுழன்றது. பின் மெதுவாக அடங்கி நிலத்தில் உருண்டோடியது. வாசலடி பெண்டுலா மரத்தின்கீழ் நின்றிருந்த கறுப்பு அணில், தன் தீனித் தேடலைவிட்டு ஆளசைவில் சட்டென மரத்தில் ஓடித் தொற்றியது. பின் எதிர் வந்துகொண்டிருந்த உருவை அடையாளம் கண்டதுபோல் மறுபடி இறங்கிவந்து தன் தீனிப் பொறுக்கலைத் தொடர்ந்தது. அவசரமாகத் திறப்பை எடுத்து முன்கதவைத் திறந்து உள்நடைபாதையில் ஏறி கதவைப் பூட்டினான் கனகராசன்.

எதிரே மெல்லத் திறந்திருந்த கதவிடுக்கினூடாக கூடத்தினுள் அடைந்திருந்த இருள் தெரிந்தது. வீட்டின் நிசப்தம் மனிதர்களின் வெறுமையைச் சொல்லியது. இருளும்தான். ‘ஓ . . . வெளிய

போயிருக்கினம்போல.' அவன் நிலக்கீழ் வீடு செல்லத் திரும்ப, மேலேயிருந்து சுபத்திராவின் சிரிப்பொலி கேட்டது.

'சுபத்திரா அவையோட போகேல்லையோ?' இப்போ தெல்லாம் வெளியே செல்வதை அவள் வெகுவாக விலக்கி வருகிறாள். எதிலும்தான் அவளது பற்றறுப்பு விரிந்துவருகிறது. பக்கத்து கடைத்தொகுதிக் கூடத்துக்கு சாமான் வாங்கவோ, காலாற நடக்கவோகூட செல்லுதல் அவளிடத்தில் அருகிவிட்டது. மௌன மூட்டத்துள் அடங்கியவளாய் அவள் ஆகியிருக்கிறாள். வாரநாட்களின் பகல்களைப் பெரும்பாலும் தனியாகக் கழிக்கிறாள். பேச்சறுந்த அந்தத் தனிமை, நினைவுகள் சிலும்பி மேலெழுந்து உக்கிரமான ஒரு மௌன மூட்டத்தை அவளில் கவிழ்த்திருக்கக் கூடும்தான்.

அதிகாலை நாலே முக்காலுக்கு வேலைக்கு பஸ்ஸெடுக்க வீட்டிலிருந்து இறங்குவான் அவன். தொடர்ந்து ஆறுமணிக்கு அவளுடைய அக்கா மாலினி. ஒன்பது மணியளவில் பிள்ளை களைக் காரில் ஏற்றிக்கொண்டு பள்ளியில் விட்டுவிட்டு அப்படியே வேலைக்குச் செல்வான் சிவகுமாரன். பிள்ளைகள் மாலையில் ஏற்பாடு செய்திருந்த வாகனத்தில் வீடு வந்து சேர்கிறவரையில் மாலினி வேலை முடிந்து திரும்பி விடுவாள். அந்தவகையில் ஏறக்குறைய ஏழு எட்டு மணிநேரத்தை சுபத்திரா வீட்டிலே தனிமையில்தான் கழிக்கிறாளென்ற நினைப்பு, ஒரு அதிர்வாக கனகராசனின் மனத்தில் பதிந்தது. அந்தத் தனிமையின் இறுக்கத்தை சுபத்திரா எவ்வாறு கடக்கிறாளெனக் கூடுதல் கவனமெடுத்துக் கவனிக்கவேண்டியது அவசியமெனத் தோன்றியது. தன்னால் அந்தமாதிரியெல்லாம் அந்த வீட்டிலே செய்துவிட முடியாது என்றிருந்தபோதும், கனகராசன் அது முக்கியமான விஷயமெனக் கருதினான்.

சுபத்திரா எப்போதும் அவ்வாறு சிரிப்பவளல்ல. சிரிக்க மறந்தவள்போல்தான் அவள் ஆகிக்கொண்டிருந்தாள். சிரிக்கத் தொடங்கினால்தான் அப்படியொரு சரவெடிச் சிரிப்பு. அக்கம்பக்கத்தில் வீடுகள் இருக்கின்றன, தனிமையில் இருப்பவளிடத்திலிருந்து எழும் அம்மாதிரிச் சிரிப்பு ஒரு வகைமைப் படுத்தப்பட்டதாக யாரையும் எண்ணவைத்துவிடுமென்ற எந்த யோசனையும் சுபத்திரா கொள்வதில்லை. தனிமை கண்ட இடத்தில் அவளுக்கு எந்தவொரு அசாதாரணமும் சட்டெனச் சிரிப்பை மூட்டுகிறது. சிரித்தால் அவ்வாறாகச் சிரிப்பதும்தான்அவளது இயல்பாக ஆகிக்கொண்டிருந்தது. தன் ஏகதனிமையில் தவிர அவள் சிரிப்பதில்லை.

கனகராசனுக்கு அது தெரிந்ததேயெனினும் அவள் எதற்காகச் சிரிக்கிறாளென்பது தெரிய கூடத்துள் சென்று மாடிப்படிகளில் ஏறினான். மேலேயுள்ள இரண்டறைகளில் ஒன்று சாத்தியிருந்தது. இன்னொன்று திறந்தபடி இருள்பத்திக் கிடந்தது. இரண்டுக்கும் நடுவிலுள்ள கூடத்து ஜன்னலோரம் நின்று, வீட்டின் பின்னெல்லைக்கு அப்பாலிருந்த பரந்த புல்வெளியைப் பார்த்து ஓயாத தன் கலீர்ச் சிரிப்பை கொட்டிக்கொண்டிருந்தாள் சுபத்திரா.

அந்த ஸ்திதி அவனை அசரவைத்தது. ஒயிலாக முன்புற மாய்ச் சாய்ந்த கலையெழில் சிற்பம்போல் அவள் தோன்றிக் கொண்டிருந்தாள். கூந்தல் அலையலையாகப் படிந்து கீழே தொங்கிக்கொண்டிருந்தது. அது அவ்வாறுதான் எப்போதும் தொங்கிக்கொண்டிருக்கும். அத்தனைக்கு அது வாரிவாரிப் பழக்கப் படுத்தப்பட்டிருந்தது. வேலையற்ற நேரங்களில் பெரும்பாலும் ஒரு சீப்போடுதான் அவள் உலவிக்கொண்டிருப்பாள். அப்போது அவன் ஞாபகம்கொண்டான். ஜீன்ஸூம், றோஸ் நிற சுவெட்டரும் அணிந்திருந்தாள். ஜன்னலோரமாய் நீளப்பாட்டில் போட்டிருந்த செவ்வக மேசையின் குறுக்குப் பக்கத்தில் சாய்ந்தபடி ஊன்றிய முழங்கை உச்சியில் நாடியைப் பொறுத்தி ஜன்னலூடு வெளியைப் பார்த்தபடியிருந்தாள். கழுத்துச் சங்கிலியின் இருதய உருவப் பதக்கம் தூங்கிக்கொண்டிருந்து அசைவுகளைச் செய்தது. சள்ளை வைக்காத இறுகிய பின்புறம் அவளுக்கு. சுவெட்டர் மேலே ஒதுங்கிய இடத்தில் அந்த மெல்லிருளிலும் வெளிர்ப்புறத் தெரிந்தது நாரிச் சரிவு. இன்னும் கொஞ்சம் சுவெட்டர் மேலே ஒதுங்கினால் அவளது பளுவில் குண்டுமணியளவிருக்கும் ஒரு செங்காய் தெரியும். எப்போதோ அதை உருட்டியுருட்டி சரஸமாடிய ஞாபகம் அவனில் துளியாய் இறங்கியது.

ஐந்து வருஷங்களே வாழ முடிந்திருந்த காலவட்டம், கணவன் மனைவியென்ற உறவுக் காலத்தின் மிகப் பெரும் நீர்ப்பரப்பில் ஒரு தக்கையாக நீந்திக்கொண்டிருந்தது. அந்த துர்ப்பாக்கியத்தின் ஞாபகங்களை அவ்வாறான சிலையெழில் கோலம் அவனில் சோக இசையைப் பிழிந்தெடுக்கும். ஓட்டுக்குள் அடங்கிய புளியம்பழம்போல, உறவுகள் உள்ளே கிடந்து வாழ்வோடு ஒட்டாமல் கலகலத்துக்கொண்டிருந்தன.

எத்தனை ஆண்டுகள் சேராதிருக்கிற தேகம் அது! வாழ்ந்த காலத்தின் அனுபவம் மட்டுமே அன்றைய தேதிவரையில் நினைவின் இன்பமாக எஞ்சிநிற்கிறது. பார்வையிலிருந்து ஒரு பாம்புபோல் மனத்துள் இறங்கி உடம்பில் பரவிய பரவசத்தில் அவன் உறைந்து நின்றுகொண்டிருந்தான். அவள்

மனம் எதுவொன்றிலாவது ஊன்றி நிலைகொண்டிருக்கும் தருணங்களிலேயே அவ்வாறான காட்சிப் பரவசமும் கனகராசனுக்கு இயன்றுவந்தது.

வாரத்தின் வேலைநாள் முடியும் வெள்ளிக்கிழமைகள் எப்போதுமே ஒரு தசைத் தினவை மேனியில் உசுப்பிவிடுகின்றன. தொடர்ந்த சனி, ஞாயிறாகிய விடுமுறை தினங்கள் அவனைப் பொறுத்தவரை மனவுளைச்சலுக்கானவை. வாழ்க்கை தீய்ந்து கருகும் கரிச்சல் வாசனையை அந்த நாள்களில் அவன் மனம் திணற சுவாசிக்கிறான். மீள முடியாத இடைவெளியென அதுவரை அறுதிட்டமான முடிவெதுவும் ஏற்படாதிருப்பினும், திரும்பும் வழியும் முறையும் காலமும் தெரியாதே இருந்தன.

இன்னும் வெளிச்சம் கொண்டிருந்த வெளியில் காற்று மூசிமூசிச் சுழித்தடித்தது. புல்வெளிக்கப்பாலுள்ள றூஜ் நதிக்கரையில் புதர்களும் மரங்களும் நிறையவிருப்பினும் சுற்றியுள்ள புல்வெளியில் தனித்துநின்று காற்றில் தன் வெறும் கிளைகளை விசுக்கிக்கொண்டிருந்த தேவதாரு மரத்தையே அவள் பார்த்துக்கொண்டிருப்பதை அவளின் நோக்குத் திசையிலிருந்து கனகராசன் தெரிந்தான். வான்நோக்கி நீண்டிருந்த கம்புகள் காற்றின் விசைக்கு சுளித்துச் சுளித்து ஆடும் வெறிநடனம் தவிர அவள் லயிப்புக்கொள்ள வேறு அம்சம் அப்போது அவ்வெளியினில் இல்லை.

மீண்டுமொரு பெருங்காற்றடித்தது. சுபத்திரா மறுபடி சிரிக்கத் தொடங்கினாள். அச்சிரிப்பு அடங்க நிமிடங்கள் ஆயின. அவ்வாறான அவளின் சிரிப்பின் மர்ம முடிச்சை அவனால் அவிழ்க்கமுடியும். ‘குழப்படி விடுவியா. .? குழப்படி விடுவியா?’ என கேட்டுக்கேட்டுச் சுள்ளியினால் மரம் காற்றை அடிக்க, அது கதறிக்கொண்டு சுழன்றோடுவதாகவே அவள் கற்பிதம் பண்ணியிருப்பாள். அவளது மனநிலை அப்போதெல்லாம் அவ்வாறுதான் இயங்குகிறது. அதற்குச் சமமான வேறு சில சந்தர்ப்பங்களையும் அவனால் ஞாபகப்படுத்த முடியும். ஒருமுறை, ‘இருண்டால் லைற் போடுறதா, லைற் போட்டால் இருளூறதா, அக்கா?’ என்று ஏதோவொரு முக்கியமான விஷயம் ஞாபகம் வந்ததுபோல் ஓடிவந்து மாலினியைக் கேட்டாள். எதிலோ கவனமாயிருந்த மாலினி சற்று அலுப்போடு, ‘என்ன, சுபத்திரா, இது? எங்கயெண்டான்ன லைற் போட இருளுமா?’ என்றாள். ‘அப்ப ஏன் நல்லா இருளூறதுக்குள்ள லைற்றைப் போட்டியள்?’ என்று புதிரடைந்தாள் சுபத்திரா. இன்னொரு நாள், தூர எழுந்துநின்ற வான் முட்டிய கட்டிடத் தொகுதிகளைப் பார்த்துக்கொண்டிருந்தாள். நீண்டநேரமாக

அவள் அவ்வாறிருப்பது கண்டு யாரோ எதை அவள் அவ்வாறு கூர்ந்து பார்க்கிறாளெனக் கேட்க, 'எல்லாக் கட்டிடமும் நேராயிருக்கு. அந்த தொங்கல்ல இருக்கிற கட்டிடம் மட்டும் கொஞ்சம் சரிஞ்சமாதிரி நிக்குது. அதுதான் பாக்கிறன்' என்றாள். யாரும் எதுவும் சொல்லவில்லை. அடுத்து வந்த கடும் பனிகாலத்தில் அந்தக் கட்டிடத்தின் ஒரு பகுதி உடைந்து விழுந்து போக்குவரத்துப் பாதிப்பை ஏற்படுத்தியதாய்த் தொலைக்காட்சி செய்தி ஒளிப்பரப்பியது. வித்தியாசங்களாய்ச் சிந்திக்கவும், வித்தியாசங்களைக் கவனிக்கவுமான மனவெளி அவளில் அவ்வாறுதான் அமைந்துகொண்டிருந்தது.

அந்தளவில் சுபத்திராவின் பார்வை அவன் பக்கம் திரும்பியது. அவனை அவள் கண்டாளா? ஒரு துளியளவு உணர்வுமாற்றம் அந்தப் பார்வையிலில்லை. வெற்றிடத்தில் பதிந்த பார்வையை நிதானமாய் விலக்கிக்கொண்டு மரமடிக்க காற்று சீறும் விந்தை காண அவள் காத்திருக்கலானாள்.

கனகராசன் மெதுவாகத் திரும்பிப் படியிறங்கினான். கூடம் அப்போது இருளடைய ஆரம்பித்திருந்தது. விளக்கை அணைக்க ஏற்றவென அந்த வீட்டில் எதற்கும் உரித்தில்லாதவன்போல் அவன் எதுவும் செய்துகொள்வதில்லை. ஆனால் அப்போது விளக்கைப் போடவேண்டும்போல இருந்தது. அதை சுபத்திராவால் தன் மெய்மறப்பு நீங்கி வந்த பின்பும்கூட; செய்துவிட முடியாது. இருட்டில் சடாரென வரும் ஒரு வெளிச்சப் பாய்வு மின்னலால் தாக்குண்டவள்போல் அவளை ஒரு கணமேனும் பதறவைக்கிறது.

அவன் விளக்கைப் போட்டுவிட்டு கீழே இறங்கினான்.

2

திரும்பியபோது நெட்டை மரமாய்த் தன்னையே பார்த்துக்கொண்டிருந்த அவனை அவள் கண்டிருந்தாள். அவனது விறைத்த பார்வையில் அவளுக்குச் சிறிது எரிச்சல்வரப் பார்த்தது. ஆனாலும் அவன் அவளுக்குத் தெரிந்த மனிதன். அவள் தங்கியிருக்கும் நிலக்கீழ் வீட்டின் ஓர் அறையில் குடியிருப்பவன்.

மூன்று நான்கு வருஷங்களுக்கு முன்னால் கீழ் வீட்டில் வேறொரு குடும்பம் வாடகைக்குக் குடியிருந்தபொழுது, அவளும் அவனும் மேலேயுள்ள அறையொன்றில் ஒற்றைக் கட்டிலோடு வசித்துக்கொண்டிருந்ததும் அவளுக்கு படுக்கையில், தவறித் தவிர உள்ளார்த்தத்துடன் அவன் கைகூட அவள்மேல் பட்டதில்லை. அவன் குடித்திருந்த ஒருநாள் அவள் விழித்தபொழுதில் அவனது தலை அவளது வயிற்றுக்கு நேராய்க் கீழிறங்கிக் கிடந்தது. கை அவளது தொடையில் விழுந்திருந்தது. திடுக்கிட்டெழுந்து விலகியிருந்து பார்க்கத் தெரிந்தது, தானேதான் அவனை இடித்துக் கொண்டு கட்டிலின் குறுக்காய் நகர்ந்து வந்திருந்தது. அவன் நல்லவன்தானென அப்போது அவள் உறுதிப் பட்டாள்.

அவளுக்குத் தெரிந்த அந்த மனிதன் அவ்வளவு மட்டமில்லையென்பது அவளது எண்ணம். அவன் அவளறிந்த ஒரு மனிதனின் நிழல்தான். நிஜத்தையே தேடாமலிருக்கிறவள், நிழலை ஏதாவதாய் எப்படிக் கருதுவாள்? அவளால் முடியாது. ஆனாலும் அவன் பரிதாபத்துக்குரியவனென்று அவள் நினைத்தாள்.

அண்ணன், அக்கா, தங்கை, மாமா, மாமியென்று யாரும் இதுவரை அவனைப் பார்க்க வந்ததோ, போனில் பேசியதோகூட இல்லை. அவனும் தொடர்புகொண்டு பேசியதுமில்லை. அநாதையாகவும் அநாமதேயமாகவும் இருக்கிற ஒரு மனிதன் பரிதாபத்திற்குரியவன்தானே?

நிஜத்தைத் தேடாமலும், நிழலை நாடாமலும் ஒதுங்கி விட்டால்கூட அவளிடத்தில் நிம்மதியில்லாமலே இருக்கிறது. ஏதோ இழப்பை ஒவ்வொரு கணத்திலும் அவள் உள்ளுள்ளாய் உணர்ந்துகொண்டிருக்கிறாள். தன் உள்ளத்தின் நினைவுப் பாளத்திலிருந்து ஒரு பகுதியை வெட்டியெடுத்துவிட்ட வெறுமை போன்றே அது தெரிகிறது. வெறுமை மட்டுமே தெரிகிறது. காரணம் புரியாமலிருக்கிறது. காரணம் புரிந்துகொள்வதின் ஆர்வமும் இல்லாமலிருக்கிறது. யோசிப்பதே சிரமம் தருகிறது. யோசிப்பதாகவிருப்பின் வேறெதுவுமின்றி, நிழலையே யோசிக்க வேண்டியிருக்கிறது. நிழலை யோசிக்க நிஜத்தைத் தேடும் உந்துதல் கிளர்கிறது. அது நெஞ்சில் வெறுப்பை நிறைக்கிறது. அது நிறைய ஏதாவது பொருளை எடுத்து நிலத்தில் போட்டுடைத்து நாள் முழுக்க யாரையாவது திட்டிக்கொண்டிருக்க நேர்கிறது. காறி முகத்தில் துப்ப, நகங்களால் பிறாண்டி வதைக்க நிஜம் எங்கேயிருக்கிறது? யாரைக் கேட்க? அக்காவைக் கேட்கலாம். அக்கா சொல்லமாட்டாள். அவளுக்கு நிழலை மட்டுமில்லை, நிஜத்தையும் பிடிக்காது. அதனால் சுபத்திரா யோசிப்பதேயில்லை. யோசனை அவள் மனத்துக்குச் சத்துராதியாக இருக்கிறது நீண்டகாலமாய்.

மறுபடி அவள் திரும்பிப் பார்த்தபொழுதில் அவனில்லை. கீழே இறங்கியிருப்பானென எண்ணிக்கொண்டாள். சூழ்ந்திருந்த இருள் உணர்கையாகிற்று. காற்று வெளியே இருளில் ஆடிக் கொண்டிருந்தது. அவள் அந்தராத்மா மறுபடி தன் பூடகத்துள் போய் முடங்கிற்று. சிரிப்பு மெல்ல சீணமடைந்து முகத்தசைகள் கல் திடம்பெற்றுவர மெல்லச்சென்று எச்சரிக்கையாய் விளக்கைப் போட்டாள். கூடத்துள்ளும் விளக்குப் போடவேண்டியிருக்கும். அவள் கீழே இறங்கினாள். விளக்குகள் எரிந்துகொண்டிருந்தன. விளக்குப் போட்டது அந்த மனிதனாயிருக்குமென எண்ணிக் கொண்டாள்.

3

பஸ்ஸிலிருந்து இறங்கி வருகையிலேயே எல்.சி.பி.ஓ.வில் வெள்ளிகளின் வழமைபோல் வாங்கி வந்திருந்த வொட்காவை மெதுவாக அருந்தியபடி கனடிய தமிழ் சனல்களில் ஓடி, இந்தியத் தமிழ் சனல்களில் தடவி, கடைசியாக 24அவர்ஸ் கனடிய ஆங்கிலச் செய்தியில் தொலைக்காட்சியை நிலைக்க விட்டு சிறிதுநேரம் அமர்ந்திருந்தான் கனகராசன்.

வொட்கா கிளர்த்திய தகிப்பு, சுபத்திராவினது முன் வளைந்து மேசையில் சாய்ந்திருந்த சிலை யெழிலின் நினைப்பில் நெருப்பாய்க் காமத்தை மூட்டிற்று.

என்னவொரு அடர்த்தியான உடம்பு! திரும்பத் திரும்ப எழுகிற தீயாய் இருந்தது அது. ஆயினும் அவிந்து அடங்கவும் பழகியிருந்தது. அந்த உக்கிரத்தை, பத்திரிகை விளம்பரங்களைப் பார்த்துக் காமம் விற்பனையாகும் வீடுகளில் போய் இறக்கிவிட்டு வந்துவிட அவனால் முடியாது. அக்காளின் வன்மத்தோடு தன் பங்குக்கான வெறுப்பும் சேர ஒரு விலக்கத்திலிருப்பவள், தன் காத்திருப்பால் ஒருநாள் திடம் கலைந்து கழிந்த காலத்துக்கான கழிவிரக்கத்தோடு தன்னிடம் ஓடிவருவாளென்று அவன் இன்னும் நம்பினான்.

குளித்துவிட்டு குசினிப்பக்கம் சென்றவன் மூடியிருந்த சட்டிகளைத் திறந்துபார்க்கத் தெரிந்தது, சுபத்திரா அன்றைக்குச் சமைத்திருப்பது. இல்லா விட்டால் மீண்டும் அந்தக் குளிர்காற்றுக்குள் இறங்கி ஓடி பிஸ்ஸா கடையில் பத்து டொலராவது செலவழிக்க நேர்ந்திருக்கும்.

வாரநாட்களில் காலை ஏழு மணியிலிருந்து மாலை ஏழு மணிவரை வேலையிருக்கும் கனகராசனுக்கு, வெள்ளிகளில் மட்டும் மூன்று மணிக்கு முடிந்துவிடுகிறது. இப்போதெல்லாம் கடைத்தொகுதிக் கூடத்துள் அலைந்து வெள்ளிகளையும் வழக்கமான நாள்களாக்கி வீடு வரவே அவன் முயன்றான்.

நல்ல கம்பனி என்பதால் சுமாரான சம்பளம் கிடைத்தது. அந்த வேலையும் இல்லையேல் வீட்டில் தன் நிலைமை என்னவாயிருக்குமென எண்ணுகிற சமயங்களில் சில்லென உறைந்து போகிறது அவன் மனம். அந்தக் கடினவேலையே வரவர அவனுக்குப் பிடித்தமானதன் காரணம்கூட, அந்த வேலையலுப்பில் வந்து வெந்நீரில் குளித்துவிட்டு சாப்பிட்டதும் படுத்தால் அப்படியொரு தூக்கம் வருகிறது என்பதுதான்.

வாரநாள் இரவுகளைத் தூக்கத்தின் மூலமும், வார இறுதி நாள் இரவுகளை போதையின் மூலமும்தான் தன் வெறுமைகளை, மனத்துயர்களை, அவ்வப்போது எழும் காரசார நிகழ்வுகளைக் கடக்கிறான். இனித் தாங்க முடியாது, எங்காவது ஓடிவிடலாம் என எண்ணும்படிக்கான நிலைமைகள் அங்கே எழுந்த வேளைகளிலும், தன் மனைவிக்காகவே இன்னும் அவ்விடத்தின் பிடிமானத்தை இழக்காமல் தக்கவைத்துக்கொண்டிருக்கிறான். அது அவனோடும், அவன் அதனோடும் ஒட்டாத வேறு உலகமாகவேதான் இருந்துவருகிறது எப்போதுமாக. சுபத்திரா அவனை அந்நியனாகவே நினைக்கிற வேளை, அவளது தமக்கை மாலினி பார்க்கவும் பிரியப்படாத எதிரியாகவே பாவித்தாள்.

ஒரு வெறுப்பின் எறியம் அவன் சுபத்திராவை விரும்பி சைக்கிளில் முன்னும் பின்னுமாக அலைந்த அந்த நாளிலேயே அவளிடத்தில் விழுந்திருந்தது அவனுக்குத் தெரியும். அது வளர்ந்தது சுபத்திராவை அவன் யாருக்கும் தெரியாமல் கூட்டிக்கொண்டு போய் பதிவுக் கந்தோரில் கல்யாணம் செய்த நாளிலிருந்தாய் இருக்கவேண்டும். ஆறு மாதங்களுக்குள் சுபத்திரா தன் பிறந்தவீடு போய்வருகிற நிலைமை அவர்களது தொட்டப்பாவினால் தோன்றிவிட்டிருந்தபோதும், மாலினியின் அவன்மீதான வெறுப்பு குறையாதேயிருந்ததை அவள் கண்களில் அவன் கண்டிருந்தான். கனடாவிலிருந்த சிவகுமாரனுக்கும் அவளுக்கும் கொழும்பில் நடந்த கல்யாணத்துக்கு அவனும் சுபத்திராவும் போனபோது அவனை அவள் திரும்பிக்கூடப் பார்க்கவில்லை. என்ன காட்டம் அவளிடத்தில் இருந்திருக்கக்கூடும், மாமா, மாமி, பெரியம்மா, பெரியப்பா, தொட்டப்பா, தொட்டம்மாவென எல்லோருமே அவர்களை ஏற்றுக்கொண்டிருந்த நிலைமையிலும்?

அவனுக்குத் தெரியாது.

தேவகாந்தன்

விசா கிடைத்து மாலினி கனடா சென்றபோது சுபத்திரா மட்டும்தான் உறவினரோடு சேர்ந்து கொழும்பு வரை போய் வழியனுப்பினாள். தன்போல அவளுக்கும் கிடைத்திருக்கக்கூடிய ஒரு வாழ்க்கையை அவள் அநியாயமாகத் தொலைத்து விட்டிருக்கிறாளென மாலினி அங்கே திட்டியிருப்பாளோ? முகம்வாடித் திரும்பிவந்த சுபத்திராவுக்கு அது தெளிய இரண்டு நாட்களாயின. அவன் காரணம் கேட்கவில்லை. அவளாகச் சொல்லவுமில்லை. வினவுவதும் பகிர்வதும் ஊடாடிநிற்கும் நல்லுறவைப் பாதித்துவிடுமோவென இருவரும் பயந்திருக்கலாம்.

1987இல் இலங்கை ராணுவத்தின் 'ஒப்பறேசன் லிபறேசன்' நடவடிக்கையில் வடமராட்சியே புலம்பெயர்ந்தது. தென்மராட்சி ஜனச் செறிவால் பிணைந்து கிடந்தது. இதோ தென்மராட்சியும் தாக்குதலுக்குள்ளாகப்போகிறது என்ற நிலைமையில்தான் கனகராசனும் சுபத்திராவும் சாவகச்சேரியிலிருந்து இந்தியா வுக்குப் புலம்பெயர்ந்தார்கள். அதற்காயெடுத்த தரைவழிப் பயணத்துக்கான முயற்சிகளும், கடற்பயணத்தில் எதிர்ப்பட்ட ஆபத்துகளும் சொல்லமுடியாதவையாய் இருந்தன. குண்டடி பட்ட படகில் தண்ணீர் கொள . . . கொளவெனப் பாய்ந்து உள்ளே நிறைந்துகொண்டிருந்தது. அகப்பட்ட இயத்துகளாலெல்லாம் தண்ணீரை வாரியிறைத்தார்கள். கைகளும் இயத்துக் களாக்கப்பட்டன. மூழ்காமல் படகு கரைசேர்ந்தது கடவுள் புண்ணியத்திலென்று ஓட்டி சொன்னான். சுபத்திராவுக்கும் கனகராசனுக்கும், ஏன் பயணம் செய்த எல்லோருக்குமே, அது மறுஜென்மமாயிருந்தது. உடல் நடுங்கக் கரையிறங்கியவர்களின் மனம் அடங்க நாள்களாயின. சென்னை வந்தும் சுபத்திராவின் பதற்றம் பாதி தீராமலே இருந்தது.

தமிழ்நாட்டுக்கு வந்து முகாமுக்கு வெளியே தங்குகிற ஒரு ஈழ அகதி எவ்வகையான வேலையை அங்கே பெற்றுவிட முடியும்? கனகராசனும் வேலையற்றே இருந்தான். வாடகைக்கும் சாப்பாட்டுக்குமாக அவ்வப்போது வெளிநாட்டிலிருந்த அவனது உறவினர்கள் மூலமும், நண்பர்கள் மூலமும் சிறிது பணம் வந்துகொண்டிருந்தது. மாலினியும் அவ்வப்போது தங்கைக்குப் பணம் அனுப்பினாள். நோர்வேயிலிருந்த இன்னொரு அக்கா ரதியும் தன் கடைசித் தங்கைக்கு உதவுவதற்குப் பின்னிற்கவில்லை.

வாழ்க்கை எந்தவிதமான பெரிய எதிர்பார்ப்புகளுமின்றி நகர்ந்துகொண்டிருந்தது. சேர்ந்து வாழ்தலென்பதே பேரானந்த மாய்த் தோன்றிய காலமது; அவ்வண்ணம் தோன்றும்படியான வயதும்தான். உயிர்ப் பயம் அறுந்துவிட்டால் உலகமே சொர்க்கமாகிவிடுகிறது.

இந்தியாவுக்கு வந்த புதிதில் சுபத்திரா ஆரம்பத்தில் இலங்கையில் இருந்ததுபோலக்கூட இல்லை. சூழ்நிலையின் அழுத்தம் விடுபட்டு வியப்புக்குரியவிதத்தில் உணர்ச்சி விகாசம் எடுத்திருந்தாள். கல்லாமலே வித்தைகள் ஊறியிருந்தன அவளுடம்பில். சம்போக இரவுகள் வாழ்க்கையைச் செழிப்பாக்கிக் கொண்டிருந்தன. அந்தளவு ஆசையூற்றுக் கொண்டவள், ஒரு கட்டத்தில் வற்றிக் காய்ந்த தரிசுநிலமானது எப்படி? எப்படி எப்படியென்று எப்போதும்தான் எண்ணிப் பார்க்கிறான். பதில் தான் தன் இருப்பின் திசைகூடக் காட்டாமல் ஒளிந்து நிற்கிறது.

கனகராசன் எழுந்தான்.

மாலினியவை இன்னும் கோயிலிலிருந்து வீடு திரும்பவில்லை.

படக்கொப்பி ஏதாவது எடுத்துவந்திருக்கலாமென எண்ணினான். தொலைக்காட்சியில் சனலை மாற்றினான். கனடிய தமிழ் சனல் ஒன்றில் ஏற்கனவே அவன் பார்த்த படமொன்று ஆரம்பித்திருந்தது. நிறுத்திவிட்டு படுக்கப்போனான்.

கீழ்த் தளத்தில் இரண்டு அறைகளில் ஒன்று அவனுக்கு, மற்றது அவளுக்கு. ஒவ்வொன்றினுள்ளும் ஒவ்வொரு கட்டில். தனது படுக்கை விரிப்பு, தலையணையுறை எல்லாம் அன்று சுமத்திரா மாற்றியிருந்தாள்போல. வெளீரென்று விரித்துக் கிடந்தது படுக்கை. கூடத்து விளக்கு வெளிச்சம் இரண்டு அறைகளுக்குள்ளும் பாய்ந்துகொண்டிருந்தது. மேலே தமக்கையுடன் சுபத்திரா சாப்பிடலாம். அன்றி கீழே வந்தும் சாப்பிடலாம். மேலே எங்காவது ஒரு சோபாவில் குறங்கிக்கொண்டும் படுக்கலாம். அல்லது கீழே வந்து அவளது அறையிலும் படுக்கலாம். எந்த மாதிரியும் அனுமானம் பண்ணிவிட முடியாதது அவளது நடத்தை.

‘ஹூம்..!’ ஒரு அலுப்பான முனகலோடு அவன் படுக்கப் போனான்.

கூடத்து விளக்கு இன்னும் எரிந்துகொண்டிருந்தது.

4

மாலினியும் சிவகுமாரனும் பிள்ளைகளும் வீட்டுக்கு வந்தபோது வழக்கத்திலில்லாமல் பதினொரு மணிக்கு மேலே ஆகியிருந்தது. மாலினி தான் கதவைத் திறந்துகொண்டு முதலில் உள்ளே வந்தாள். கூடத்து சோபாவில் தூங்கிக் கிடந்தாள் சுபத்திரா. குறண்டியதில் சின்ன உருவமாய்த் தெரிந்தது. பத்தொன்பதான, ஒன்பதான அவளது பிராயங்களிலெல்லாம் மாலினி அவளைப் பார்த்திருக்கிறாள். வீட்டில் யாருடனாவது பிரஸ்தாபப் படும்போது அவள் ஓடிப்போய் அவ்வாறுதான் குறண்டிக்கொண்டு நிலத்தில் விழுந்து படுப்பாள். எல்லாம் நினைவிலெழ அப்படியே இதயத்தை முறுக்கிக்கொண்டு வந்தது மாலினிக்கு. கழுவாது மேசையில் கிடந்த தட்டு அவள் சாப்பிட்டு விட்டதைத் தெரிவிக்க, மேலே போய் ஒரு போர்வையை எடுத்துவந்து அவளைப் போர்த்தி விட்டாள். நித்திரை குழம்பினால் மறுபடி அவளுக்கு உறக்கம்பிடிக்க நேரமாகுமென்பது மாலினிக்குத் தெரியும்.

எல்லாருக்கும் சாப்பாட்டைப் பரிமாறி தானும் சாப்பிட்டுவிட்டு சாப்பாட்டு மேசையிலேயே அமர்ந்திருந்தாள். சிவகுமாரன் படுக்கையில் கிடந்து தூங்காமல் புரண்டுகொண்டிருப்பான் என்பது அவளுக்கு நினைவுவந்தது. சனிக்கிழமைகளின் அவசியம் அது. அவளுக்கும் அது உண்டு. ஆனாலும் அவள் எழும்பவில்லை. அந்த விலகல், பிணக்கில்லாத நிலையிலும் நிர்ப்பந்தமாய் இருந்தது. அப்படி அமர்ந்திருந்து அவள் என்ன செய்யப் போகிறாளென்று அவளுக்கு அபிப்பிராயமேதும்

இல்லை. ஆனாலும் எழும்ப முடியாதிருந்தது. சுபத்திராவின் உருவம் கண்முன்னாலே தெரிந்துகொண்டிருந்து அவளது முழு பலத்தையும் எரித்துக்கொண்டிருந்தது. முப்பத்தொன்பதை இருபத்தொன்பதாக, பத்தொன்பதாக, ஒன்பதாகக் கண்ட அந்தத் தரிசனம் எப்போதோ ஒருபொழுதுதான் அவள் அடைந்துகொள்வதென்றாலும் அதன் தீவிரம் மூர்க்கமாகவிருந்தது.

கூடத்துள் நுழைந்த கணத்தில் சுபத்திரா கிடந்த விதம்கண்டு எரியத் துவங்கிய மனம் இன்னும் ஆறாதிருந்தாள் மாலினி. தனக்கு ஆறுவயது குறைந்த சுபத்திராவை பாவனையில் மகளாகவேகொண்டு வளர்த்தவள் அவள். அம்மா இருக்க அப்பா ஓடினார். அப்பா வர அம்மா ஓடினாள். ஓடியோடிப் போய்க்கொண்டிருந்த அம்மா ஒரு சமயத்தில் திரும்பாமலே போய்விட்டாள் என்றென்றைக்குமாக. ரமேஷ் பெயருக்கு மட்டும் ஆண் சகோதரமாயிருந்தான். பெரியப்பாவும் தொட்டப்பாவும் அந்தக் குடும்பத்தின் அவலம் கண்டு கைகொடுக்காதிருந்தால் இன்றைக்கு அந்தக் குடும்பம் அந்தநிலைமையை எட்டியிருக்கவே முடியாது. சமாதிகளில் பெயர்த் தூண்களோடுஅதன் வரலாறே முடிந்துபோயிருக்கும். ஆறு பிள்ளைகளைப் பெற்றுவிட்டு ஆறாடிகளாய்ப்போன பெற்றோரின் கவலையை, கரிசனையை அவள்தான் பட்டாள். படிப்பிலும் பொழுதுபோக்கிலும் விளையாட்டிலும் அவளை உடனிருந்து வழிநடத்தியதெல்லாம் மாலினிதான். தாயின் பற்றும் நேசமும்தான் எப்போதும் அவளிடத்தில் இருந்துவந்தன.

கனகராசனுக்கும் சுபத்திராவுக்குமிடையில் அதுவரை குழந்தைஇல்லையென்ற நிலையில், இனி அந்தப் பந்தம் வேண்டியதில்லையென்பதே மாலினியின் அபிப்பிராயமாக இருந்தது. அவளளவில் இரண்டு நிழல்களின் சேர்க்கையே அந்தக் கல்யாணம். ஒரு சரியான கோணத்திலிருந்தான வெளிச்சத்தில் இரண்டறக் கலந்ததாய்த் தெரியும் இரண்டு உருவங்களது நிழல்களின் சந்திப்பு அதுவென்றும், வெளிச்சக் கோணம் விலகுகையில் நிழல்கள் விலகுவது இயல்பானது என்றும் அப்போதைய நிலைமையை அவள் விளங்கப்படுத்தினாள். உருவங்கள் விலகியே இருக்கின்றனவென்ற வாதம் அவளிடத்தில் தீர்க்கமாயிருந்தது. சுபத்திராவுக்கு இனியொரு எதிர்காலத்தை எதிர்பார்த்து கணவன் – மனைவியைப் பிரித்துவைப்பது குடும்பரீதியான அவமானங்களுக்கு வழிவகுத்ததாக ஆகுமெனத் தொட்டப்பா முடிவாகவே சொல்லிவிட்டார். அந்த விஷயத்தில் அவளது மூர்க்கம் அபாயகரமானதென்றுகூடச் சொன்னார். விலகுவதற்கான முகாந்திரமுள்ள நிலையிலும் கனகராசன் அனுசரிக்கிறானெனில், அந்தப் பொறுப்பு அவர்களுக்கு இன்னும்

அதிகமாக இருக்கிறதென்றும் கூறியிருந்தார். பொதுவாக அவள் குடும்ப விவகாரங்களில் தலையிடாத சிவகுமாரன்கூட, 'நீ சொன்னா சுபத்திரா கேக்கும். ஆனா பிரிச்சுவைச்சிட்டு வரப் போற பாதிப்புக்கோ, மான அவமானத்துக்கோ நீதான் பொறுப் பெடுக்கவேணும்' என்றான். இனிமேல் தன் விருப்பத்தை அவளால் அழுத்திவிட முடியாது. பிரித்து விடுவதற்காய் எடுத்திருந்த தன் காய்நகர்த்தல்களை அவள் எல்லோருக்காகவும் நிறுத்தினாள். ஆனால் தங்கையின் அந்த நிலைமை அவளைக் கூறுபோட்டுக்கொண்டிருந்ததை யாருக்குத் தெரியப் போகிறது?

யாருமற்ற கூடத்தில் தனியே படுத்திருக்கிறாள் அவள். அவனோ கீழே போதையோடோ இல்லாமலோ தன்பாட்டில் கிடந்துகொண்டிருக்கிறான். அந்தளவு வடிவான, அந்தளவு செல்லமாய் வளர்ந்த ஒரு பொம்பிளையை எந்தளவு கரிசனத் தோடு கவனித்திருப்பான் ஒரு கணவன்! அவன் அவளைக் கண்டுகொள்ளக்கூட இல்லையே!

அவனை என்றைக்குமே அவளுக்குப் பிடித்திருந்ததில்லை. பள்ளிக்காலத்தில் மாலையானதும் ஒருநாளைக்கு பத்துத் தடவைகளுக்கு மேலே அவர்களது வீட்டு எதிர்க்கடைக்கு சிகரெட் புகைக்க வருவான் கனகராசன். அவனது நாட்டம் தெரிந்தபோது சுபத்திராவை வாசலில் சிநேகிதிகளோடு பேசிக்கொண்டு நிற்காமல் உள்ளேவந்துவிட அதட்டியிருக்கிறாள் மாலினி. அவர்கள் வீட்டு வேலியே ஐந்தடிக்கு மேல் உயரமானது. போகிறபோது வேலிக்கு மேலாக தலை தெரிகிற அளவு சீற்றை உயர்த்திவைத்துக்கொண்டு கனகராசன் சைக்கிளில் ஓடித்திரிவான். கூடத்துள்ளிருக்கும் தங்கை கொடுக்கும் பதில் கணைகளை அவள் கண்டாளா? திடீரென நடந்த அவர்களின் பதிவுத் திருமணச் செய்தி அவளுக்கு ஒரு அதிர்ச்சியாகவே வந்துசேர்ந்தது. சாவகச்சேரிக்கு ஓடிப்போய் அங்கே பதிவுத் திருமணம் செய்துகொண்டார்களாம். தென்மராட்சிதான் அவனது சொந்த இடமாம். தமக்கையோடு தங்கியிருந்து படிக்க கரவெட்டி வந்திருந்தானாம். கரவெட்டி வந்திருந்து கார்ட்லி கல்லூரியில் படித்திருந்தாலும், அந்த குழைக்காட்டுப் புத்தி அப்படியேதானே இருந்திருக்கிறதென ஏளனமாய் நினைத்தாள் மாலினி. அப்போதும் தன் தங்கையையல்ல, கனகராசனையே என்ன மாயம்செய்தோ மயக்கி கல்யாணம் செய்துகொண்டதாக நினைத்து இருந்த வெறுப்பை மேலும் இறுகச்செய்து சீறினாள்.

சுபத்திராவும் கனகராசனும் இந்தியா வந்து இரண்டு வருஷங்கள் கழித்து மாலினி தங்கையைக் காண ஒரு மார்கழிக் கடைசியில் கனடாவிலிருந்து கைக்குழந்தை அனந்தியையும்

கொண்டுசென்றிருந்தாள். எல்லாம் மிக்க குதூகலத்தோடு பயணம் தொடங்கியதாய்த்தான் ஆரம்பத்தில் தோன்றின. அது சென்னை விமானநிலையத்துக்கு வெளியில் கண்ட சுபத்திராவின் கோலத்தில் முற்றாக அவளிடத்தில் சிதறிப்போனது. வீட்டுக்கு வந்து நிலைமையைப் பார்த்தளவில் வேறு மனிசியாகவே ஆகிவிட்டாள். 'இதென்னடி கழுத்தில கயிறு!' எனப் பொங்கினாள்.

'இஞ்ச வெறுங்கழுத்தோட இருந்தா பாக்கிற சனம் ஒருமாதிரி நினைக்குங்களெண்டு, கோயில்ல வாங்கிக் கட்டினதக்கா' என்றாள் சுபத்திரா.

'வீட்டுக்குள்ள அறையைப் பூட்டிக்கொண்டு வைச்சுக் கட்டினாராக்கும்?'

சுமத்திரா பேசாமலிருக்க தொடர்ந்து கேட்டாள்: 'நானும் அப்பப்ப காசு அனுப்பின்னான்தானே? அதை என்ன செய்தியள்? திண்டும் குடிச்சும் பசியாறியிட்டியளோ?'

இரண்டு கிழமை தங்கவென்றுதான் போனாள். ஒரு கிழமை அந்த வீட்டில் இருக்கவில்லை. 'பாண்டிச்சேரி போகவேணும்', 'மதுரை மீனாட்சியம்மனிட்ட போகவேணு'மென்று சுபத்திராவையும் இழுத்துக்கொண்டு திரிந்தாள். புறப்படுகிற நாளில் தியாகராஜநகர் கூட்டிப்போய் சங்கிலியொன்று வாங்கி, கழுத்திலயிருந்து கழட்டப்படாததென்று போட்டுவிட்டாள்.

பயண நாளில் யாரும் கூடவரவேண்டாமென்றுவிட்டு தனிக் கார் பிடித்து விமானநிலையம் அடைந்து கனடா வந்துசேர்ந்தாள்.

இவ்வளவு மட்டுமே என்றிருந்தாலாவது மாலினி காலப் போக்கில் அடங்கியிருக்கக்கூடும். 1991 மே 21இல் இந்திய முன்னாள் பிரதமர் ராஜீவ் காந்தி கொலையின் பின்னால் கடல்வழி அகதிகளின் வரத்து பெருமளவு நின்றிருந்ததோடு, பொலிஸ்நிலையப் பதிவற்ற இலங்கை அகதிகள் கைதுசெய்யப்படும் தீவிரமொன்றும் தமிழ்நாட்டில் நிலவியிருந்தது. அவ்வேளை பொலிஸ் தேடுகையின்போது அண்ணாநகர் சென்றிருந்த கனகராசன் பொலிஸ்நிலையத்து இலங்கை அகதிப் பதிவுப் பேப்பர் கைவசமில்லாத நிலையில் இரண்டொரு நாட்களுக்கு முன்னர்தான் இலங்கையிலிருந்து படகில் வந்திருந்த சில இலங்கைத் தமிழ்ப் பெடியளுடன் கைதானான். எல்லாம் மறுபடி மாலினியிடத்தில் குழம்பிப்போனது.

சுபத்திராவும் எவ்வளவோ சொல்லிப் பார்த்தாள்: 'பொலிஸில் அவருக்கு ஈழ அகதியாய்ப் பதிவிருக்கு, அக்கா. பதிஞ்ச

துண்டைத்தான் துலைச்சுப்போட்டார் எங்கனயோ. அண்ணாநகர் போன இடத்தில துண்டில்லாததாலதான் பிரச்சினை வந்தது.' மாலினி கேட்கவில்லை. 'எப்பிடித் துலைச்சா'ரென்று முதலில் கேட்டாள். பிறகு, 'ஏன் புதுத்துண்டு எடுக்கேல்ல?'யென்று கேட்டாள். கடைசியாக, 'ஒன்பது மணிபோல அண்ணாநகரில உவருக்கு என்ன வேலை, உன்னையும் தனியாய் வீட்டில விட்டிட்டுப்போய்?' என்று பாய்ந்தாள். சுபத்திரா உதவிக்காக போனெடுத்த நேரத்திலெல்லாம் 'உன்னைத் தனியே விட்டுவிட்டு அப்படி என்ன வேலை கனகராசனுக்கு அண்ணாநகரிலிருந்தது?' என்றுதான் கேட்டுக்கொண்டிருந்தாள். அவள் மறுகினது, பரதேசம் வந்து தன் தங்கை தனிச்சுப் போனாளே என்பதற்காகவே. அது அவளால் தாங்கிக்கொள்ள முடியாத துயரமாகவிருந்தது. அவனால் விளைந்த துயரம். அதனால்தான் வழக்கிலிருந்து மீட்க எந்த உதவியும் செய்யாமலிருந்தாள். மற்ற சகோதரிகளையும், உறவுகளையும்கூடத் தடுத்தாள்.

சம்பவம் நடந்து இரண்டாம் மாதம், சுபத்திரா போனெடுத்து, 'அக்கா, கழட்டக்குடாதெண்டு சொல்லி நீ வாங்கிப்போட்ட சங்கிலி இன்னும் என்ர கழுத்திலதான் கிடக்கு. இப்ப வழக்குச் சிலவுக்கு நீ ஒண்டும் அனுப்பேல்லயெண்டா, சங்கிலியை அடைவு வைப்பன். காசு காணாதெண்டா வித்துப்போடுவன். பிறகென்னைக் குறைசொல்லாத' என்று சொன்னாள்.

அதற்குப் பிறகுதான் ஒரு முழுநிமிடம் கழிய பணம் அனுப்புவதாகச் சொன்னாள் மாலினி.

பணம் அனுப்பிய பின்னால் கிழமைக்கு மூன்று நான்கு தடவைகள் போனெடுத்துப் பேசினாள் சுபத்திராவுடன். விடுதலைப் புலிகள் அமைப்போடு அவனோடு கைதானவர்களுக்கு எதுவிதத்திலேனும் சம்பந்தம் இருப்பதாக முடிவானால், அவளை உடனடியாக இலங்கைக்குப் போய்விடும்படி மாலினி வற்புறுத்திக்கொண்டிருந்தாள். அத்தகைய குற்றச்சாட்டு சுமத்தப்பட்டவர்களுடன் அவன் சம்பந்தப்படுத்தப்பட்டால், அவன் அப்போதைக்கு வெளியே வரமாட்டானென்று அவள் நிச்சயமே செய்திருந்தாள். கனகராசன் தங்கையின் கணவராக இருந்தும் அது அவளுக்குப் பொருளேயில்லை. அவள் கரிசனை, அக்கறை எல்லாம் சுபத்திராதான்.

சுபத்திரா இலங்கை செல்லப் பின்னின்ற பொழுதுகளிலெல்லாம் அவளுக்கு எரிச்சலெரிச்சலாக வந்துகொண்டிருந்தது. 'அவரின்ர என்னத்தைக் கண்டிவள் இப்பிடி சொக்கிக் கிடக்கிறாள்?' என்று கொச்சையாகவும் யோசித்தாள்.

கனகராசன் விடுதலையாகி வந்த பின்னால் தன் தங்கைக்காகவே அவளோடு அவனையும் கனடா எடுக்க மாலினி ஏற்பாடுகள் செய்தாள். எல்லாம் வேகமாக நடந்துகொண்டிருந்த பொழுதில், ஊரில் பெரியப்பாவுக்கு கடுமையான வருத்தமாகிப் போனது. கடவுளுக்குச் சமதையான அந்த மனிதர் கடைசிக் காலத்தில் அநாதரவாய்க் கஷ்ரப்படக்கூடாதென்று தங்கள் சார்பில் சுபத்திராவை உடனடியாக இலங்கைபோய் பார்க்கச் சொன்னாள். கனகராசனையும் அழைத்துக்கொண்டு போக அவளாகவே வற்புறுத்தியபொழுதிலும், சுபத்திரா தன்னால் தனியே போய்வர முடியுமென்று புறப்பட்டாள்.

ஏதோ உள்விரிசலை அவளால் உணர முடிந்ததோ சுபத்திராவின் அந்தத் தனிப் பயணத்தால்? 'என்னடி நடந்தது உங்களுக்குள்ள?' என்று கேட்ட நேரத்தில், 'ஒண்டுமில்லையே!' என சர்வசாதாரணமாகப் பதிலிறுத்தாள் சுபத்திரா.

எதிர்பாராத பயணங்களும், எதிர்பாராத தாமதங்களுமாய் அவளையும் அவனையும் கனடா வந்துசேர்வதற்கு மேலும் மூன்று ஆண்டுகளைத் தாமதித்தன.

கனடா வந்தபிறகு உடனடியாகவே யார் மூலமாகவோ முயன்று அவன் வேலைபெற்றான். வந்த அடுத்த மாதத்திலிருந்து தன் செலவைத் தானே பார்த்துக்கொண்டு அவளுக்கு ஏற்படக்கூடிய பாரத்தைத் தவிர்த்தான். எல்லாம் சரி. ஆனால் என்ன செய்தான் இந்தப் பச்சைக்குழந்தையை தன் முகவிலாசம், துள்ளல் நடையெல்லாம் இழந்து உறைந்துபோகும்படிக்கு?

அவள் எகிறத் தொடங்கியது அந்தக் கணத்திலிருந்துதான்.

5

நிலக் கீழ் வீடுகளுக்கு ஜன்னல்கள் இருப்ப தில்லை. பக்கப்பாட்டில் நகர்த்தி திறக்கவும் மூடவும் கூடியதான கண்ணாடிகள் பொருத்திய இரண்டு அல்லது இரண்டரையடிக்கு மூன்றரை அல்லது நான்கடி வெளிகளே தலை உயரத்தில் இருக்கும். எழுந்து நின்று எட்டிப் பார்த்தால்தான் வானம் தெரியும்.

அப்போதைக்கு உறக்கம் வராதென்று தெரிய கனகராசன் எழுந்து கண்ணாடிவரை வந்து வெளியைப் பார்த்தான். காற்று அடங்கியிருந்தது. மரங்களின் வெறும் கிளைகள் நெடுப்பமாய் நின்று கொண்டிருந்தன. வெளியெங்கும் ஒரே வெளிர்ப்பு. சிறுஜன்னலின் முன்னாலிருந்த மரங்களில் நீட்டிய கிளைகள் நிதானமாய் அசைந்துகொண்டிருந்தன. இலையுதிர்கால ஓர்க் மரக் கிளைகளுக்கூடாக நீலவானம் தெரிந்தது. சில நட்சத்திரங்கள் மினுமினுத்தன. நிலா முழு வட்டமாய்க் கிடந்தது.

அவையெல்லாம் பார்வைக்கும் படாதனவாய் ஆகி கனகாலம். காலத்தின் நிதானமான திட்ட மிடலில் உலகத்தின் அவ்வழகுகளெல்லாம் மறைந்து போய்க்கொண்டிருக்கும் சோகம் மனதைக் கவ்வியது. அவனே அப்படியொரு அழகை இத்தனை வருஷ காலத்தில் இப்போதுதானே காண்கிறான். மேலும் யாரிடம்தான் இப்போது இருக்கிறது நேரம், வானம் பார்க்கவும் நிலா பார்க்கவும் நட்சத்திரங்கள் பார்க்கவுமாக? தங்கள் மரணத்தை யோசிக்கக்கூட மனிதர்கள் நேரமில்லாதவர்களாயிருக்கிறார்கள். மரணம் வந்து கால்களில் தடுக்கி விழுத்தும்வரை,

அது எந்தளவு வேகத்தில் அவர்களைத் தொடர்ந்துகொண்டிருந்தது என்பதைக்கூட அவர்கள் கண்டிருக்கவில்லையே! ஓடுவதுமட்டும் தெரிந்த மனிதர்களாய் இருந்தார்கள்.

அவனூர் அழகியது. செம்மண் தரையில் வீச்சுடன் வளரும் செடி கொடி மரங்களால் கண்படு பிரதேசமெங்கும் பசிய மண்டலமாய்க் கிடக்கும். கோடையிலும் பெரும்பாலும் அப்படித்தான். அங்கு வானம் தெரியும், நட்சத்திரங்கள் தெரியும், நிலா தெரியும். அம்புலிமாமா பாடல்களைக் கேட்டும், பாடியும் வளர்ந்தவன் அவன். தரைக்காற்று எழும்; இல்லாவிட்டால் கடற்காற்று வந்து தாலாட்டும். அப்படியொரு வளம் அந்த மண்ணில். இடையே எல்லாம் மாறிப்போனதுதான். ஆனாலும் வாழ்நிலை மாறிற்றே தவிர பௌதீகம் மாறவில்லை. இங்கே எல்லாமும் மாறியிருந்தன. மனிதர்களின் மனங்களும்கூட.

அவனுக்கு ஊர்த் தவனமுண்டு. உறவுகளில் பிரியமுண்டு. அம்மாவில் உயிரான அன்பு உண்டு. போய்ப் பார்த்துவர மனமெல்லாம் நிறைந்திருக்கிறது ஊற்றெடுத்த ஆசை. ஆனாலும் கனடாவுக்கு அழைத்த மாலினியின் கடன் இன்னும் பாதி இருக்கிறது. சுபத்திராவை அழைத்த செலவையும் சேர்த்துத்தான். மீதி கொடுத்துமுடிய இன்னும் இரண்டு வருடங்கள் ஆகலாம். அதுவரை ஊருக்குப் போகிறேனென்று புறப்பட்டால், மாலினி ஏதாவது சொல்வாளோவென்று பயமுமிருந்தது. அவள் நாக்கில் விஷம் வைத்திருப்பவள். எங்கே, எப்போதென்று இல்லாமல் இறக்கிச் சாகடித்துவிடுவாள்.

அவனுக்கு ஒரு சம்பவத்தின் ஞாபகம் சட்டெனக் கிளர்ந்தது. மாடியறையில் தங்கி இரண்டு குடும்பங்களும் சமையலை ஒன்றாக நடத்திய காலத்தில், அவன் சாப்பிடுகிற வேளை இதே மாலினிதான் ஒருநாள் அவன் காதில்விழப் புறுபுறுத்தாள், 'தின்னுறது கனக்க, தாறதுதான் குறைய' என்று. கனகராசன் எப்படித் துடித்தான் அந்தக் கணத்தில்? அதுமாதிரி இனி ஒருபோதும் ஏற்படக்கூடாது. அவனால் தாங்க முடியாது. அதுமாதிரித் தருணங்களை மேலும் தாங்கித் தாங்கி முடியாத ஒருபோதில் அவன் வெடித்துவிடவும் கூடும். அதற்காகவேனும் சந்தர்ப்பங்களை அவன் உருவாக்காதிருக்கவேண்டும். கனகராசன் கண்ணாடி வெளியைவிட்டு விலகி கூடத்துக்கு வந்தான். குசினிப் பக்கத்தில் மறைவாய் வைத்திருந்த வொட்கா போத்தலை எடுத்து கிளாஸில் ஊற்றினான்.

மெல்ல மெல்லத் திரண்டெழுந்து நினைவுகள் குவிந்தன. மாலினி பார்வையிலேயே நடுங்கவைக்கும் கொடூரத்தின் ராட்சத அவதாரமாக விஸ்வரூபமெடுத்து நிற்கிறாள். அவளோடு சற்றுப்

பின்னாக சுபத்திரா என்றும் முதுமை காணா வரமெடுத்த அழகிய தேவதையாய். மாலையில் கண்டிருந்த அதே கோலம். நீல ஜீன்ஸூம், றோஸ் நிற சுவெட்டரும் அணிந்து, அவிழ்ந்து விரிந்த அலையலையான கூந்தலுடன். அவள் சிரிக்கும்போது மட்டுமே தேவதையம்சங்கள் விகாசம்கொள்ளும் மானுடத்தி. தேவதையாய் நிற்கும் சமயத்தில்தான் அவள் கண்களில் அந்தச் சாந்தம் தெரிகிறது. மற்றும்படி அவள் கண்களில் வெறுமை தகதகத்துக் கொண்டிருக்கும்.

இனி சுபத்திரா கீழே வரப்போவதில்லை. நேரம் ஒரு மணியாகிக்கொண்டிருந்தது. அவன் சோபாவில் அமர்ந்து சிந்தையைக் கூர்மைப்படுத்தினான். அவளின் மனம் விரிசல்கண்ட சமயமாய்க் கருதக்கூடிய ஒரு நிகழ்ச்சி மனத்தில் விரிந்தது.

அவன் சிறையிலிருந்த காலத்தின் பிற்பகுதியில்தான் சுபத்திரா உருவாகிய மாற்றத்தின் சன்னங்கள் அவன் அவதானத்தில் பட்டிருந்தன. வாரமொன்றாக இருந்த அவளது பார்வையாளர் வருகை, நாளாக ஆக மாதமொன்றாகியதை அதன் ஆரம்பமாகக் கொள்ளலாம். அடுத்த தடவை வந்தவளைக் கேட்க, ‘வந்தனான், உள்ள இவங்கள்தான் விடேல்ல’ என்றாள். ‘இவ்வளவு கஷ்ரம் வருமெண்டு தெரிஞ்சுதான் அண்டைக்கே நான் சொன்னனான், அந்தநேரத்தில அண்ணாநகர் போகவேண்டாமெண்டு’ என ஒருநாள் சலிப்போடு சொல்லிவிட்டு அழுதபடி திரும்பினாள்.

அவளது விலகலின் முதலடி அங்கேதான் விழுந்திருக்கும்.

தன்னைப் பொறுப்பில்லாதவனாக எண்ணி அவள் படக்கூடிய விசனத்தை அவன் புரிந்தான். ஆனால் அதற்கான விலகல்தான் அதிகமாகப்பட்டது.

எப்படியோ, பிடிபட்டவர்களோடு அவன் எவ்வகையிலும் சம்பந்தப்படாதவன், அந்த இடத்தில் அவனது பிரசன்னம் தற்செயலானதென்று தெளிவாக அறியமுடிந்த நிலையில், அவனால் பிடிபட்டோர் வழக்கிலிருந்து விடுபட முடிந்தது. தீர்ப்பினை சிறைச்சாலை வந்து அறிவித்த வழக்கறிஞர், அன்றைக்கு நேரமாகிவிட்டதால் மறுநாள் காலையில் அவனை விடுவித்து விடுவார்களென்றார். சுபத்திரா நீதிமன்றம் வந்திருந்தாளாவென்று அவன் கேட்டதற்கு, போனிலே பேசியதாகக் கூறிச்சென்றார்.

அன்றிரா முழுக்க ஆறுமாத உடல்வேட்கை அவனை எண்ணாதனவெல்லாம் எண்ணவைத்தது. காலத்தின் நீட்சியல்ல, விடுதலையென்பதே உடம்பில் தானாக ஒரு வேட்கையை உருவாக்கக்கூடியது. அவளது அங்க லாவண்யங்கள் அவனது மனம் முழுக்கப் பரந்தன. வாசம் வீசும் கூந்தல்; அவளது

உடன் வியர்வையிலும் ஒரு காந்தம் இருந்தது. அது எப்போதும் அவனை எழுச்சிப்படுத்தியே வந்திருந்தது. ஒருபோது தூக்கம் அமுக்கி வருகையில் நனவா கனவாவெனத் தெரியா மருளில் அவளது நிர்வாணம் கண்டு அவ்வளவு ஆசைகளும் சிதறவிருந்த சமயத்தில் அவன் திடுக்கிட்டு விழித்துத் தப்பினான்.

மறுநாள் காலையிலேயே விடுதலை ஆகியிருக்கவேண்டும். காலை மதியமாகி மாலையை நோக்கி உருண்டன கணங்கள். இன்னும் யாருமே அவனை விடுவிக்க வரவில்லை. ஒரு சிறைக் காவலரைக் கண்டு தன் விடுதலைபற்றி வினவ, அவன் சம்பந்தப்பட்ட அத்துமீறி நாட்டுள் நுழைந்த வழக்கொன்றும் சாமான்யமானதில்லை, ஒருநாள் தாமதமானால் ஒன்றும் மோசமாகிவிடாதென்று கத்திவிட்டுப் போனாள். பிறகொரு சிறைக்காவலர் அவன் நிலைமையில் பரிதாபமாகி, சிறை மேலதிகாரி மதியத்துக்கு மேலேதான் வந்ததாகவும், விரைவில் அவனை விடுவிப்பார்களென்றும் கூறிச் சென்றார்.

அன்று மாலைக்கு முன்னான பொழுதில் விடுவிக்கப்பட்ட அவன் வெளியே வந்தான். சுபத்திரா வந்திருக்கவில்லை. வந்திருப்பாள், தனக்காகக் காத்திருந்திருப்பாள், தாமதமாகும் விஷயம் தெரியாமல் திரும்பிப் போயிருப்பாளென எண்ண ஏனோ மனம் இடமளியாதிருந்தது. அவளது பின்போதைய நடவடிக்கைகள் அவ்வாறிருந்தன. நேரே அரசாங்க மலிவுவிலைச் சாராயக்கடைக்குச் சென்றான். ஒரு பைக்கற். பின் இரண்டாவது. மொத்தத்தில் மூன்று பைக்கற்றுகள். அவனுக்கு போதுமான போதை. ஒரு அரைப் போத்தல் பிரண்டியும் வாங்கினான். அவன் வீட்டுக்கு வரும்போது பத்து மணி.

தான் அன்றைக்கு விடுதலையாவது தெரியுமாவென சுபத்திராவைக் கேட்டான். 'தெரிஞ்சுதான் காலமை அங்கை வந்து மத்தியானம்மட்டும் காத்திருந்தன்' என்றாள் அவள். எல்லாம் சரி, ஆனால் அவளது முகம் ஏன் அப்படி அவனைக் கண்ட சந்தோஷமின்றிக் காய்ந்து கிடக்கிறதென எண்ணியபடி கொண்டுவந்திருந்த போத்தலை மேசையில் வைத்துவிட்டு குளித்துவந்தான். சுவரோரம் சாய்ந்தமர்ந்து அவளைப் பார்த்தபடி பிரண்டியை ஊற்றிக் குடிக்கத் தொடங்கினான்.

வழமைபோல் 'கூடியடப்போகுது . . . சாப்பிடாமல் படுக்கப்போறியள் . . .' என்றுகூறி அவள் அவனைத் தடுக்காமல் பார்த்துக்கொண்டே இருந்தாள். அவனது தலை தொங்கிக் கொண்டு போகிற வேளையில்மட்டும் சாப்பாடு போட்டுவந்து கொடுத்து, 'இனி போதும், சாப்பிடுங்கோ' என்றுவிட்டு அறைக்குள் போய்ப் படுத்துக்கொண்டாள்.

அவன் சாப்பிட்ட பின் உள்ளே சென்று அவளோடு பேசிக் கொண்டு படுத்திருந்தான். அவளும் ஒருபோது சமாதான மானாள்.

அறையுள் இருள் அப்பியிருந்தது. விரித்த புற்பாயின்மேல் போட்ட பூவிரிப்பில் அவள் படுத்திருந்தாள். நிர்வாணம் அவளைப் போர்த்தியிருந்தது. மேனியில் நெருப்பின் கொழுந்து சுடர்விட்டுக்கொண்டிருந்தது. அவள் காத்திருந்ததின் அடையாளம் ஒவ்வொரு அணைப்பிலும் தெரிந்தது. அவனுக்கோ உடலின் காமம் ஒன்றாய், உள்ளத்தின் தவிப்பு ஒன்றாய் வேட்கைகள் இரண்டு. தாடனங்களிலும் தழுவல்களிலும் முத்தங்களிலுமாய் வேட்கையோங்கி இணைந்த உடல்களின் இயக்கம் வேகவேகமாகி உணர்ச்சி உச்சமேறிக்கொண்டிருந்தபொழுதில், அவனது இரட்டை வேட்கைகளைவிடவும் போதையின் மேலாதிக்கம் ஓங்கிச் செல்கிறது. அவனது தலை கவிழ்கிறது. அந்த ஸ்மரணை யிழப்புக்கு முன்னான துளிப்பொழுதில் அவன் குமட்டிக் குமட்டி கொப்புளித்தான். பைக்கற் சாராயம், போத்தல் பிரண்டி, சாப்பாடு ஆகியவை குழம்பான அழுகிய நாற்றம் அறையுள் வியாபித்து கசந்து பரந்தது.

இது ஏதேனும் ஒரு தாக்கத்தை அவளில் விளைவித்திருக்க முடியுமென்றுதான் கனகராசன் நம்பியிருந்தான். ஆனாலும் பெரியப்பாவுக்குச் சுகவீனம் கடுமையென்ற தகவல் வந்து அவள் இலங்கை கிளம்பிய நாளில், சகஜமான மனநிலையோடு தான் விரைவில் வந்துவிடுவதாகத்தான் சொல்லிச் சென்றாள்.

திரும்பிவந்த அவளில் நிகழ்ந்திருந்த மாற்றம் குறிப்பிடக்கூடிய அளவில் வளர்ந்திருந்தது கண்டு அவன் திகைத்தான்.

இலங்கையிலிருந்து விமானத்தில் வரவிருந்த அவளைக் கூட்டிவரஅப்போது இந்தியாவில் நின்றிருந்த அவளின் மாமன் தர்மலிங்கம் போகவிருந்தார். மாலினி அந்த ஏற்பாட்டைச் செய்திருந்தாள். கனகராசனுக்கு அவள் வரப்போகிற விஷயமே தெரியாதிருந்தது. அவளது சரியான தொடர்பு எண்களும் தெரியாமல், ஒருபோது தெரிந்து எடுத்த தொலைபேசி அழைப்புகளுக்குச் சரியான பதிலும் கிடைக்காமல் தவித்துக் கொண்டிருந்தான் அவன். எதிர்பாராதவிதமாக சந்தித்த வேளையில் தர்மலிங்கம்தான் அன்றைக்கு சுபத்திரா வரவிருப்பது பற்றிச் சொன்னார். அது கனகராசனுக்குத் தெரியாமலிருந்தது அவருக்குமே ஆச்சரியமாகவிருந்தது. அவன் முழுவிபரம் அறிந்தபின் தான் மாலையில் விமானநிலையம் வந்துவிடுவதாகச் சொல்ல, தானே வந்து அவனையும் அழைத்துப் போவதாகக் கூறினார்.

விமானநிலையத்திலிருந்து சுபத்திரா வெளியே வந்தாள். அழைக்கச் சென்றிருந்தவர்கள் எல்லோரும் கூடவந்து, வாடகைக் கார் வரக் காத்திருந்தார்கள். சுபத்திரா மெலிந்திருந்ததில் வனப்பு இன்னும் கூடியிருந்ததைக் கவனித்தபடியும், தமது தொடர்பாடல்களில் விழுந்த மௌனங்களின் காரணமாய் எதைச் சொல்லப்போகிறாளென்ற யோசனையோடும் நின்றிருந்தான் கனகராசன். சுபத்திரா இன்னும் அவன் பக்கம் திரும்பிப் பார்க்காதிருந்தாள். தர்மலிங்கம், அவரது மனைவி யோகம், மகள் ரஞ்சி எல்லோருடனும் பேசிக்கொண்டிருந்தாள். அவன் எங்கேயென்று கேட்கவும் செய்யாதிருந்தாள். நேரமாக ஆக கனகராசனுக்கே மனம் சிதைந்துபோனது. காணவில்லையா, கண்டுகொள்ளவில்லையாவெனத் தடுமாறினான். அந்த மனநிலையே அவனை ஓரமாக ஒதுக்கிச் சென்றது. தர்மலிங்கம் கவனித்திருப்பார். 'சுபத்திரா, நீ ஒராளை இந்தளவு நேர மாய்க் கவனிக்கேல்லைப்போல. இஞ்ச கனகராசுவும் நிக்கு தெல்லே!'யென்று அவளது பிரக்ஞையைத் திருப்பினார்.

அவள், 'ஓ . . !' என்று ஒலியெழுப்பினாள். 'கண்டனான். ஆரோ ஓட்டோ றைவராக்குமெண்டு நெச்சு இருந்திட்டன்' என்றாள். பின் சுழன்று திரும்பிப் பார்த்தாள். அந்தக் கண்கள் அவனைத் திடுக்கிட வைத்தன. அது அவளது கண்களேயில்லை. வெறும் உணர்வு மரத்த வெறுமையுள் கிடந்து பிறழ்ந்தன அவை. அதன்பிறகு அந்தக் கண்ணின் வெறுமை என்றென்றும் மீண்டு சென்றதில்லை சுபத்திராவிடமிருந்து.

விரிசலின் தீர்க்கத்தை அன்றிரவு வீடு சென்ற பின்னர் ஒரு பாயை இழுத்துவந்து கூடத்துள் போட்டுக்கொண்டு அவள் தனியே படுத்ததிலிருந்து கனகராசன் தெரிந்தான்.

என்ன நடந்திருக்கமுடியும், ஊர் சென்ற சுபத்திராவின் மனம் அவ்வாறு திரியும் வண்ணம்? ஏது பாதிப்பு நடந்திருப்பினும், அது அவளின் ஆழ்மனத்தை அசைத்திருக்கிறது என்பதுமட்டும் அவனுக்குத் தெரிந்தது. அவள் அங்குலம் அங்குலமாக அந்த உறவின் இடைவெளியை விரித்துச் சென்றாள். இப்போது அது கடைசிக் கண்ணியில் கிடந்து தொங்கிக்கொண்டிருந்தது.

வொட்கா முடிந்து வெகுநேரமாகியும்கூட தன் கேள்விக்கான விடையைக் கண்டடைய அவனால் முடியவில்லை.

6

காலம் தன் விசையறா நகர்ச்சியைச் செய்து கொண்டிருந்தது. நாள்கள் கழிந்து கொண்டிருந்தன. திடீரென ஒருநாள் யாரும் எதிர்பார்த்திராத இரவில் பனி கொட்டியது. மறுநாள் ஆசியச் சிறுவர்களும், ஆப்பிரிக்கச் சிறுவர்களும் அமெரிக்க ஐரோப்பியச் சிறுவர்கள்போலவே கால்கள் புதைய பனியுள் நின்று பனிப்பந்துருட்டி எறிந்து விளையாடினார்கள்.

அனேகமாக கிறிஸ்துமஸுக்கு இரண்டு மூன்று தினங்கள் முன்பாக இலையுதிர்காலம் முடிந்து கனடாவில் குளிர்காலம் தொடங்கும். அந்த ஆண்டு எல்லார் மனமும் குளிரும்படி கிறிஸ்துமஸ் தொடங்குவதற்கு ஒருவாரத்திற்கு முன்பாகவே பனி வாரிக்கொட்டியிருந்தது. பார்க்குமிடமெங்கும் வெண்மை பளீரென்று கிடந்தது.

ஒரு வியாழக்கிழமை நள்ளிரவில் கிறிஸ்துமஸ் பிறந்தது. கிறிஸ்துமஸ்ஸுக்கு வெள்ளியிலிருந்து அடுத்த வாரம் முழுவதும் பள்ளி, வேலைத்தலங்களுக்கு விடுமுறை. நிறைந்த கொண்டாட்டம் பிள்ளைகளுக்கு. பிள்ளைகளுக்காகவே கிறிஸ்துமஸ் மரம் வைத்திருந்தார்கள் மாலினி வீட்டில். அயலிலுள்ள ஆனந்தியினதும், அனந்தியினதும் பாடசாலை நண்பர்கள் வீட்டுக்கு வரும்போது வீட்டிலே சவுக்கு மரம், அலங்கார விளக்குகள், நட்சத்திரத் தோரணங்கள், யேசுபாலன், பாலன் தொட்டில், மாட்டுத் தொழுவம் போன்றன இல்லாவிட்டால் தமக்கு சங்கையிழப்பாகிவிடுமென்று பிள்ளைகள் ஆங்கிலத்தில் புறுபுறுத்ததால் முதல்முறையாக அங்கே கிறிஸ்துமஸ் மரம் வைக்கப்பட்டிருந்தது.

பண்டிகையைத் தடல்புடலாக நடத்தாவிட்டாலும் சிறப்பான இரவுணவுக்கு காற்றரிங்கில் ஏற்பாடு செய்திருந்தார்கள். நூடில்ஸ், இறைச்சிக் கூட்டு, விங்ஸ், சாலட், இஞ்சிப் பாண் றோஸ்ற் எனவும், பரோட்டா அப்பமென்றும் கொண்டுவரப்பட்ட பதார்த்தங்கள் மேசையில் வரிசையாக அடுக்கப்பட்டிருந்தன.

கனகராசனும் குளித்து வெளிக்கிட்டு கீழே அமர்ந்திருந்தான். மேலே செல்வதா வேண்டாமா என்றொரு தயக்கம் அவனுக்குள் எழுந்திருந்தது. எப்போதும் அப்படியான நத்தார் விருந்து அங்கே நடந்திராததால், அவன் நிறைய யோசிக்க இருந்தது. போகா விட்டாலும் குற்றமாகிவிடலாம். சற்றுப் பலமான இசையும், பேச்சுத் தொனிகளும் கீழிறங்கத் துவங்க, அவன் எழுந்து மெல்ல மேலே சென்றான். வாசலில் கால்கள் தயங்கின. சிவகுமாரன் கண்டு உள்ளே அழைத்தான்.

அதிகமானவர்கள் வெள்ளைக்கார ஆண்களும் பெண்களும் சிறுவர்களுமாக இருந்தார்கள். தர்மலிங்கம் தனது மனைவி யோகம், மகள் ரஞ்சி மற்றும் தாயார் பார்வதி சகிதம் வந்திருந்தார். நத்தார் விசேஷம் பார்க்க வந்திருப்பாள் பாட்டி. அது அவள் காண்கிற இரண்டாவது பனிக்காலம். தவிர, மூன்று பேர்கொண்ட இன்னொரு தமிழ்க் குடும்பமும் அங்கேயிருந்தது. தன்னோடு வேலைசெய்யும் ஒரு பெண்ணின் குடும்பம் சமீபத்தில் குடியிருப்பதாக மாலினி எப்போதோ, யாருக்கோ சொல்லியதை அவன் கேட்டிருந்தான். இருபாலையைச் சேர்ந்தவர்கள். கண்ட பழக்கம்தவிர அவர்கள் யாருடனும் நின்று பேசிய அறிமுகம் அவனுக்கில்லை.

எல்லாம் நல்லபடியாகத்தான் போய்க்கொண்டிருந்தன. சிவகுமாரன் கேக் எடுத்து கனகராசனுக்குக் கொடுத்தான். தர்மலிங்கத்தின் தாயாருக்குப் பக்கத்தில் அமர்ந்து கனகராசன் கேக்கைச் சாப்பிட்டான். வெள்ளைக்காரர்கள் வைன் பருகுவதில் மும்முரமாக. மாலினியும் ஆனந்தியும் அனந்தியும் அவர்களுக்குப் பேச்சுத்துணையாய் நின்றிருந்தனர். எட்ட நின்றிருந்தாலும் அந்தளவு பேச்சுக்கிடையிலும் மாலினியின் நோட்டம் அவ்வப்போது கனகராசன்மேலேயே பதிந்துகொண்டிருந்தது. அதுவே அவனை விரட்டுகிற ஆவேசத்திலிருந்ததை அக்கண் களைச் சந்திக்க நேர்ந்திருப்பின் கனகராசனால் புரிய முடிந் திருக்கும். அவனோ பார்வதியாச்சியுடன், அவளுக்குத் தெரிந்த காலநிலைபற்றிப் பேசுவதில் மும்முரமாயிருந்தான்.

சிறிதுநேரத்தில் எல்லாரும் காகிதத் தட்டுகளுடன் சாப்பாடு எடுக்கத் தயாரானார்கள். அது சுயமாகப் பரிமாறும் விருந்து. வேண்டியதை வேண்டியளவு போட்டுச் சாப்பிடவேண்டியதுதான்.

அவசரம் இல்லாவிட்டாலும் இடம் ஒதுங்கி வந்தபொழுதில் கனகராசனும் எழுந்தான். பேப்பர் தட்டை அவன் எடுக்கிற நேரம், வெள்ளைக்காரர்களோடு நின்றிருந்த மாலினி விறுவிறுவென முன்னே வந்தாள். "சிவா!" என்றலறினாள். "அந்தாளைக் கீழ போகச் சொல்லுங்கோ, எனக்கு விசர் ஏறுறதுக்கு முந்தி. சாப்பாடு வேணுமெண்டா போட்டுக் குடுத்தனுப்புங்கோ ஆரிட்டயாச்சும்."

குறுகிப்போனான் கனகராசன். கண்களில் கண்ணீர் முட்டி உதிர்ந்துவிடத் தயாராய்த் தளும்பிக்கொண்டிருந்தது. தன்னுடல் அணுவணுவாய்க் குறண்டிவருவதான பரதவிப்படைந்தான். சுற்றிவர நோக்கினான். நம்பமுடியாத அதிர்ச்சியோடு அந்த இருபாலைக் குடும்பம் பார்த்துக்கொண்டிருந்தது. பாட்டியின் அதிர்ச்சி இன்னும் அதிகம். சுபத்திராவோடு பேசிக்கொண்டிருந்த தர்மலிங்கம் மாலினியின் கத்தலில் திரும்பிப் பார்த்தார். அவளது வாயிலிருந்து பிறந்த வார்த்தைகள் அவரையும்தான் திடுக்கிட்டுப்போக வைத்திருந்தன. வெள்ளைக்காரர் நடந்தது ஏதுமறியாமல் தமது பராக்கில். சிவகுமாரன் சொல்வதென்ன வென்று தெரியாமல் தடுமாறிக்கொண்டிருந்தான். சுபத்திராகூட அவனை ஒருவிதமாய்ப் பார்த்துக்கொண்டு கையில் கழுத்துச் சங்கிலியிலிருந்த பதக்கத்தைப் பிடித்து உருட்டியபடி தூர நின்று கொண்டிருந்தாள். கனகராசன் எடுத்த தட்டை வைத்துவிட்டு மெல்ல வெளியே வந்தான்.

திசையிழந்தவன்போல் வாசல்வெளியே சிறிதுநேரம் திகைத்து நின்றான். செய்வதற்கும் சொல்வதற்கும் இனி எதுவுமில்லை. அவன் நிர்வாணியாக்கப்பட்டு அந்தக் கூடத்திலிருந்து விரட்டப் பட்டிருக்கிறான். தன்னை முற்றுமுழுதாய் மூடிய அவமானத்தில் அந்த வீட்டைவிட்டே எங்காவது ஓடிவிடுகின்ற அவசம்தான் அவனில் எழுந்துகொண்டிருந்தது. எங்கே ஓட? எங்காவது. அந்தக் குடும்பத்தின் கண்ணில் படமுடியாத தூரத்துக்கு. மொன்ரியல், ஒட்டாவா இன்னும் அல்பேர்ட்டாவுக்குக்கூட. கண்களில் திரையிட்டிருந்த நீரைக் கசக்கித் துடைத்தவன் கீழே வந்தான். சாமான் தட்டில் வாங்கிவைத்திருந்த விஸ்கி போத்தலைத் திறந்து அப்படியே கடகடவெனக் குடித்தான். கட்டிலில் போய் விழுந்தான். கடகடக் குடிக்கு போதையும் கடகடவென ஏறியது. கண்களை மூடிக்கொண்டு மனத்தை ஆறுதல்படுத்த முயன்றான். இனி செய்யவேண்டியது என்னவென அவன் அன்றைக்கு யோசித்தே ஆகவேண்டும்.

சிறிதுநேரத்தில் அரிசி மூட்டையொன்றை உருட்டிவிட்டது போல யாரோ படிகளில் மெதுவாக இறங்கிவரும் சத்தம் கேட்டது. யாராகவும் இருக்கட்டும். எது செய்வதானாலும்

செய்துவிட்டுப் போகட்டும். அது யாரென்று பார்ப்பது அவனுக்கு அவசியமில்லாதது.

சிறிதுநேரத்தில், “தம்பி!” என்று கேட்டது. கிடந்தபடியே கண்ணைச் சிறிது திறந்து பார்த்தான். பார்வதியாச்சி. ஏற்கனவே நன்கு பழக்கமானவள். தர்மலிங்கத்தைவிடவும். சமீபத்தில்தான் இலங்கையிலிருந்து கனடா வந்திருந்தாள். இலங்கையிலும்கூட இல்லை, அவளை கனடாவில்தான் முதன்முதலில் அவன் கண்டான்.

பாட்டிக்கு பெரிய ஆகிருதி. முழுதுமாய் நரைத்த தலை. அவளுடனான அவன் பழக்கமெல்லாம் கடைத்தொகுதிக் கூடத்திலிருந்து அவள் வாங்கிய சாமான் பையை அவளது வீடுவரை ஒருநாள் கொண்டுபோய்க் கொடுத்ததிலிருந்தே ஆரம்பித்தது. அப்போதுதான் அவள் தர்மலிங்கத்தின் தாயார் என்பதையும் அவன் அறிந்தான். அதன்பின்னர் கண்டபோதுகளில் அவன் அவளை பை தூக்கிவர விட்டதில்லை. அவளும் கண்ட விடத்திலெல்லாம் நின்று வரிக்கு இரண்டு தம்பிகள் போட்டுத் தான் அவனோடு பேசுவாள். அது மகனேயென்பதின் இன்னொரு சொல்வடிவம் அவளுக்கு. அவனும் ஆச்சியென்றே அழைப்பான்.

இலகுவில் பழகும் தன்மை மட்டுமில்லை, அன்பும் அவளிடத்தில் இருந்தது. அன்பு தனக்குக் கிடைக்காவிட்டால்கூட கொட்டிக் கொட்டிக் கொடுக்கிற ரகம் அவள். அதைக் கொட்டு வதற்கான இடத்தை முகத்தின் கனிமையிலிருந்து அவள் கண்டடைகிறாள்.

பார்வதியாச்சி மெல்ல கதவடிக்கு வந்தாள். வாசலில் நின்று திரும்பி மேலே படிக்கட்டுகளை ஒருமுறை நோட்டமிட்டாள். பின் அறையினுள்ளே வந்து அவனது கால்மாட்டில் நின்றுகொண்டு மெலிந்த குரலில் சொன்னாள்: “கேட்ட என்னாலயே தாங்கேலாமப் போச்சே, தம்பி, உம்மால என்னெண்டு ஏலும்? நீர் உதுகளொண்டையும் நெச்சுக் கவலைப்படாதயும். எனக்குத் தெரிஞ்சு ஒரு வஞ்சகம், சூதுவாதில்லாத நல்ல பிள்ளையள்தான், தம்பி, எல்லாம். எப்பிடியிண்டோ இந்தமாதிரியொரு அறாக்குணம் அப்பப்ப இதுகளுக்கு வந்திடுது. தாய் தேப்பனிருக்கேக்கயே அநாதைமாதிரி வளந்த பிள்ளையள். பெரியதேப்பனெண்டு ஒருத்தர் வந்துபோனார். தொட்டப்பாவெண்டு பக்கத்தில ஒருத்தர் இருந்தார். அவயாலயும் என்ன பெரிசாச் செய்திருக் கேலும்? எதாச்சும் காசுகீசு உதவி செய்திருப்பினம். உந்தப் பெட்டை மாலினிதான் எல்லாத்தையும் சமாளிச்சு வளத்தது. தன்னந்தனியனாய் இந்தளவு பிள்ளையளையும் ஒரு பொம்பிளப்

பிள்ளை காபாந்து பண்ணுறதில இருக்கிற கஷ்ரம் உமக்குத் தெரியாததெண்டில்ல. எதோ அவசரத்தில வாய்விட்டிட்டுதெண்டு மனதை ஆறுதல்படுத்தும். கன விஷயம் நான் கதைக்கவேணும். ஆனா இப்ப இதில நிண்டு ஏலாது. ஒருத்தருக்கும் சொல்லாமல் கீழ வந்தனான். எங்கனயாச்சும் வழி தெருவில கண்டா ஆறுதலாய் ஒருநாளைக்கு எல்லாம் சொல்லுறன். இப்ப நான் வாறன், ராசா. எதோ தொடுப்பு வைச்சிட்டிர். இனியென்ன விட்டிட்டே ஓடேலும்? அவசரப்படாம யோசிச்சு நடவும்."

கிழவி வந்ததுபோலவே ஒரு சத்தம்சந்தடி இல்லாமல் படியேறி மேலே போய்விட்டாள்.

கனகராசனின் பாதி வெறி அக்கணமே கரைந்தது.

பார்வதியாச்சி சொல்வதற்கு என்ன இருக்கிறது? 'நல்ல பிள்ளையள்தான் . . . எப்பிடியிண்டோ இந்தமாதிரியொரு அறாக்குணம் அப்பப்ப இதுகளுக்கு வந்திடுது . .' என அவள் சொல்லிச்சென்ற வார்த்தைகளுக்கும் அவள் சொல்லவிருப்பதற்கும் தொடர்பேதேனும் இருக்கிறதா? கிளர்ந்த சிந்தனைக்குள் கனகராசன் நெடுநேரமாய்ச் சுழன்றுகொண்டிருந்தான்.

7

மறுநாள் வழுக்குப் பனிபெய்யும் அபாயம் இருப்பதாக அன்றிரவு எச்சரிக்கை அறிவிப்பு தொலைக்காட்சியில் விட்டுவிட்டு ஓடிக் கொண்டிருந்தது. தொடர்ந்து மேற்கு ரொறன்ரோ பகுதியில் அன்று மாலை ஏற்பட்ட ரொர்நாடோ எனப்படும் உறிஞ்சும் சுழற்காற்றின் உக்கிரம் குறித்த காட்சியும் விரிவான தகவலும் ஒளிபரப்பாகின. சுபத்திரா அப்போது கீழே இருந்துகொண்டிருந்தாள். உறிஞ்சு சுழற்காற்றுபற்றிய செய்தி கண்டதும் திடுமென எழுந்து ஒரு விநாடி அப்படியே உறைந்து நின்றாள். மறுகணம் தும்தும்மென படிகளதிர மேலே ஓடினாள்.

மையம்கொண்ட இடத்தில் அகப்பட்ட யாவற்றையுமே ஒரு பூதம்போல் உள்ளூறுஞ்சிக் கொண்டிருந்தது அது. கார்கள் மோதுண்டன, ஒன்றின்மேலொன்று எற்றுண்டன, சிலது பாலங் களுக்குள் கவிழ்ந்து விழுந்தன. அந்தச் சுழிக்குள் அகப்படாத தூரத்தில் காரிலிருந்து இறங்கியவர்கள் உறைந்தவர்களாய் அந்தக் காட்சியைக் கண்டு கொண்டிருந்தார்கள்.

அது யாருடைய கவனத்திலிருந்தும் தவறி யிருக்க முடியாது. மாலினி, சிவகுமாரன், ஆனந்தி, அனந்தி, கனகராசனென எல்லோரும்தான் கண்டிருந் தார்கள். அவ்வகைக் காலநிலைச் சீர்கேடுகளும், இயற்கை அனர்த்தங்களும் சாதாரணமானவை. அவ்வறிவிப்புகளைக் கண்டு யாரும் வேலை களுக்கோ, வேறு அவசர காரியங்களுக்கோ போகாது விட்டுவிடுவதில்லை. எச்சரிக்கையோடு போய்

வருவார்கள். உறிஞ்சு சுழற்காற்றின் பயங்கரங்களும் எப்போதாவது நடப்பதுதான். யாரும் அதை அவ்வளவு கடுமையாக எடுத்துக் கொண்டு பேசுவதுமில்லை, நினைப்பதுமில்லை. ஆனால் சுபத்திராவுக்குமட்டும் அத்தகைய காட்சிகளும் அறிவிப்புகளும் பேரார்வத்தைத் தந்துகொண்டிருந்தன. ஒரு சனலிலிருந்து இன்னொரு சனலுக்கு, தமிழிலிருந்து ஆங்கிலத்துக்கு, கனடியச் செய்தியிலிருந்து ஐக்கிய அமெரிக்கச் செய்திகளுக்கு என மாற்றி மாற்றி நாளெல்லாம் தொலைக்காட்சியில் அதையே கூர்ந்து பார்த்துக்கொண்டிருப்பாள். அதை அவளே ஒரு பூதமென ஒருநாள் குறிப்பிட்டிருந்தாள். அப்போது அவளது முகம் அச்சத்தில் கருகிப்போயிருந்தது.

கனடாத் தமிழ்ச் சமூகத்தில் ஒரு பழைய கதை மிகுந்த பேச்சாயிருந்தது ஒருகாலத்தில். வீரகத்தி ஆச்சியென்ற ஒரு மனுசி சொன்ன ஆயிரம் பூதங்கள் ஸ்கார்பரோ பகுதி மண்ணுக்குள் அமுங்கியிருப்பதான கதைதான் அது. அதுபற்றி முதன்முதலாகக் கேட்ட நாள்முதலே அந்தக் கதையைச் சொல்லும்படி மாலினியை நச்சரிக்கத் துவங்கிவிட்டாள் சுபத்திரா.

மாலினி அந்தக் கதையை அறிந்தது சுபத்திரா கனடா வருவதற்கும் நான்கு வருஷங்கள் முன்பாக. அவளே திரும்ப நினைத்துப் பார்க்கவும் விரும்பாத கதையாக இருந்தது. சுபத்திராவின் விருப்பத்திலும்கூட அது மாலினியின் கள்ளறை யிலிருந்து கிளம்பிவிடமாட்டாது. அக்கதைபற்றி சுபத்திரா அறிய முயல்கிற ஒவ்வொரு சமயமும் மாலினி அநாயாசமாக விலக்கியே வந்திருந்தாள்.

வனமும் நதியும் புல்வெளியும் நிறைந்த இந்த மண்ணின் வரலாறு தோலாடை நாகரீகத்துடன் தொடங்குகிறது. பருந்தும் கழுகும் காகமும் எங்கெங்கும் நிறைந்து அப்போது தென்பட்டன. காட்டெருமையும், மானும் – மயிர் சடைத்த பீவரும் ஒரு அபரிமிதத்தில் கானகமெங்கும் திரிந்தன. அந்த மண்ணுள் கரியும் காரீயமும் வைரமும் பொன்னும் நிறைந்திருப்பதான ஒரு கதை பரவும்வரை, தோலுடைக் கலாச்சாரமே மண்ணில் நின்றிருந்தது. அது மாற ஆரம்பித்த முதல் தருணம்தான் ஆவிகள் வெகுத்துத் திரிந்த காலமென எப்போதும் ஒரு பூர்வ குடியினன் கதை சொல்லிக்கொண்டேயிருக்கிறான்.

வீரகத்தி ஆச்சி சொன்னது அந்தப் பதினேழாம் நூற்றாண்டுக் கதையல்ல. ஆனாலும் அக்கதைகளிடையே ஓர் அபூர்வமான தொடர்ச்சியிருந்தது. மக்கள் செறிவடையாத ஸ்கார்பரோ பகுதியில் ஒரு பூர்வ குடியின் மயானமும், அதையொட்டியிருந்த நீர்நிலையும் மண்ணாலும், கல்லாலும், பிற பிரதேசங்களின் திடக்

கழிவுகளாலும் மூடப்பட்டு கட்டிடங்களால் நகர்மயப்படுத்தப் படுகையில் மயானத்துள்ளிருந்த ஆயிரம் பூதங்கள் அப்படியே அமுங்கிப்போன கதையது. பூர்வ குடியின் சவக்காலையில் அமுங்கிப்போன ஆயிரம் ஆவிகளும் முனங்குவதும் அனுங்குவதும் குழறுவதும் கூப்பாடிடுவதாயும் இருந்தன. குடியிருப்பாளரின் கனவுகளிலே தோன்றி தம் நிலைமையைக் கூறிக் கெஞ்சின, மன்றாடின. நாளாக ஆக எச்சரிக்கவும் அச்சுறுத்தவும்கூடச் செய்தன. இது இருபதாம் நூற்றாண்டின் முதல் பத்தில் நடந்தது.

இலங்கையின் பருத்தித்துறைப் பகுதியிலிருந்து வின்சென்ற் வீரகத்தி, மனைவி ராசம்மாவுடன் கனடாவின் ஒட்டோவாவுக்கு வேலைநிமித்தம் வந்துசேர்ந்த காலம் ஆயிரத்துத் தொளாயிரத்து ஐம்பதுகளின் முற்பகுதி. ஆயிரத்துத் தொளாயிரத்து ஐம்பத்தாறு இனக்கலவரத்துக்குப் பின்னால் இலங்கை திரும்புகிற எண்ணத்தைக் கைவிட்ட வீரகத்தி, மேலும் சிலகாலப் பணியின் பின் நிரந்தர வதிவிட அனுமதிபெற்று தொடர்ந்து அங்கேயே தங்கிவிட்டார். கனடாவை இலங்கைத் தமிழனின் அகதித் தளமாக்கிய முதல் மனிதனாகக்கூட வீரகத்தி இருக்கலாம். வீரகத்தியின் மரணம் எண்பதில் நிகழ, மனைவி ராசம்மா, வீரகத்தி ஆச்சியாகி ஒன்ராறியோவில் திருமணமாகியிருந்த மகளைக் காண ஒட்டோவாவிலிருந்து வந்துபோன காலத்தில்தான் ஆயிரம் பூதங்கள் மண்ணுள் அமுங்கியிருந்த கதை வெளியானது. ஒட்டோவாவில் பயங்கரமான குளிர்காலத்தில் பஸ்ஸுக்காய் காத்திருக்கநேர்ந்த வீரகத்தியாச்சிக்கு, நகர ஓரத்தில் ஒரு பார்க்கின் எதிரே வாழிடம் கொண்டிருந்த பூர்வகுடிப் பெண்ணோடு ஏற்பட்ட அறிமுகத்தினால் அந்த ஆயிரம் பூதங்களின் கதை அவளுக்குத் தெரியவந்திருந்ததாம்.

அதை வீரகத்தியாச்சி முதலில் தன் பேத்திக்கோ, பேரனுக்கோ சொல்லியிருக்கக்கூடும். அது பின்னர் ஊராரிடம் பரவியிருக்கும். அவர்களிலிருந்து அது பற்றிப்படர்ந்து பிற எல்லைகளையும் சேர்ந்திருக்கிறது. மனிதனுக்கு தொழில்நுட்பத்துடன் ஏற்பட்ட நெருக்கம் காலத்தை மாற்றியதெனினும் கதையை மாற்றவில்லை.

அது உரமேறி உலாவரக் கிளம்பிய காலத்தில் மாலினி அந்தப் பகுதியில் வீடொன்றை வாங்கியிருந்தாள். அவளே வீரகத்தி ஆச்சியைக் கண்டிராதபோதும், கதையைக் கேட்டாள்; கதையைக் கேட்டிருந்த வேறுவேறு இதயங்களிலிருந்து. அது அவர்களது வார்த்தைகளில் பிரமாண்டம் கொண்டிருக்க முடியும். கேட்ட அவளுக்கு நெஞ்சு நொறுங்கிப்போனது. இனிச் செய்வதற்கு எதுவும் சாத்தியமில்லையென்ற நிலையில் அவளே அந்தக் கதையை மண்ணுள் போட்டு மூடினாள்.

ஆயிரம் பூதங்களின் புதைமேட்டில் நானூறு குடும்பங்கள் குடியிருந்தன. நானூறு குடும்பங்களில் குடும்பத்துக்கு சராசரி நான்கெனப் பார்த்தாலும் ஆயிரத்து அறுநூறு மனித ஜீவன்கள். ஆயிரம் பூதங்கள் அமுங்கிக் கிடக்கும் மேட்டின்மேல் நிமிர்ந் திருக்கிற வீடுகளில்தான் தாம் குடியிருக்கிறோம் என்ற கதையை யாரும் நம்பிவிடத் தயாராயிருக்கவில்லை. மாலினியும் நம்ப வில்லை. நினைக்கவும் விரும்பாத கதையை அவள் சொல்லி விடவும் முடியாது. அது சுபத்திராவுக்குக் குறையாகவே இருந்து கொண்டிருந்தது நீண்டகாலமாய். பின்னர் அவளே அதுபற்றி மறதியாகிப்போனாள்.

ஆனால் ஒரு கூடுதல் பனிப்பொழிவின் எச்சரிக்கை, மிதமிஞ்சிய குளிர் முன்னெச்சரிக்கை, உறிஞ்சும் சுழற்காற்று பற்றிய தகவல் எதுவுமே அவளை மிகச் சுலபத்தில் பாதிப்படைய வைத்து விடுகின்றன. அதீதம் அவளை எப்போதும் ஆச்சரியப்படவும், பதகளிப்படையவும் செய்துகொண்டிருந்தது. அப்போதெல்லாம் அவள் மாலினியிடம்தான் ஓடிக்கொண்டிருந்தாள்.

அன்று காலையில் சுபத்திரா எழும்பி மேலே வந்த நேரத்துக்கு மாலினி வேலைக்குப் போயிருந்தாள். ஆனந்தியும் அனந்தியும் பள்ளி செல்லத் தயாராகத் தந்தையைக் காத்துக் கொண்டிருந்தனர்.

ஒன்பது மணிக்கு தொலைக்காட்சி நிறுத்தப்பட்டது. வீட்டுக் கதவு வெளியே சாத்திப் பூட்டப்பட்டது. பிள்ளைகளை ஏற்றிக்கொண்டு சிவகுமாரனின் கார் புறப்பட்டது. அவள் பெரும் பாலும் விரும்பும், சிலபோது வெறுக்கும் அந்தத் தனிமை இறுதி யாக வீட்டில் வந்து கவிந்தது. அவள் தொலைக்காட்சியைத் திருப்பிவிட்டு எதிரே அமர்ந்தாள்.

ஏனோ கீழ்வீட்டிலிருக்கும் அடுத்த அறை மனிதன்மீது அவளின் நினைவுகள் அப்போதெல்லாம் அடிக்கடி பரந்து கொண்டிருந்தன. கிறித்துமஸ் விருந்து நாளன்று நடந்த நிகழ்வுகளே என்றைக்கும் இருந்திருக்காத அந்த நிலையை அவளில் ஏற்படுத்தியிருந்தது. அந்தநாளில் அவனது சிதறிய தோற்றமும், அந்தக் கண்களிலிருந்த துக்கமும் அவமானமும் அவளை ஏனென்று தெரியாமலே வெகுவாக வருந்தச்செய்தன. தொடர்ந்த சில நாட்கள் அது காரணமாக தன் அக்காளுடன்கூட பேசுவதைத் தவிர்க்க அவள் மேலே போகாதிருந்தாள். சுபத்திரா வின் மனநிலையறிந்து அவள் அந்த விஷயத்தில் ஆழமாக எதையும் யோசித்துவிடக்கூடாது என்பதற்காகவே பொங்கலுக்கு கனகராசனை மேலே வரச்செய்து பொங்கல் கொடுத்தாள்

மாலினி. அது ஒரு சூட்சுமத்தில் தன் வேலையைச் செய்திருந்தது. சுபத்திரா மறுபடி மேலே போக ஆரம்பித்தது அதன் பிறகுதான்.

அவன் ஊருக்குப் போகிற யோசனையோடு இருக்கிறானென ஒருநாள் சிவகுமாரன் மாலினிக்குச் சொன்னதை அவள் கேட்டாள். ஏனோ ஒரு வலி நெஞ்சுக்குள். போகிறவன் திரும்ப எப்போது வருவானென பலநாட்களாக எண்ணி, ஒருநாள் மாலினி இல்லாத சமயத்தில், 'அந்தாள் எப்ப திரும்பி வருவாராம்?' எனச் சிவகுமாரனைக் கேட்டிருந்தாள். அவளுக்கு அத்தானிடமிருந்து தகுந்த பதில் கிடைக்காத நிலையில், அவன் திரும்பவருவானென்றே அவளுக்கு நினைக்கத் தோன்றியது. ஊர் போகிறவர்கள் யார்தான் வராமலே இருந்துவிடுகிறார்கள் என்றவொரு சின்னக் கேள்வி அந்தப் பதிலை அவளுக்குத் தந்திருந்தது. அவன் வந்தாலென்ன, வராவிட்டாலென்னவென்ற கேள்வி இன்னும் அவளுக்குள் எழுந்திருக்கவில்லை. அதுவரை அவளுள் சின்ன வருத்தமொன்று இருந்துகொண்டிருக்கத்தான் போகிறது.

பதினொரு மணியாவது கண்டு கீழேபோய் துவாயும் மாற்றுத் துணிகளும் எடுத்துவந்து மேலேயுள்ள குளியலறைக்குப் போனாள். பொதுவாக அந்தநேரம்தான் அவள் குளிப்பதற்காய்த் தேர்ந்தெடுத்திருந்தது. குளியலறையில் குளித்துவிட்டு நின்றவளின் மேலுடம்பில் முலைகள் கனத்துத் தொங்கிக்கொண்டிருப்பது கண்ணாடியில் தெரிந்தது. முத்து முத்தாக நீர்த் திவலைகள் வழிந்துகொண்டிருந்தன தலையிலும் முகத்திலும் நெஞ்சிலும் முலையிலும். சிரித்தால் அழகாக இருக்கும்போல் தோன்றியது. ஆனால் சிரிக்க முடியவில்லை. சிரிக்காதபோதும் அழகாகவே இருந்தது. வயது வரிகள் வரையாத தேகம் பௌர்ணமித்திருந்தது. எல்லாம் பார்த்துக்கொண்டிருக்கையில் புரியமுடியாத ஒரு தினவு தன் அங்கங்களுள் முகிழ்ந்தெழுவது அவளுக்குத் தெரிந்தது. முலைகளின் கருவட்டங்களில் மயிர் குத்திட்டது. தடவ கரம் விளைந்தது. அதேகணத்தில், அரூயையுண்டாக்கும் உணர்வொன்று திடீரென எழுந்து விரிந்து அத்தனை தினவையும், புளகத்தையும் எரித்தது.

அது அசிங்கப்படுத்தப்பட்ட அழகு! மோகிக்கத் தகதி யில்லாத அழகு! போதை தலைக்கேறிய நிலையில் இயங்கிக் கொண்டிருக்கிறான் கனகராசன். திடீரென, தலையைத் தொங்கப்போட்டுக்கொண்டு அப்படியே அவள்மீது கவிழ்கிறான். இயக்கம் அறுகிறது. உடல் சுருங்கி ஊனமடைகிறது. உணர்ச்சி உச்சமடையும் கணத்தில் அந்த உடைவு பிரக்ஞையாகிறவள் திடுக்கிட்டுப் போகிறாள். காமப் பெருவெள்ள அணையின்

உடைப்புக்குத் தயாரானவள், அதன் கொள்கலனுள் அவ்வுணர்வை மறுபடி அடக்கிவிட முடியாதவளாய், 'ராசு!' என்றலறுகிறாள். அவன் கேட்டதாயில்லை. மெல்லத் தலை நிமிர்த்துகிறவன் தன் வயிற்றின் விசிறலை சகிக்கமுடியா வீச்சத்தோடு வெளியே தெளிக்கிறான்.

'சீ!' அவள் அதையா சொன்னாள்? அதையும், இன்னும் என்னென்னத்தையோவும். மறுகணம் அவனைப் புரட்டித் தள்ளிவிட்டு எழுந்து கையில் அகப்பட்டதை இழுத்து தன்னைச் சுற்றிக்கொண்டு கதவைத் திறந்து குசினிப் பக்கமாய் ஓடுகிறாள். குடத்திலிருந்த நீரை அப்படியே தூக்கித் தலையில் ஊற்றிவிட்டு அறைக்குள் பாய்ந்துவருகிறாள். துவாயை எடுத்து மேனியைத் துடைக்கிறாள். அவன் நினைவு தவறியநிலையில் கால்களை விரித்தெறிந்து கிடக்கிறான். அவளது மேனி நடுங்கிக் கொண்டிருக்கிறது. அவள் அழுகிப்போயிருக்கிறாள். தன் உடலே சிதைந்து நிணமாகி குமட்டவைக்கும் அசிங்கமாகியிருக்கிறது.

குளித்துவந்து கண்ணாடியின் முன் நின்றவள் நினை வெழுப்பிய நெருப்பில் நின்று கொதித்தாள். அந்தக் கொதிப்பி லேயே உடம்பின் ஈரலிப்பு மெல்லக் காய்ந்தது.

அந்த வாளிப்பு, அந்த அளவுகள், அந்த நிறம் எல்லாவற்றுக்கும் என்ன பெறுமதி, கண் மூக்குத் தெரியாமல் குடித்து ஒருவன் அவளை அசிங்கப்படுத்திய பிறகு? தன்னைக் கழுவியபோதே தன்னில் ஊறக்கூடிய காமத்தையும் அன்று சுபத்திரா கழுவி விட்டாள். காமம் அருவருப்பென்றானது அவளுக்கு அன்றிலிருந்து தான்.

அவையெல்லாவற்றுக்கும் கனகராசனே காரணம். அவன் மறைந்ததற்கும் காரணம் அதுவாகவே இருக்கமுடியும். அவள் இலங்கையிலிருந்து திரும்பிவந்தபோது இந்த மனிதனே நின்றிருந்தான். சற்றுத் தள்ளி ஒதுக்கப்பட்ட வேதனையொன்றில்போல் ஒடுங்கி நின்றுகொண்டிருந்தான். தான் ஓட்டோட்றைவரென்று நினைத்ததாக இவள் கூறியபோது அவன் இன்னும் அதிர்ந்ததாகப்பட்டது. எல்லோரும் புறப்பட்டபோது அவனும் கூடவந்தான். பின்னர்தான் தெரிந்தது, அவனும் அந்த வீட்டிலே தங்குகிற ஒரு மனிதனென்று.

கனடா செல்லத் தயாரான நாளிலிருந்து அதற்கான எல்லா வேலைகளையும் அவன்தான் செய்தான். நம்பக்கூடியவனாகத் தோன்றினான். அவன் ஏன் தன்னோடு வரவேண்டுமென்பது தெரியாவிட்டாலும் அவன் அவ்வாறு வருவது இயல்புபோல் அவள் விட்டிருந்தாள்.

தர்மலிங்கம் மாமா, மாமி, ரஞ்சி எல்லோரும் அவனை கனகராசனென்றே எண்ணிக் கதைக்கிறார்கள். ஆனால் அவளுக்கு மட்டும்தான் தெரியும் உண்மை. அவன் ஒன்றின் பிரதி. கனகராசன் அவளை அசிங்கப்படுத்தியிருப்பினும், தன் செய்கையின் கேவலம் தெரிந்து தானேயாக மறைந்துபோனான். அவன்மீதே அதனால் பெரிய ஆத்திரமில்லை அவளுக்கு. இவன்மீது கொள்வதெங்ஙனம்? ஆனாலும் அவனின் பிரதிபோல் இவன் இருப்பதாலேயே எப்போதுமில்லையெனினும் அவ்வப்போது அவளுக்கு ஆத்திரம் வருகிறது.

என்றாவது ஆசை உடலில் விளையத்தான் செய்கிறது. நித்திரையில் காலிடுக்குகளைத் தானேயாய் வருட கை விளைகிறது. மறுகணம் ஒரு அருவருப்பில் தவிப்பழிந்து மறுபடி திரும்புமென்று நம்பமுடியாத வகையில் அழிந்தும் போகிறது. நினைக்கிறபோது காமம் அசிங்கமாய்... உடல் கேவலமாய்... என்றென்றும் கூசிப்போகிறாள்.

தான் என்னவாகப் போகிறாள் என்று அவளுக்குத் தெரியவில்லை. அதுபற்றிய சிந்தனையும்தான் இல்லாதிருக்கிறாள். அவளை நேசிக்கும் அவளது அக்காவுக்கே தெரிந்திருக்கவில்லையே அவளின் எதிர்காலம்! மட்டுமில்லை, அவளையும்.

அவள் குளிப்பறையைவிட்டு வெளியே வந்தபோது மணி பன்னிரண்டாகியிருப்பதைக் கண்டாள்.

வெளியேதான் காலை ஆறு மணியளவுக்காய் மம்மர் பாரித்திருந்தது.

8

வெள்ளிகள் பல கடந்திருந்தன. பார்வதி யாச்சியைச் சந்திக்க கனகராசன் மேற்கொண்ட காத்திருப்புகள் எதுவும் பலிதமாக வில்லை. முகத்தைத் தெரிந்தவர்கள்முன் காட்ட முடியாத அவமானத்தால் தனக்குள் உடைந்து போயிருந்த நிலையில், தர்மலிங்கத்தின் வீட்டுக்கே சென்று அவளைக் காண அவனுக்கு விருப்பமில்லாதிருந்தது. பொதுவாக எவரைச் சந்திப்பதிலும் அவனுள் ஒரு ஒடுக்கம் அந்தக் காலப்பகுதியில் விழுந்திருந்தது. மிக்க அவசியங்கள் உள்ள சந்தர்ப்பங்களிலும்கூட, தான்பட்ட அவமானத்தின் கதை அவர்களிட மெல்லாம் பரவியிருக்குமோவென்ற எண்ணத்தில், அது அவனை அவர்களிடத்திலிருந்து விலக்கிவைத்தது. தர்மலிங்கத்தின் வீடு செல்கிற விஷயத்தில் அது இன்னும் வலிமையாக இருந்தது. அவர் அவன் அவமானப்பட்டதை நேரிலே கண்டவர். இன்னும் அங்கேயே அவன் தொற்றிக்கொண்டு கிடப்பதில் ஒரு ஆணாய் அவர் கொண்டிருக்கக்கூடிய எள்ளலை அவனால் சந்திக்க முடியாமலிருந்தது. எந்த அவனது முனைப்பையும் அது உதைத்து விரட்டிக்கொண்டிருந்தது.

ஒருநாள் இருபாலைக் குடும்பத்துப் பெண் கடைத்தொகுதிக் கூடத்துள் நுழைந்து கொண் டிருந்தபோது கண்டான். காணாததுபோல் அவள் விலகிப்போக முயன்றதுபோலவே இருந்தது. அவன் பின்னால் விரைந்துசென்று கதைத்ததில், பார்வதியாச்சி சீவத்தறுவாயில் ஆஸ்பத்திரிக்கு எடுத்துச் செல்லப்பட்டதும், நீண்டநாட்களாய் வார்ட்டிலே கிடந்ததும், அண்மையில்தான்

குணமாகி வீடு வந்ததும் தெரியவந்தன. அது காரணமாகவே அவளை ஒரு தடவை சென்று காண்பது அவனுக்கு முக்கியமாய்த் தெரிந்தது. ஒருநாள் மாலையில் பனிக்காற்று மூசிமூசி அடித்துக்கொண்டிருந்தாலும் வேலையை நேரத்தோடு முடித்து வந்து தர்மலிங்கம் வீடு சென்றான்.

குளிர் ஜாக்கெற், பனிச் சப்பாத்துகள் கழற்றி உள்ளே செல்ல சூட்டின் இதம் தெரிந்தவேளையில், பார்வதியாச்சி சோபாவில் சாய்ந்தமர்ந்து தொலைக்காட்சி பார்த்தபடி விழுந்து விழுந்து சிரித்த இதமான காட்சி கண்ணில் விழுந்தது. பாதியாகக் குறைந்திருந்த அவளது பூதவுடம்பு அவனுக்கு ஆச்சரியமாகவும் வருத்தமாகவும் இருந்தது. அவள் தாண்டிவந்த நோய்வழியின் கடூரத்தை அதில் அவன் கண்டான். அவள் சுகவீனமுற்றிருந்த விஷயமே தனக்கு இரண்டு நாட்களுக்கு முன்னர்தான் தெரியுமென்று சொல்ல, பரவாயில்லையென்றாள். தர்மலிங்கம் அப்போது வீட்டிலிருந்தார். மனைவி வேலைக்காயிருக்கலாம். ரஞ்சியும் இருக்கவில்லை. அவன் சொன்னவற்றைக் கேட்டபடி அவர்தான் தேநீர் தயாரித்தார். வருஷத்துக்கு முந்திய நாளில் ஏற்பட்ட தாயாரின் சுகவீனத்தை, அவன் அத்தனை வாரங்களுக்குப் பிறகு அப்போதுதான் அறிந்தானென்கிற அசாதாரணத்தையும் மீறி அவர் அவனை நம்பினார். அந்த வீட்டில் அவனது தொடர்பு ஒரு வேற்று மனிதனின் உறவாயிருக்கையில், உற்றார் உறவினர் பற்றிய செய்திகள் சென்றுசேர அதைவிடக் கூடிய காலம்கூடச் செல்லலாம்தான்.

தேநீரை அவனிடம் கொடுத்தவேளையில், "அவையவையும் அவையவையின்ர வழியைப் பாத்துக்கொண்டு போற அளவுக்கு வந்திட்டுது, இல்லையே, கனகராசு?" என்ற தர்மலிங்கத்தின் பேச்சில் நெளிந்தமர்ந்தான் அவன். பாட்டி, 'இவனேன் இப்ப போய் இதையெல்லாம் கதைக்கிறான்?' என்பதுபோல் திரும்பி அதிருப்திப் பார்வையை மகன்மீது எறிந்தாள். அதில் மனக்கிலேசப்பட எதுவுமில்லை, அந்த எல்லைக்கு எல்லாம் வந்தாகிவிட்டதுதான் என்ற தன் கருத்தை உறுதியாக்குபவர்போல தர்மலிங்கம் தாயின் பார்வையை ஒதுக்கிவிட்டு கதிரையில் வந்தமர்ந்து அவனை நோக்கி நிமிர்ந்தார்.

கனகராசன் சொன்னான்: "விதி விட்டவழி நடக்கட்டு மண்ணை. நாங்களாய் முடிவை எடுத்துக்கொண்டு என்னத்துக்கு அதோட மல்லுக்கட்டவேணும்?" தன் கருத்தை அவன் ஏற்றானா, மறுத்தானா என்பதை அவ்வார்த்தைகளிலிருந்து தெரியமுடியாத மௌனத்தில் தர்மலிங்கம் உறைந்தார். பாட்டியின் மனத்தில் அது நிம்மதியாய் விழுந்தது.

அவன் புறப்படுகிறபோது, அப்போது தன்னால் கொஞ்சம் நடக்க முடிவதாயும், விரைவில் கடைத்தொகுதிக் கூடத்துக்கு வருவதாகவும் அவனுக்குமட்டும் கேட்கச் சொன்னாள் பார்வதியாச்சி.

தெருவோரங்களில் குவிக்கப்பட்டிருந்த பனிக்குன்றுகள் சுருங்க ஆரம்பித்த காலம்வரை அவள் வெளியே காணப்பட வில்லை. பலவிடங்களில் அப்போது பனி கரைந்து நிலம்தெரிய ஆரம்பித்திருந்தது. அவ்வப்போது மதியத்தில் பிரகாசமாய் சூரியன் எறித்தது. அவனுக்குப் பரிச்சயமான கறுப்பு அணில் குளிருறைவிலிருந்து மீண்டு மறுபடி வீட்டின் முன்புறம் வந்து பென்டுலா மரத்தில் ஏறியும் இறங்கியும் தீனி தேடிக் கொண்டிருப்பதை ஒருநாள் கண்டான். தன்னில் உற்பவமாகிய உயிரிகளை தன் கொடூரங்களில் பெரும்பாலும் அழிந்துபோக இயற்கை விட்டுவிடுவதில்லையென்பதை நிதர்சனமாய் அன்று கண்டான். எங்கோ சமுத்திரம் சீறியெழுகிறது, மலை வெடித்து அனல் பிழம்பைக் கக்குகிறது, நிலம் நடுங்கிப் பிளக்கிறதென்றாலும் அவை அடங்குகின்றன ஆகக் கூடுதலான அழிவெல்லை அடை யாமல். இயற்கை தன் கருணையை அவ்வண்ணமே வெளிப்பட வைக்கிறது. அந்த கடும் குளிர்காலத்தை கறுப்பு அணில் எங்கோ தங்கிக் கழித்திருக்கிறது.

பென்டுலா மரம் இலட்சோப இலட்சம் மொக்குகளைக் கிளையெங்கும் முளைவிட்டு நிற்கிறது ஒருநாள். மறுநாள் கிளைகளெங்கும் பூமுகைகள் வெடிக்கத் தயாராய் விண்ணென்ற வேதனையில் பொலிந்து தோன்றுகிறது மரம். அடுத்தநாள் விடியலில் பார்க்கிறான், கோடானுகோடி வெண்செம்பூக்கள் மரத்தை மறைத்துக் கிடக்கின்றன. இலைகளேயற்றுப் பொலிந்து நிற்கிறது பென்டுலா. ஒரு மரம் ஒரு வாரத்தில், கூடியபட்சம் பத்து நாட்களில், கொண்ட அவ்ஜீவ உயிர்ப்பின் காட்சி அவனைப் பரவசம்கொள்ள வைத்தது. அப்போதுதான் அவன் அறிகிறான், குளிர்காலத்தை எதிர்கொள்ள மரமொன்று இலையுதிர்காலத்தில் எடுக்கும் முயற்சியே அதன் இலையுதிர்ப்பென்று. குளிர்காலத்தில் தன் உள்ளுயிரை வேருக்குள் அடக்கி அடக்கிக் கிடந்து, இளவேனிலில் நம்புதற்கரிய வீச்சோடு அது வெளிப்படமுடிவதன் சூட்சுமம் அதுதான்.

பத்து நாட்களில் மொக்கு விட்டு, பூவாகிப் பொலியும் பென்டுலா, அடுத்த பத்து நாட்களின்மேல் பூக்களை உதிர்க்கத் தொடங்குகிறது. மரம் இதழ் இதழாய்ப் பூக்களை உதிர்க்கத் துயரமொன்று மனத்தில் கவிகிறது. மேலும் பத்து நாட்களின் பின்தான் மரத்தில் இலைப் பசுமை தலைகாட்டுகிறது. மேலும்

ஒரு வாரத்தில் இலைகள் செறிகின்றன. பசுமை பொலிய காற்றில் ஆடிக்கொண்டிருக்கிறது பென்டுலா. வசந்தத்தின் முதல் வெடிப்புடன் தன் உயிர்ப்பைப் பூக்களால் காட்டும் பென்டுலா, அடுத்த பத்து தினங்களில் பூக்களை இதழிதழாய் உதிர்க்கத் தொடங்குவது யாருக்கோ அது அழுவதுபோல் தோன்றியிருக்கிறது. அதனால் அதற்கு அழும் செர்ரியென்றும் பெயர் நிலைத்திருக்கிறது. அப்போது அவன் நினைத்தான், அது அழும் செர்ரியல்ல, அழ வைக்கும் செர்ரியேயென்று.

ஒரு வெள்ளி மாலை மழைமூட்டம் போட்டதில் வானத்திலிருந்து வெப்பம் இறங்கிக்கொண்டிருந்தது. சிறிதுநேரத்தில் மேகம் துளிகளைத் தெளித்து, தாரைகளைப் பொழிந்து, மண்ணுள் உறங்குநிலையிலுள்ள பயிர்பச்சைகளை உசுப்பத் தொடங்கியது. மூன்று மணியோடு வேலை முடிந்து வழக்கம்போல் கடைத்தொகுதிக் கூடத்துக்குச் சென்றுகொண்டிருந்த வேளையில், பிடித்திருந்த மழைக்குத் தப்ப கனகராசன் ஓடிப்போய்க் கதவைத் திறந்துகொண்டு உள்ளே நுழைய, அவனுக்காகவேபோல் காத்துக் கொண்டு அங்கே அமர்ந்திருந்தாள் பார்வதியாச்சி. நெற்றியில் ஒற்றைக் கோட்டு திருநீறு. வெண்புடவை உடுத்தி கிறீம் நிற குளிர் கோட்டுடனிருந்த அவளின் தோற்றம் அவனை பார்வை கூர்ந்திட வைத்தது. உருவொத்த அவள்போல் குறிசொல்லும் இளம் பெண்ணொருத்தியை சின்ன வயதில் அறிந்திருக்கிறான் அவன். இந்த மூதணங்கு அவனுக்குச் சொல்ல வந்திருப்பதென்ன? அவன் ஆவலாய் விரைந்து, “இப்ப எப்பிடியிருக்கு, ஆச்சி?” என்றுகொண்டு அவளருகில் தோள்பையைக் கழற்றி வைத்தான். “ஆஸ்பத்திரி போகமுந்தி இருந்ததைவிட நல்லாயிருக்கிறன்” என்று சொல்லி தன் புதிய கட்டுப்பல்வரிசை பளீரிடச் சிரித்தாள் அவள்.

“இருங்கோ, கோப்பி வாங்கிக்கொண்டு வாறன். உங்களுக்கு சீனி என்னமாதிரி?” என்று கனகராசன் கேட்க, “எனக்கு வேண்டாம், தம்பி. போக நேரமாயிட்டிது. உமக்காண்டித்தான் இந்தளவு நேரமாய்க் காத்துக்கொண்டு இருந்தன். இந்தா றஞ்சி வந்திடப்போறா கூட்டிக்கொண்டுபோக” என்று அவனைத் தடுத்த பார்வதியாச்சியின் முகம், சடுதியில் தன் களையை இழந்தது. அவள் வெளியிடவுள்ள விஷயத்தின் செறிவை அது காட்டியது.

பார்வதியாச்சி சூழ எவரும் தெரிந்தவர்கள் இல்லையென்பதை உறுதிப்படுத்திக்கொண்டு சொல்லத் தொடங்கினாள்: “அண்டைக்கு தலைசுத்தி மயக்கமா நான் கீழ விழுந்த நேரத்தில, செத்திருந்தாலும் என்ர நெஞ்சுக்கூடு வேகியிருக்காது, தம்பி.

அப்படியொரு கனமான விஷயம்தான் என்ர நெஞ்சுக்குள்ள இருந்துகொண்டிருந்திது. அத உம்மட்டச் சொல்லாமல் போயிடுவனோவெண்டு உண்மையில பயந்துபோனன். எப்பிடியோ பிழைச்சுவந்தாச்சு. ம் . . ! குளிருக்க வெளிக்கிடக்குடாதெண்டு சொல்லியிருக்கிறான் தறுமன். ஒருமாதிரி றஞ்சியிட்ட சொல்லிச் சமாளிச்சுக்கொண்டு வந்திருக்கிறன். அவனுக்கும் என்னில சரியான பாசம்தான். கடைசிப் பிள்ளையெல்லே, அதாலயா யிருக்கும். சரி, அதை விடும். அண்டைக்கு நத்தாரண்டு நீர் கீழ போனாப்போல வெள்ளக்காறங்களும் சாப்பிட்டுப் போகத் துவங்கியிட்டாங்கள். அப்பதான் உவன் தறுமன், 'ஒரு மனிசரோட என்னமாதிரிப் பேசுறதெண்டு ஒரு விவரம் தெரியவேண்டாமே? படிச்ச பிள்ளையெல்லே, அந்தாளின்ர மனம் என்ன பாடு படுமெண்டு கொஞ்சமாச்சும் நினைச்சுப் பாத்தியே?' எண்டு மாலினியைக் கூப்பிட்டுப் பேசினான். 'அதில்ல மாமா . . . அதில்ல மாமா'வெண்டுகொண்டு நிண்டா அவ. அண்டேக் காலமைதானாம் கனகாலத்துக்குப் பிறகு அவைக்குத் தெரிஞ்சாக்கள் ஆரோ சிலோனிலயிருந்து போன் பண்ணிச்சினமாம். எல்லாத்தயும் பொறுத்துப் போய்க்கொண்டிருந்த தனக்கு அதுக்குப் பிறகுதானாம் அந்தமாதிரி ஆத்திரம் வந்துதெண்டா அவ."

"போனில என்ன சொன்னவையாம்?"

"நீங்களெல்லாம் இந்தியாவில நிண்டநேரத்தில உவ சுபத்திரா ஒருக்கா சிலோனுக்குப் போனாவெல்லோ? அப்ப நடந்த ஒரு விஷயத்தைத்தான் அந்தாள் போனில சொல்லியிருக்கு. அந்தாளும் உந்தச் சண்டைக்குள்ள அம்பிட்டு, முகாம் முகாமாய் அலைஞ்சு இப்பதான் ஊருக்குப் போயிருக்காம்."

"விளங்கேல்ல, ஆச்சி. அந்தாள் என்ன சொல்லிச்சுது?"

"எனக்கு இந்தக் கதை நான் இஞ்ச வாறதுக்கு முந்தி சிலோனில நிக்கேக்கயே தெரியும். ஆனா பாரதூரமான விஷயமெண்டு நான் அத நெக்கேல்ல. எத்தினை தடவ இஞ்ச உம்மைக் கண்டிருப்பன் . . . நெச்சா சொல்லிருக்க மாட்டனோ, என்ன? இவ சுபத்திரா சிலோனில நிக்கேக்க ஒருநாள் பெரிய தேப்பனைப் பாக்க யாழ்ப்பாணம் ஆஸ்பத்திரிக்குப் போயிருக்கிறா. ஆஸ்பத்திரி வேலையளில மினக்கெட்டதில வீட்டைவர கடைசி மினிவான்தான் கிடைச்சிருக்கு. அந்த வானும் வல்லை வெளிக்குள்ள வரேக்க எஞ்சின் பிழைப்பட்டு நிண்டிட்டுது. இனி ஆரும் மெக்கானிக்கைக் கூட்டிவந்து காட்டித்தான் வானை எடுக்கலாமெண்ட நிலையில, அதில நிண்டுகொண்டிருந்தா சரிவராதெண்டு வந்த சனங்கள் கொஞ்சம் கொஞ்சமாய்

நடக்கத் துவங்கியிருக்கினம். இவவுக்கு என்ன செய்யிறதெண்டு தெரியேல்ல. கொஞ்சத்தால நடக்கத் துவங்கியிருக்கிறா. பெட்டை சரியான பயந்த பெட்டையெல்லே? எனக்குத் தெரியும், அவவுக்கு சின்னவயசில அம்புலியெண்டா சரியான பயம். அம்புலி வருகுது . . . அம்புலி வருகுதெண்டு பயப்பிடுத்தித்தான் வீட்டில சாப்பிட வைக்கிறவை. அண்டைக்கு வல்லைவெளியுக்க அவ நடக்க வெளிக்கிட்ட நாளில அஞ்சாம் பிறையோ, ஆறாம் பிறை. யோசிச்சுப் பாரும், பெட்டையின்ர நிலமய. ஆவெண்டு திறந்துகிடக்கு வல்லைவெளி. ஆமிப் பயம் ஒருபக்கம். பெட்டை அஞ்சும்கெட்டு அறிவும்கெட்டு அல்வாய் போய்ச் சேர்ந்துது. ரண்டு நாள் காய்ச்சல்லயும் கிடந்தது. இந்தக் கதையைக் கேட்டிட்டுத்தானாம் தான் அந்தமாதிரிக் கோவிச்சனெண்டா மாலினி. உம்மைத்தான் அப்பவும் குறையாய்ச் சொன்னா. அந்தாள் சும்மாதான இந்தியாவில நிண்டது, கூடிக்கொண்டு போயிருக்கலாம்தானயெண்டு. தறுமன் என்னத்தைச் சொல்லுறது அதுக்கு மேல? பேசாம வந்திட்டான். நீரும் அவை வாய்வைக்கிற அளவுக்கு அப்பிடியெல்லாம் நடந்திருக்கக்குடாதுதான்."

"நான் என்ன ஆச்சி செய்யேலும்? நான் கேட்டன், சுபத்திராதான் வரவேண்டாமெண்டிட்டா."

"உது ஒரு கதையே?" பாட்டி அவனை அப்போது காய்ந்து சொன்னாள்.

அவன் ஏற்கனவே மேகத்தில் ஏறியிருந்தான்.

வல்லைவெளியில் நின்றுகொண்டிருக்கிறது பழுதான மினிவேன். பயணிகள் இரண்டு மூன்றுபேர்களாக நடந்து கொண்டிருக்கிறார்கள். தன்னைச் சூழ்ந்திருந்த இருளுக்குள்ளும், நிசப்தத்துக்குள்ளும் நின்று செய்வதென்னவெனத் தெரியாமல் தடுமாறிக்கொண்டிருக்கிறாள் சுபத்திரா. அன்றைக்கு ஐந்தாம் பிறை. மேகமும் நட்சத்திரங்களுமற்ற வானத்தில் தொங்குகிறது, இரண்டு முனைகளும் கொடூரக் கொம்புகளாய் வளைந்த அம்புலி. அதன் கூரிய முனைகள் ஒரு கூராயுதமாய் மினுமினுக்கின்றன. ஒரு பென்னாம்பெரிய கறள்பிடித்த மஞ்சள் கொழுக்கியாய் எந்த நேரத்திலும் தாழவந்து கொழுவி மேலே தூக்கிச் சென்றுவிடப் போவதைப்போல அந்தரத்தில் அது மிதந்துகொண்டிருக்கிறது.

சின்னவயதில் அவள் நடக்க அதுவும் நடக்கும்போது அவள் பயத்தில் வீரிட்டுக்கொண்டு ஓடுகிறவள். அன்றைய இரவில் அம்புலிவெளியில் அவள் நடந்திருக்கிறாள். அம்புலியை மறைக்க ஒரு மரங்கூட அற்ற பெருவெளியாய் வல்லைவெளி விரிந்துகிடக்கிறது. ஆமிப் பயம்தொற்றி நின்று ஈரற்குலையை

அறுத்துக்கொண்டிருக்கிறது. ஆங்காங்கே ட்றக்குகளின் உறுமல்கள். நடக்கத் தொடங்குகிறவளை பின்தொடர்கிறது அம்புலி. அவள் நடையை விரைவாக்குகிறாள். அம்புலியும் வேகத்தைக் கூட்டுகிறது. அவள் சின்ன வயதில்போல் ஆட்களுக்கு மத்தியில் ஓடியிருக்கமாட்டாள். முன்புபோல் வீரிட்டிருக்கவும் மாட்டாள். தன்னைத் விடாதுதொடரும் அந்த இருள் மஞ்சள்பிளம்பு தனக்கு எவ்வளவு தூரத்திலிருக்கிறது என்பதைக்காண்பதற்கு திரும்பிப்பார்க்கவும் அஞ்சியவளாய் அவள் நடக்கிறாள். அவளது நடையின் இரண்டு மணிநேரம் முழுக்க அச்சம் பின்னாலிருந்து விரட்டியிருக்கிறது.

அவள் சிதைந்தது அப்போதாய்த்தான் இருக்கும்.

அம்புலியே அவளைப் பேதலிக்கவைத்திருக்கிறது.

மாலினி தன் கோபத்திற்குப் பாட்டியிடம் சொன்ன காரணம் உண்மையாயிருந்தாலும், வேறு காரணமும் இருந்திருக்கக்கூடிய சாத்தியத்தை அப்போது அவன் எண்ணினான்.

நத்தாருக்கு முந்திய வாரமது. சனிக்கிழமையாயிருக்கலாம். வெளியே சென்றவன் ஒரு தமிழாளோடு பேசியபடி திரும்பி வந்து கொண்டிருந்தான். சந்திக்கிறபோது இலங்கை அரசியல் நிலபரங்களையும், அவ்வப்போது ஊரிலுள்ள உறவினர்களையும் பற்றி அவனோடு பேசுகிற மனிதர் அவர். அவர் தான் அன்றைக்கு திடீரென அவன் மனைவியைப்பற்றி விசாரித்தார், அவளை எப்போதும் அவனோடு வெளியில் கண்டதில்லையேயென்பதாக.

உள்ளே இறங்கியிருந்த தண்ணி, ஒளிக்க அதில் என்ன இருக்கிற தென கனகராசனை எண்ணவைத்தது. வேறு சமய மானால் வீட்டுக்கு முன்னாலே நின்று அதைப் பேச வேண்டாமே என்றாவது அவனுக்குத் தோன்றியிருக்கும். ஆனால் அன்றைக்குத் தன் மனைவியைப்பற்றிக் கேட்கிற ஒருவருக்கு தான் ஏன் உண்மையைக் கூறக்கூடாதென்ற உஷாரே பிறந்திருந்தது. 'அவவுக்கு லேசாய் மனநிலை சரியில்லை' என்றான் வெகு நிதானமாக! ஒருமுறை கோவிலிலே, 'உங்கட தங்கச்சிக்கு மனநிலை கொஞ்சம் சரியில்லையோ?' எனக் கேட்ட ஓராளை, மாலினி பிய்த்து வாங்கியதைத் தெரிந்திருந்தும் கனகராசனுக்கு அது அப்போது நினைவுக்கு வரவில்லை.

அதற்கு அவர், தனக்குத் தெரிந்த டாக்டரைப்பற்றிக் கூறி, தவறாமல் விரைவில் காட்டவும் சொன்னார்.

அத்தோடு சம்பவம் முடிந்துபோனது. அவனே மறுநாளில் அதை மறந்தும்போனான். ஆனால் எவ்வாறோ அந்தப்

பேச்சு மூடிய கதவுகளையும் திறந்துகொண்டு மாலினியின் காதை எட்டியிருக்கிறது. வீதியிலிருந்து வீட்டுக்குள் சென்ற அந்த உரையாடல், வீட்டுக்குள்ளிருந்து அவனை வீதிக்கு விரட்டச் செய்த மாலினியின் முயற்சியாக ஏன் நீண்டிருக்கக் கூடாது?

"என்ன யோசினை?" என்ற பார்வதியாச்சியின் குரல் அவனை உசுப்பிற்று.

"ஒண்டுமில்லை, ஆச்சி."

"இன்னொண்டும் நான் உமக்குச் சொல்லவேணும். நம்புவிரோ மாட்டிரோ தெரியாது. எண்டாலும் இப்ப கொஞ்சக்காலமாய் இதுகளைப்பற்றித்தான் நான் நெச்சுக்கொண்டிருக்கிறன். நான் சின்னனாயிருந்த காலத்தில எனக்குத் தெரிய நடந்த கதையிது. மாசிலாமணியெண்டொருத்தி இருந்தாள் எங்கட ஒழுங்கையில. யோசிச்சுக்கொண்டு கிடந்ததிலயாக்கும், ராத்திரி அவளை கனவிலயும் கண்டிருந்தன். சாமத்தியப்பட்டாப் பிறகுகூட அவளுக்கு பொழுது சாய்ஞ்சுதெண்டா வெளியபோகப் பயம். ஒரு அடி திண்ணையைவிட்டு கீழ கால் வைக்கமாட்டாள். ஒண்டுக்கிருக்கிறதெண்டாலும் தாயோ தமக்கையோ ஆரும் கூடப்போகவேணும். கலியாணம் கட்டிற வயசாச்சு . . . இதென்ன பரிசுகெட்ட பழக்கமெண்டு நினைச்சு தாய்தேப்பன் அங்கலாய்ச்சுக்கொண்டு இருக்கேக்க . . . மைபோட்டுப் பாக்கச் சொல்லி ஆரோ சொல்லியிருக்கினம். அப்ப மைபோட்டுப் பாக்கிற ஒரு மலையாளத்தான் இருந்தவன், அங்கனக்க எங்கயோ, கிட்டத்தான். அவன் நோவு, எலும்புமுறி வைத்தியமும் பாத்தவன். ஒருநாள் அவனைக் கூட்டிவந்து வீட்டுக்காறர் மைபோட்டுப் பாத்திச்சினம். அப்பேக்கதான் தெரிஞ்சிது, அவளை ஒரு ஆவி கனகாலமாய்ப் பிடிச்சு அலைச்சுக்கொண்டிருக்கெண்டது. அதுவும் தெல்லுமாறித் திரிஞ்ச ஆவியாம். இருண்டுட்டெண்டா அதுக்குமே பேய் பிசாசெண்டு பயம் வந்திடுறதாலதான், மாசிலாமணியும் அப்பிடி நடந்தாளாம். கழிப்புக் கழிச்சு . . . நூலெல்லாம் கட்டினாப் பிறகு அவளுக்கு அந்தப் பயமே போட்டுது தாம். கொஞ்சநாளில அவளுக்கு கலியாணமும் நடந்திது. அவளின்ர கலியாண ஊர்வலம் எங்கட ஒழுங்கையால போகேக்க நானும் படலைக்குள்ள நிண்டு அதப் பாத்தன். ஆவி கலைஞ்சாப் பிறகு என்ன வடிவாய் வந்திருந்தாள்! நாலு தலை முறையாய் . . . விளங்கிச்சுதே, நாலு தலைமுறையாய் . . . அது அந்தக் குடும்பத்தைத் தொடந்துகொண்டிருந்துதாம். நானோ என்ர மனிசனோ இவைக்கு தூரத்துச் சொந்தம்தான். எங்கட

பழக்கமும் நன்மை தின்மைக்கு மட்டுமாயே இருந்திட்டுது. வீடும் அக்கம் பக்கத்தில இல்லை. இவை அல்வாயிலயெண்டா, நாங்கள் தும்பளை. எண்டாலும் இவையின்ர குடும்பத்திலயே இந்தமாதிரியொரு கதை நடந்ததை . . . இவையின்ர தாய்க்கோ பேத்திக்கோவெண்டு எனக்கு ஞாபகமில்லை . . . நான் முந்தி அறிஞ்சிருக்கிறன். இப்ப சுபத்திராவின்ர விஷயத்திலயும் என்ன, ஏதுவெண்டு எங்களுக்கு ஒண்டும் தெரியாதுதான? ஏன் ஒருக்கா நீர் சிலோனுக்குப் போய் இதுகள ஒருக்கா விசாரிச்சுக்கொண்டு வரக்குடாது? நல்லாய் யோசிச்சுப் பாரும்."

சிறிதுநேரத்தில் ரஞ்சி கார் கொண்டுவர பார்வதியாச்சி சொல்லிக்கொண்டு போய்விட்டாள்.

அந்த ஸ்திதியிலேயே நீண்டநேரமாக யோசித்துக்கொண்டு இருந்தான் கனகராசன்.

நாளாக ஆக அதுவே அவனது முழுநினைப்பையும் ஆக்கிரமித்தது.

கடந்த காலத்தின் கதையிலிருந்து வருங்காலத்தின் திசை காட்டியிருக்கிறாள் பார்வதியாச்சி. அவளது வயதின் ஞானத்தைக் குறைவாய் மட்டுக்கட்டவியலாது. அவசரமெல்லாம் அறுத்திருந்த ஒரு காலத்தின் பிரதிநிதி அவள். அனுபவத்தைக் காலத்தில் அவள் உரைத்தே பார்த்திருப்பாள்.

நாற்பதுக்குள்ளேயே தன் உடம்பையும் மனத்தையும் மர்மமாக்கி வைத்திருப்பவளின் உள் தெரிய அவனுக்கும் அந்த விசாரணை அவசியமாகத்தான் தெரிந்தது. சுபத்திராவினுடைய நடத்தையின் மர்ம முடிச்சுகள் அந்தப் பயணத்தில் அவிழக்கூடு மென்று அவனுக்குள் ஏனோ ஒரு நம்பிக்கை சுழித்தது. அது பார்வதியாச்சி சொன்னதுபோல ஆவி காரணமாய் இருக்குமாவென்பதில் அவனுக்குத் தெளிவான முடிவில்லை. ஆனால் அவள் சொன்ன நாலு தலைமுறையென்பது முக்கிய மாகப்பட்டது. போர்ப் புயலடித்து மீண்டிருக்கிற மண்ணது. எங்கே, எது, என்னமாதிரி இருக்கிறதோ? ஆனாலும் போகாமல் எதுவும் நடக்காது. தெரிந்துகொள்கிற அளவுக்கு, சுபத்திராவின் மனநிலை மீட்சியை உறுதிப்படுத்த முடியும்.

அவள் விஷயத்தில் மாலினியை மீறி என்ன செய்யலா மென்பதை வந்து யோசிக்கலாம். அப்போது சட்டநடவடிக்கைகூட அவசியப்படக்கூடும். அவன் மாலினியோடு தனி யுத்தத்துக்குத் தயாராக இருந்தான்.

அவனுக்குத் தெரியும், தான் கேட்டிருந்தது எதிரொலிதான் என்பது. அதுவும் ஒலித்து ஒலித்து வந்த கடைசியொலியின் கீறு. தலைமுறைக் காலத்தின் முன்னல்ல, ஏறக்குறைய நான்கு ஐந்து தலைமுறைகளுக்கு முந்தி எழுந்திருக்கக்கூடிய மூலவொலி தேடும் எத்தனம் அது. சூழலே மாறி சாத்தியங்கள் இறுகியுள்ள நிலைமையிலும் அந்தத் தேடுகை இருக்கப்போகிறது. நூற்றாண்டுக்கும் முந்திய அந்தக் குடும்பச் சரித்திரத்தில் பாதியாவது திறந்து வழிவிடுமா அவனுக்கு? மூலவொலி ஒன்று இருந்ததென்ற அறுதியிலிருந்து அந்த எத்தனத்தை அவன் தொடரத் துணிந்தான்.

அத்தியாயம்
II
(2004)

1

ஒருபோதைய விழிப்பில் விடிந்துவிட்டது என நினைத்துக்கொண்டு வெளியே வர, தெரிந்தது அது வழக்கமாகத் தான் எழும்பும் பொழுதல்லவென்பது. மாமரக் கிளைகளுக்கூடாக அப்போதுதான் அவசரமாக மேற்கு மூலைக்குள் அமிழ நிலா விரைந்துகொண்டிருந்தது. அவள் லைற்றைப் போட்டுவிட்டு மஞ்சள் குண்டு பல்பின் மெல்லிய வெளிச்சத்தில் கதிரையில் அமர்ந்தாள்.

நினைக்க எல்லாம் அதிசயங்களாகத் தோன்றின. போனவாரம், தர்மினி வரப்போகிறாளென்ற செய்திவந்து ஒரு ஆச்சரியத்தை ஏற்படுத்தியது. ஒன்றிரண்டு நாட்களுக்கு முன்புவரை தர்மினி என்னமாதிரிச் சாப்பாடு சாப்பிடுவாள், படுக்கை எப்படி இருக்கவேண்டும், எந்த மொழியில் பேசுவாளென ஒவ்வொன்றாக யோசித்துத் தேவையானவற்றைப் பரபரப்புடன் செய்தாள். முதல் நாள்கூட கக்கூசுக்கு கடையில் விற்கிற ஸ்பிறே வாங்கிவந்து அடித்து நன்றாகக் கழுவி விட்டாள். அவள் வருகின்ற அன்றைக்கு எதுவுமே செய்ய இருக்கவில்லை. ஆனால் எதையோ தவறவிட்டது போல் தோன்றிக்கொண்டிருந்தது இரவு பூராவும். ஒருவேளை குந்தியிருக்கிற கக்கூஸ் காரணமானதாக அது இருந்திருக்கலாம். அதை அவளால் அப்போதைக்கு மாற்றிவிட முடியாது.

தர்மினி வருகின்ற தினத்தில் அந்தளவுக்கு மனம் பதற்றமடையுமென அன்னலட்சுமி எண்ணிக்கூட இருக்கவில்லை. தர்மினி வருகிறாளென்ற செய்தியின் சடைத்த நினைவுகள் மாறி, இதோ

வந்துவிட்டாளென்ற அவதியில் உருவாகியதோ அந்த நிலைமை? இருக்கலாம். ஆனாலும் தர்மினியை எதிர்கொள்ளும் பிரச்னை, அவர்களுக்கிடையில் உள்ளோடியிருக்கக்கூடிய இடைவெளியின் காரணமானதென்பது மனத்துள் இன்னும் அடங்கியே கிடந்தது.

தர்மினியை அவள் நேரில் கண்டதில்லை போட்டோவில் கூட. தொலைபேசியில் பேசியதும் இல்லை. இத்தனைக்கு தர்மினி அவளது சொந்த அண்ணன் லோகநாதனின் மகள்.

போனகிழமை தொலைபேசியில்அழைத்து, 'வயசு பதினெட்டாகுது. யூனிவர்சிற்றியில படிக்கிறா. தன்ர வேரைப்பற்றித் தானே நேரிலவந்து விசாரிச்சு அறிய வேணுமாம். எதோ அதைப்பற்றி படிக்கிறாபோல. வாறா, பாத்துக்கொள். கொழும்புக்கெல்லாம் நீ போகத் தேவையில்லை. அவ வந்து இறங்கினவுடன எயாப்போர்ட் போய் கூட்டிக்கொண்டு வந்து உன்ர வீட்டிலவிட எங்கட குகநாதனிட்டச் சொல்லியிருக்கிறன். வாற திங்கக்கிழமை காலமை ஒரு நாலு மணிபோல தர்மினி வந்திறங்கினாவெண்டா அண்டைக்கு ராத்திரி கரவெட்டியில நிப்பா. தர்மினியிட்ட கிரெடிட் கார்ட்டில காசு இருக்கு. காணாட்டி நான் அனுப்புவன். நீதான் அவ போறவாற இடத்துக்கெல்லாம் கூடப்போய் கவனமாய்த் திருப்பியனுப்பவேணும். மல்லி பொறுப்பாய்ப் பாக்கமாட்டாள் எண்டதாலதான் உன்னிட்ட இதைச் சொல்லுற'னென அண்ணன் சொன்னபோது புளகிதமெதுவும் அவளிடத்தில் தோன்றவில்லை.

ஆனாலும் அது தவிர்க்கவியலாத உறவு. அந்தச் சகோதர உறவின் கணுவொன்று தன் குடும்ப மூலமறிய ஓடிவருகையில் அவளுக்கு அதை ஆதரிப்பதில் தயக்கமெதுவும் கிடையாது. ஆனாலும் உள்ளே ஒரு முள் உறுத்திக்கொண்டிருக்கத்தான் போகிறது.

வீடு வளவுகளை கொண்டிஷன் அறுதிக்கு எழுதிக்கொடுத்து அவள் கணவன் பிரான்ஸ் போனான். நல்ல மனிதனானாலும் கெட்டவேளையின் காய் நகர்த்துதலில், சென்ற ஆரம்ப வருஷங்களிலேயே போதைப்பொருள் விற்பனையில் ஈடுபட்டு ஐந்தாண்டுகளாக மறியலில் இருந்தான். அந்தச் சமயத்தில்தான் அவர்களது மகன் கந்தசாமி புன்னாலைக்கட்டுவனில் பொதுமக்கள்மீதான ஒரு ராணுவத் தாக்குதலில் சூடுபட்டுச் செத்தது. தகப்பன் செத்தவீட்டுக்கும் வரமுடியாமலிருந்தான். அதுவரை, 'நான் பிழைவிட்டிட்டன் ... சரியான பிழைவிட்டிட்டன்' என்று எழுதிக்கொண்டிருந்தவன் பின்னால் கடிதமே எழுதவில்லை. மொத்தமும் கெட்டுவிட்டானென்று பேச்சுகள் அடிபடத் தொடங்கின. அவள் அவனை இழந்தது அந்தக்

கணத்தில்தான். அவள் தனிமரமான கதையும் அதிலிருந்தே துவங்குகிறது.

ஊரிலிருந்த சகோதரங்கள்தான் அறுதியாகப் போகவிருந்த வீட்டையும் வளவையும் மீட்டுக் கொடுத்தார்கள். நீண்டகாலத்தின் பிறகொருநாள் அவனது இறப்புச் செய்தி வந்தது. ஒரு துயராறுதல் செய்தியை அனுப்பியதைத் தவிர வேறு எதை அந்தச் சகோதரம் செய்தது? ஆனாலும் தமையனுக்கு அவள் தன் வாக்கை அளித்தாள். 'அனுப்பண்ணை, நான் பாத்துக்கொள்ளுறன்.'

அவளை அவன் நம்புவான்.

இரண்டு ஆண் சகோதரங்களும், மூன்று பெண் சகோதரங்களும், தாய் தகப்பனுமாய் மொத்தம் ஏழு பேர் கொண்டிருந்த அந்த வீட்டில் அட்வான்ஸ் லெவல் படித்துவிட்டு தோட்டம் செய்துகொண்டிருந்த லோகநாதன், பட்டதாரியாயிருந்த ரத்தினசீலனை வெளிநாடு அனுப்ப தந்தை சீனிவாசன் 'வித்துச்சுட்டு' சேர்த்த பணத்தை, மூத்தவன் தானே முதலில் செல்லவேண்டுமென பணத்தை பாதி பிடுங்கினதுபோலத்தான் வாங்கிக்கொண்டு கொழும்புக்கு பஸ்ஸெடுத்தான்.

அப்போதே தாய் சொன்னாள், 'இவர் போறதெண்டா, கலியாணம் கட்டப்போறனெண்டு நிக்கிற அந்தப் பெட்டையின்ர வீட்டில காசுவேண்டியெல்லோ வெளிநாடு போகவேணும்? அதுகளாலயெங்க ஏலப்போகுது? அதுகளின்ர பாடே அப்பிடி இப்பிடி இருக்கு. அந்தச் சிவப்புப் பெட்டையும் சும்மாயில்லை, இரவல் சயிக்கிள் எடுத்துவந்து எத்தினை சுத்து சுத்தித்திரிஞ்சு இவனை விழுத்திச்சுது? நானும் பாத்துக்கொண்டுதான இருந்தன்' என்று.

'சரி, விடு' என்று சீனிவாசன் தேற்றினார்.

'விடுறதென்னத்தை ..? நீங்கள் ஒண்டையும்தான் கண்டுங் காணாமல் இருக்கிறியள். சமயத்தையும் பாக்கேல்லை, அதுகள் மற்றப் பக்கத்து ஆக்களெண்டதையும் யோசிக்கேல்ல. மிச்சப் பிள்ளையளின்ர எதிர்காலத்தையும் நாங்கள் கவனிக்கவேணுமெல்லே?'

'அடிச்சுத் திருத்திற வயசு போட்டுது. இனித் தானாய்த் திருந்தினாத்தான்.'

'திருந்தாட்டியும் பறவாயில்லை. போய் எங்களயில்லாட்டியும் தன்ர தங்கச்சிமாரையாச்சும் பாத்தாப்போதும். நீங்கள் நெக்கிறியளோ உவன் அதுகளைப் பாப்பானெண்டு?' தன்னுடைய வயிற்றில் பிறந்த பிள்ளையாயிருந்தும்கூட, அவன்

குணமறிந்ததால் அடங்க மறுத்து, ஏற்றிவிட்ட பட்டத்தில் கட்டிய விண்போல ஒரு மாதமாய் இரைந்துகொண்டு திரிந்தாள்.

தோட்டம் செய்துகொண்டிருந்த ரத்தினசீலனுக்கு ஆசிரிய வேலை கிடைத்துப் போனதால் அந்தக் குடும்பம் ஒருமாதிரித் தப்பிப்பிழைத்ததென்று பின் ஊரே சொல்லிற்று. மெய்யும் அதுதான்.

நோர்வே போன லோகநாதன் முதலில் ரதியைக் கூப்பிட்டான். பிறகு அவளது தம்பி ரமேஷ் போனது தெரியவந்தது.

சீனிவாசன் உஷாரானார்.

உலகம் கெட்டுக்கொண்டிருக்கிறதென எப்போதும்தான் சொல்லப்பட்டு வருகிறது. ஒவ்வொரு யுகங்களிலும்கூட இந்தப் பேச்சு எழுந்திருக்கவே செய்தது. அந்தந்த யுகத்தின் வாழ்நிலை ஆதாரத்தை அசைக்கும் கெடுதல் நடப்பதுபோல், கலியுகத்தின் ஆயிரத்துத் தொளாயிரத்து எண்பதுகளிலும் அந்தக் கெடுதல் நிகழ்ந்தது. அது ராணுவமும் இயக்கமும் என்ற இருபெரும் சிறகுகளையுடையதாய் இலங்கையில் வந்துவிழுந்தது.

முகாந்திரங்கள் ஒன்றானாலும் அவரவர் வசதிக்கேற்ப அதிலிருந்து தப்புவதற்கான மார்க்கங்கள் கண்டறியப்பட்டன. சீனிவாசனுக்கு தன் பெண்களுக்கான மார்க்கம் காணுதல், காலநேரத்தில் தன் வசதிக்கேற்ப அவர்களுக்குக் கல்யாணத்தைச் செய்துவைத்தலாகவே இருந்தது. அதை அவர் செய்தார்.

மூத்த மகளுக்குத் திருமணம் ஒழுங்காகியிருந்த நிலையில் லோகநாதனைத் தொடர்புகொள்ள கொம்யூனிக்கேஷனுக்கும் வீட்டுக்குமாய் அவர் நடவாநடை நடந்து கேட்கவும், அவன், ‘இப்பதான அப்பா, ரதியின்ர தம்பி ரமேஷக் கூப்பிட்டது. எல்லாம் கடன்தான். அஞ்சு செம் மாறுறதெண்டாலும் இஞ்ச எனக்கு இப்ப கஷ்ரம். ஒண்டு செய்யுங்கோ, ஏலுமெண்டா ஒரு பத்தாயிரம் ரூபாய் எங்கனயாச்சும் மாறி இப்பத்த அவசரத்தை முடியுங்கோ. நான் ஒரு அஞ்சாறு மாசத்தில அந்தக் காசை வட்டியோட அனுப்புறன்’ என்றான்.

கடன் வாங்கித்தான் கல்யாணம் நடந்தது. ஆனால் லோகநாதன் கடனை மட்டுமில்லை, ‘இப்ப வட்டியையாச்சும் அனுப்பு. முதலைப் பேந்து பாக்கலா’மென சீனிவாசன் பல தடவைகள் கேட்டும்கூட அவன் செய்யவில்லை. அவர் போய்ச் சேர்ந்தது அந்த விரக்தியாலுமாய்க்கூட இருக்கலாம். அது அவருக்குச் சாகிற வயதில்லை. தாயார்தான் மற்ற இரண்டு பெண்களின் திருமணத்தையும் முடித்துவைத்தாள்.

ரத்தினசீலன் இன்னும் தனியனாகவே இருந்து தங்கைகள் கரைசேர ஒத்துழைத்தான். பெண்பிள்ளைகளின் பொறுப்பை நிறைவேற்றக் காத்திருந்ததுபோல் மூன்றாவது பெண் மல்லிகாவின் திருமணம் முடிய அவளும் போய்ச் சேர்ந்தாள். மல்லிகாவின் திருமணத்துக்கும், தாயாரின் இறுதிக் கிரியைகளுக்கும் லோகநாதன் சிறிது பணம் அனுப்பினான்.

'சீலனண்ணையே வெளிநாடு போயிருந்தா எங்கட குடும்பத்துக்கு இந்தளவு கஷ்ரம் வந்திரா'தென்று அன்னலட்சுமி எண்ணாத தினம் பெரும்பாலும் அந்த முதல் பத்து வருஷத்தில் இருக்கவில்லை. பின்வந்த ஆண்டுகள் அவளைத் தேற்றின. அதன்பின் நாதனென்ற அண்ணனைப் பிடிவாதமாக அவள் மறந்தாள்.

அந்த அண்ணன்தான் மறுநாள் போனெடுப்பாரென்று, ஒருநாள் கொம்யூனிகேஷன் ராஜு சுமதி ரீச்சரிடம் சொல்லிவிட்டது கேட்ட அன்னலட்சுமி திகைத்துப் போனாள். அவன் நோர்வே போன சுமார் இருபது ஆண்டுகளில் முதலிரண்டில் சீனிவாசன் அலைந்து போனெடுத்துக் குடும்பநிலையைக் கதைத்தார். ரத்தினசீலனைக் கூப்பிட்டுவிட்டால்போதும், வீட்டுச் செலவுக்குக்கூட அவன் காசு அனுப்பத் தேவையில்லையென்ற அந்தக் குடும்பத்தின் ஒட்டுமொத்தமான அவாவையும் நிர்தாட்சண்யமாய் அவன் மறுதலித்தவன். போய் அவன் வாய்மொழி கேட்க அன்னம் ஆரம்பத்தில் பிரியப்படவில்லை. ஆயினும் என்ன உதிரப்போகிறது அவன் வாயிலிருந்தென்பது அறிய அவளுக்கு பின்னர் ஒரு ஆசையெழுந்து போனாள்.

போனவள் அவன் தேவையைத்தான் அப்போதும் கேட்டாள்.

ஒரே விந்திலும் உதரத்திலும் ஜனித்த ஜீவன்களென்ற பிடிவாதம் அவளிடம் தளர்ந்தது. மட்டுமில்லை. ஒரு இருபதாண்டுகள், வாழ்வின் தரிசனங்களை அவளில் ஆழமாக விழுத்தியிருந்தன. அதுதான் அன்னலட்சுமியை மறுக்கமுடியாதவளாக்கிச் சம்மதம் சொல்லவைத்தது.

'தர்மினி என்ன தேட வாறாள்? வேரெண்டா ஆற்ர வேர்? தாயடி வேரோ, தேப்பனடி வேரோ?'வென ஒரு எண்ணம் ஒரு துகள்ப் பொழுதில் ரிஸீவரை காதருகே வைத்துப் பேசிக்கொண்டிருந்த சமயத்தில் அவளுள் எழுந்தது. ஆனால் வேரில் தந்தைவழி தாய்வழி என்ன, எல்லாமே வேர்தானென அவள் அடங்கியதும் வாழ்க்கைத் தரிசனங்களின் காரணமாகத் தான்.

மறுநாள் என்றிருந்த அந்தப்பொழுது இதோ இந்த விடியலில் தொடங்குகிறதென்ற நிலையில், கண்ணெரிச்சலும் பறந்தது அன்னலட்சுமியிடமிருந்து.

இரண்டு அறைகள், கூடம், முன்னால் விறாந்தை, அதோடு ஒட்டிய குசினியென்று வசதிகள் குறைவாயிருந்தாலும் பெரிய வீடு அது. அந்த வீட்டில் ஒரு அறை தர்மினிக்காக ஒதுக்கப்பட்டிருந்தது. பெரிய அறையிலிருந்த கட்டில் அதனுள் போடப்பட்டு, விரிப்பு கள், தலையணை உறைகள் தோய்க்கப்பெற்று சீராக விரித்தும் அணிவித்தும் முடிந்திருந்தன. வெளிநாட்டிலேயே பிறந்து வளர்ந்த மருமகள் தன் வேர் தேடி ஓடிவருகிறாளென்ற நினைப்பு அவளின் சகல மனப் பின்னல்களையும் விலக்கி நேர்த்தி செய்திருந்தது.

அவள் கதிரையிலிருந்து எழும்பினாள். லைற்றை அணைத்தாள். கிழக்கில் சிறிது வெளிச்சமடித்தது.

இன்னும் சுமார் பன்னிரண்டு மணி நேரங்கள் இருக்கின்றன!

பகல்பொழுதைக் கழிப்பது சுலபமாக இருக்கவில்லை. இரண்டு நாட்களின் நேரத்தை ஒரு பகலில் வைத்து இறுக்கி விட்டிருந்ததுபோல் நேரமாக ஆக அது விரிந்துவிரிந்து எழுந்து கொண்டிருந்தது. இரண்டு மணி இருக்குமென எண்ணிக்கொண்டு மணிக்கூட்டைப் பார்த்தால் அது ஒரு மணியில் நகர மறுத்து நிலைத்துக் கிடந்தது. கடைசியில் எப்படியோ ஆறு மணியாகிற்று. கிணற்றடி சென்று முகம் கழுவினாள். கொடியில் கிடந்த துவாயை இழுத்து முகத்தைத் துடைத்துக்கொண்டு வந்து அவள் விறாந்தையிலேற, வாசலில் வேன் ஒன்று வந்து நின்றது.

தர்மினி வந்துவிட்டாள். அன்னம் அதிலேயே நின்றபடி, கதவைத் திறந்து இறங்கும் தன்னடியில் முளைத்த அந்த வெளிநாட்டுப் பெண்ணைக் காண ஆவல்விரியும் கண்களோடு காத்திருந்தாள். முதலில் குகநாதன் முன்னிருக்கையிலிருந்து இறங்கினான். பின் அன்னலட்சுமியின் நிறத்தில் ஒரு நெடிய பெண் இறங்கினாள். ஜீன்ஸ்ும், ரீ சேர்ட்டும் அணிந்திருந்தவள், ஒரு சில்லுவைத்த பெட்டியை இழுத்துக்கொண்டு சிரித்தபடி கேற்றைத் திறந்து முன்னால் வந்தாள். வந்தவளில் பார்வை நிலைபெற்று நின்ற அன்னத்தின் கலங்கிய கண்களிலிருந்து உதிர்ந்தன சில மணிகள். பின் ‘அம்மா!’வென்ற கேவல் பிறந்தது.

2

அது ஓர் ஆடி மாதமாக இருந்தது. விடியவிடிய தூறிக்கொண்டிருந்த மழையின் இதம் இன்னும் விடுபட்டிராத அந்தக் காலையில் அன்னலட்சுமி கொடுத்த தேநீரை அருந்தியபடி, விறாந்தையில் கிடந்த சாய்மனைக் கதிரையில் அமர்ந்தாள் தர்மினி.

தான் அப்போது அமர்ந்திருக்கும் அந்த சாய் நாற்காலியில் தனது பாட்டன் அல்லது பாட்டி அல்லது இன்னும் உறவில் மூத்தோர் யாரேனும் ஒருகாலத்தில் அமர்ந்திருந்து காலைகளின் இனிமை களை அனுபவித்திருக்கமுடியும் என்றெல்லாம் ஓடிய யோசனையில் அவள் சிலிர்த்தாள். அந்த நாற்காலி அவளளவில் வயோதிபர்களுக்கானது. வயோதிபம் ஓய்வுக்கானது. அவளுக்கு அதுதான் அளவைகள்.

முற்றத்தில் அங்கிங்காக மூன்று மாமரங்கள் நின்றிருந்தன. சற்று எட்ட பலாமரம். கிணற்றடியில் வாழை மரங்கள். இன்னும் ஒரு பக்கமாய் பப்பாசி களும், மாதுளையும் எலுமிச்சையும். வளவு கூடலாய் இருந்தது. கிழக்குத் திசையிலிருந்து மரக்கிளைகளை ஊடறுத்துப் பாய்ந்துவந்து விறாந்தையில் விழுந்த சூரியக் கிரணங்கள் அற்புதம் செய்தன. மிகக் கிட்டவாக இருந்தது பின்வளவு வீடு. இருந்தும் சூழவுள்ள மனித இருப்பைச் சத்தங்களாலேயே அனுமானிக்க முடிந்திருந்தது. நேரமாக ஆக வேலிக்கு ஊடாக, மேலாக அவர்களின் நடமாட்டங்கள் தெரியவாரம்பித்தன.

பக்கத்து வீட்டு பதிந்த வேலிக்கு மேலால் அந்த வீட்டு இளம் பெண்ணொருத்தி கிணற்றடியில் குளித்துக் கொண்டிருப்பதைக் கண்டாள் தர்மினி. அவளது வருகை அங்கே முன்னாலேயே தெரிந்திருந்ததை அப்பெண் காட்டிய புன்னகை அறிவித்தது. என்றுமே மேலே திறபட்ட அடைப்புக்குள் நின்று குளித்த அனுபவம் தர்மினிக்கில்லை. அவ்வாறு நின்று குளிப்பதிலும் அவளுக்கு ஆட்சேபணை இருக்கவில்லை. அதில் ஒரு சிலிர்ப்பு இருக்குமென்று அவளுக்குத் தோன்றியது. இலங்கைக்குப் புறப்படுவதற்கு முன்னால் அம்மாவும், முக்கியமாக ரமேஷ் மாமாவின் மனைவி பிலோமினாவும், அவ்வாறான விஷயங்களை யெல்லாம் விரிவாகவேதான் சொல்லியிருந்தார்கள். எதுவாக இருந்தாலும் சரி, தனக்கு அது பிரச்னையேயில்லை என்றிருந்தாள் தர்மினி.

அவள் முக்கியமானவையெனக் கொண்டிருந்த விஷயங்கள் வேறு இருந்தன.

அது முக்கியமானதுதானென ஒரு விஷயத்தை தன் நண்பன் ஜொஸ்ரினுக்கு தான் வற்புறுத்தியது அவளுக்கு நினைவின் ஆழம் கீறியெழுந்தது. ஆரம்பத்தில் ஐகர்சுன்ட் பகுதியிலேதான் அவர்களுடைய வீடு இருந்தது. அங்குள்ள பள்ளியிலேயே அவளும் படித்துவந்தாள். பின்னாலேதான் எகர்சுன்ட் பகுதி யிலுள்ள அந்த வீட்டை வாங்கிக்கொண்டு அவர்கள் குடியிருக்க வந்தார்கள். நல்லதொரு கல்லூரி நண்பனாக ரோறி அங்கே அவளுக்கு அறிமுகமானான். நண்பனாய் வீட்டுக்கு வந்து வீட்டாரின் உபசாரம் பெற்றவனும் முதலில் அவன் தான். அவள் பல்கலைக்கழகம் செல்ல ஆரம்பித்தபோது ஜொஸ்ரின் அறிமுகமானான். இருவர் நட்புக்குள்ளும் அவள் வித்தி யாசத்தைக் கண்டதில்லை. என்றாலும் ஜொஸ்ரின் ரோறிபோல் துப்புரவானவனில்லை. எப்போதும் அவன் வாயில் ஒரு வெண்ணெய்க்கட்டி வாடை, சான்ட்விச்சின் பன்றியிறைச்சி முடை இருந்துகொண்டேயிருக்கும். அதுபற்றிய பிரக்ஞையின்றி அந்தப் பருத்த உடம்போடு முகத்துக்கு முன்னால் மூசிமூசிக் கதைப்பான். பார்க்க கோணங்கித்தனமாக இருந்தாலும் நாகரீகமான நடத்தைகளோடும் கெட்டித்தனத்தோடும் இருந்ததில் அவளுக்கு நண்பனாய் ஆனான்.

இருவரின் வரவையும் அப்பா ஏற்றுக்கொண்டிருந்தார். ஆனால் அறைகளில் நிற்கும்போது சுவர்களையும் ஊடறுத்து அவரின் பார்வை உள்ளே பாய்ந்துவருவதைப் பலவேளைகளில் அவள் உணர்ந்திருக்கிறாள். வயதின் ஆசைகள் நர்த்தனமிடும் சரீரமிருப்பதாக அப்பாவுக்கு நினைப்போவென தர்மினி சிலவேளை

எண்ணி வருந்தியிருக்கிறாள். தூர இடத்தில்கூட அப்பாவின் பார்வை தன்னைப் பின்தொடர்ந்துகொண்டிருப்பதாக அவள் உணர்வு இருந்திருக்கிறது. அது தனது பாவனையேயென்பதை அவள் அறிவாள். அப்போதும் அவள் சரீரத்தில் வயதுத் துடிப்பு நர்த்தனமிட்டுவிடாது. பண்பாடென்பது தன் பெற்றோரிடமிருந்து தனக்குத் தொடர்ந்து வரும் நூல் என்பதும், அவர்களுக்கு அது அவர்களது மண்ணிலிருந்து தொடர்ந்து வந்ததென்பதும் அவளுக்குத் தெரிந்தேயிருந்தன. அது அவளது மகள் மகன் ஆகியோருக்கும் தொடரக்கூடியதென்பதையும் அவள் அறிந்தேயிருந்தாள்.

ஒருநாள் குளிர்கால விடுமுறையின்போது ரோறி தன் பாட்டன் பாட்டியைக் காண ஐகர்சுன்ட் சென்றிருந்தவேளை, ஜொஸ்ரினே நத்தார் நள்ளிரவுப் பிரார்த்தனைக்கு அவளைச் சேர்ச்சுக்கு அழைத்துச் சென்றான். அதிகாலை ஒரு மணியளவில் வாசல்வரை கொண்டுவந்து விட்டவன், அவனுக்கு பை! பை! சொல்லிவிட்டு கதவைத் திறக்கச் சென்றுகொண்டிருந்தவளை, ஒருவெறியில்போல் ஓடிச்சென்று பிஞ்சுமுலைகள் கைகளில் கொள்ள அவளை பின்புறமாய் இறுக அணைத்துக்கொண்டு கன்னங்களில் முத்தமிடத் தொடங்கிவிட்டான்.

தர்மினி பதறாமல் அவன் கைகளுக்குள்ளாகவே நின்று திரும்பி அவனை நேருக்குநேர் பார்த்தாள். 'என்ன செய்கிறாய், ஜொஸ்ரின்?' எனக் கேட்டாள்.

'நான் உன்னை விரும்புகிறேன்' என்றான் ஜொஸ்ரின். 'உன்மேல் பைத்தியமாக இருக்கிறேன்' என்றான் தொடர்ந்து.

'நானும்தான் உன்னை விரும்புகிறேன். ஆனால் பைத்தியமாக இல்லை. நான் ஒரு தமிழ்ப்பெண் என்பதை மறந்துவிடாதே' என்றாள் அவள்.

'அப்போ . . . நீ ரோறியைக் காதலிக்கிறாயாக்கும்' என்று தளர்ந்து கைகளை விலக்கினான் அவன்.

'நீ தப்பாக நினைக்கிறாய், ஜொஸ்ரின். ரோறியும் உன்னைப்போல ஒரு நண்பன்மாத்திரமே எனக்கு. நீ பேசுகிற அதே பாஷையைத்தான் நானும் பேசுகிறேனென்றாலும், சில கலாச்சாரம் சார்ந்த சொல்களுக்கு நீ கொள்ளும் அர்த்தத்தையே நானும் கொண்டுவிட முடியாது. வாழ்முறையால் நான் உன் சமூகத்திலிருந்தும் வேறுபட்டவள்.'

'நீ வேறுபட்டவள்தான். வெறுங்கையால்தானே இப்போதும் நீ சாப்பிடுகிறாய்.'

'மெய். ஆனாலும் எதை வெறுங்கையாலும், எதைக் கரண்டியாலும் சாப்பிடுகிறதென்று எங்களுக்கு ஒரு திட்ட முண்டு.'

'மன்னித்துவிடு, தர்மினி. நான் அந்த அர்த்தத்தில் சொல்ல வில்லை. நீங்கள் இன்னும் மாறாமல் . . .'

'அதை விடு! ஒருவேளை காலம் ஏற்படுகிறபோது நான் உன்னையோ ரோறியையோ திருமணம் செய்ய நினைக்கவும்கூடும். அதை முடிவெடுப்பதற்கான பருவம் இதுவல்ல. அதை மறந்துவிடாதே!' எனக் கூறி அவனை அனுப்பினாள்.

மாமி அப்போது வந்து கேட்டாள், "குளிச்சிட்டு வாறியா, சாப்பிட" என்று.

எழுந்தவள் அறைக்குச் சென்று துவாய், மாற்றுத் துணி, சவர்க்காரம், சம்பூ ஆகியவற்றுடன் வந்தாள்.

விறாந்தையிலிருந்து அக்கடிய பூமியில் கால் வைத்தவளின் பாதத்திலிருந்து ஒரு சிலிர்த்த உணர்வு நெஞ்சுக்கு ஏறியது. அந்த மண் அவளதல்ல. அவளது மூதாதையரதுதான். வெறும் பாதத்தில் பாய்வது அவளது மண்ணும் என்ற பந்தமா? அவள் வெறுங்காலுடன் நடக்கக் கூசுவதைக் கண்டு அன்னலட்சுமி கேட்டாள்: "என்ர சிலிப்பர் இருக்கு, தரட்டே, பிள்ளை?" "வேண்டாம், ஆன்ரி.எனக்கு இப்பிடி நடக்கத்தான் விருப்பமிருக்கு." பெருங்கற்களுக்கும், காய்ந்த கூர்முனைப் புற்களுக்கும் விலகி மெதுவாக ஒற்றையடிப் பாதையில் நடந்து அவள் கிணற்றடியை அடைந்தாள்.

தனது தாயினளவு உயரமும், அவளளவு நிறமும், அவளளவு பருமனுமாய் தர்மினி கிணற்றடியில் நின்று குளித்த காட்சி அன்றைக்கு இரண்டாம் முறையாக அன்னலட்சுமியின் இதயத்தைப் பொங்கவைத்தது. 'அண்ணையின்ர மோளுக்கு அவன்ர அம்மாவின்ர சாயல் வாறதில என்ன புதினமிருக்கு?' அன்னலட்சுமி அடுப்பைக் கவனிக்க குசினிக்கு நடந்தாள்.

மறுநாள் சமையல் நேரத்தில் மாமியாருடன் கூட நின்று முடிந்த உதவிகளைச் செய்து கொடுத்துக் கொண்டிருந்தாள் தர்மினி. உதவியாகவன்றி கேள்விகளால் உபத்திரம்தர வந்து நிற்பதாகவே தோன்றியது அன்னலட்சுமிக்கு. அவளின் தன் பூர்வீகரின் சரித்திரம் தேடும் முனைப்பு தெரிந்திருந்ததனால், அலுத்துக்கொள்ளச் செய்யாமல் உறவினரின் கதைகளை விரிவாகவே சொன்னாள். தர்மினி பெரும்பாலும் தந்தைவழி உறவுகளில் பெரும்பாலானவர்களை அந்தளவில் தெரிந்திருந்தாள்.

நோர்வேயிலிருந்து வந்து நான்கு நாட்களாகியும் நெல்லியடிச் சந்திவரை காய்கறிச் சாமான் வாங்க அன்னலட்சுமியோடு போய்வந்தது தவிர தர்மினி வேறெங்கும் செல்லவேண்டுமென்றோ, யாரையும் காணவேண்டுமென்றோ கேட்டிருக்கவில்லை. அவள் யார் வழியை அறிய வந்தாள்? அதை தர்மினியிடமே அன்னலட்சுமிக்கு கேட்டுத் தெரியவேண்டியிருந்தது. அவள் கேட்டாள்.

அதற்கு, "இதெல்லாம் றிப்போர்ட்டர்ஸ் மாதிரிக் கேட்டு தெரிய ஏலாது ஆன்ரி. அதுக்காக நான் இப்ப சும்மாயும் இல்லய். இந்த மண்ணோட எனக்கு இப்பதான் ஒரு தொடர்பு வந்திருக்கு. இது எனக்கு சரியான சந்தோஷம், ஆன்ரி. எனக்கு இது இப்ப போதும். இனி நான் விசாரிக்கப் போனா எல்லாம் சந்தோஷமாய் இருக்குமென்டும் இல்லத்தானே?" என்றாள்.

ஒரு சனிக்கிழமை காலையில் அவளது சித்தப்பா ரத்தினசீலன், அப்போது அவர் வட்டார உதவிக் கல்வி ஆணையராக இருந்தார், ஆனைக்கோட்டையில் வீடிருந்தது, வந்து அவளைப் பார்த்துப் போனார். போகும்போது, அடுத்த சனிக்கிழமை தர்மினியை வீட்டுக்குக் கூட்டிவர தமக்கையிடம் கேட்டார். "இஞ்சயிருந்து இவள் வெளிக்கிட்டா கூட்டிவாறன்" என்று சொன்னாள் அன்னலட்சுமி.

யாழ்ப்பாணம் பார்க்க ஒருநாள் போய்வந்தார்கள் தர்மினியும் அன்னலட்சுமியும்.

ஏனோ அந்தப் பிள்ளைமீது கரிசனம் கரிசனமாக வந்து கொண்டிருந்தது அவளுக்கு. தாயாரைத்தான் சாகிற நேரத்தில்கூட வசதியாக வைத்துப் பார்க்க அவளுக்குக் கொடுத்துவைக்கவில்லை. யுத்தமும் பஞ்சமும் வாழ்க்கையைக் கீலங்கீலமாகக் கிழித்துப் போட்டிருந்த காலப்பகுதி அது. தென்மராட்சி யுத்தம் அப்போது வடக்கை உலுக்கிக்கொண்டிருந்தது. ஏவுகணைகளும், ஷெல்களும் வெடிக்கும் சப்தம் மட்டுமின்றி, கட்டிடங்கள் நொறுங்கிச் சிதறும் அதிர்வுகளும் இடையீடின்றி எழுந்துகொண்டிருந்தன. இரண்டு நாட்கள் செவிடு பத்திய நிலையில் இருந்தார்கள் எல்லோரும். இப்போது அப்படியில்லை. இதுவே சமாதான காலமெனினும் வடமராட்சி 1995இலிருந்து ராணுவக் கட்டுப் பாட்டில் வந்திருந்தது. ஒரு சில அனர்த்தங்களுக்கிடையிலும் ஒழுங்கொன்று அமைவுபெற்றிருந்தது. அந்தநிலையில் தாயார்போலிருக்கும் தர்மினியை தன் ஆசைக்கு நன்றாகக் கவனிக்கவேண்டுமென்றிருந்தது அன்னலட்சுமிக்கு.

அவள் பேசுவது பலவேளைகளில் புரியாதிருந்ததுகூட அன்னலட்சுமியை ரசிக்கவைத்தது. தமிழை வேறொரு நாக்கில் அவள் பேசியது தனியழகாய் இருந்தது. தமிழை மென்று மென்றாவது அந்தப் பிள்ளை பேசுகிறதேயென்று தன்னோடு அவள்பற்றிப் பேசியவர்களிடமெல்லாம் அவள் பெருமையாகக் கூறியிருக்கிறாள்.

எதிர்பாராதவிதமாக அன்று மாலையில் தர்மினியின் சிறியதாய் நந்தினி கணவர், பிள்ளைகள் சகிதம் குடும்பமாக வந்திருந்தாள். சாவகச்சேரியிலிருந்து பஸ்ஸெடுத்து வர நேரம் போய்விட்டது என்றாள். "ஆர் இது, ஆன்ரி?" என்று மெல்ல அன்னலட்சுமியின் காதோரம் கிசுகிசுத்தாள் தர்மினி. "இதுதான் உம்மட சின்னம்மா" என்றாள் அவள். "நந்தினிதேவியா?" என்று தர்மினி கேட்க தலையசைத்தாள்.

தென்மராட்சி யுத்தத்தில் தப்பிப்பிழைத்த அவலத்தையே நந்தினி பெரும்பாலும் பேசினாள். அவதானமாகக் கேட்டுக் கொண்டிருந்தாள் தர்மினி.அப்போதைய யுத்தநிறுத்தம் எவ்வளவு காலம் நீடிக்கும் என்ற தர்மினியின் கேள்விக்குத்தான் யாராலும் பதில்சொல்ல முடியவில்லை. 1985 திம்பு பேச்சுவார்த்தையின் தோல்வியை யாரும் மறந்திருக்க முடியாது. அதுபோலவேதான் நோர்வே பேச்சுவார்த்தையும் ஆகுமென்று பரவலாகப் பேசப்பட்டது. அது வெற்றிபெறுவது இரண்டு எதிரெதிர்ப் பக்கங்களும் அரசியல்தீர்வில் கொள்ளும் நம்பிக்கையிலுள்ளதென நற்சங்க போதங்கள் இருந்துகொண்டிருந்தன.

அவர்கள் அரசியல் பேசவில்லை. அரசியல் சிதைக்கும் தங்கள் வாழ்க்கைபற்றியே பேசினார்கள். அவர்கள் அரசியல் ஒருங்கமைவின் விதிகளைத் தெரிந்திருக்கவில்லையென்றே தர்மினிக்குத் தோன்றியது. அவளது நாட்டின் முயற்சியாலேயே அந்த சமாதானப் பேச்சுவார்த்தை முன்னெடுக்கப்பட்டிருப்பதும், அது அந்நாட்டுத் தலைநகர் ஒஸ்லோவில் நடப்பதும் காரணமாய் பத்திரிகைகள், தொலைக்காட்சிகளெல்லாம் விஸ்தாரமாகவே இலங்கை அரசியல் நிலைமைபற்றிய செய்திகளை வெளியிட்டன. கபேக்களில்கூட அதுபற்றிய உரையாடல் இருந்துகொண்டிருந்தது.

இந்த நாட்டு மக்களின் உரையாடல் வேறுவிதமாக இருந்திருக்க வேண்டுமென்பதே தர்மினியின் அபிப்பிராயமாக இருந்தது. ஆயினும் அவர்கள் தங்கள் வாழ்க்கையைப்பற்றியாவது பேசியதில் அவள் அடங்கினாள்.

நேரம் போய்விட்ட நிலையில் இனி பஸ்ஸெடுப்பது சிரமமென அங்கேயே தங்கும்படியாகிவிட்டது நந்தினி

குடும்பத்துக்கு. நந்தினியும் தர்மினியும் அவளது அறையில் படுத்தனர். நந்தினியின் கணவர் தேவராஜாவும், அவர்களது கடைசி இரண்டு பையன்களும் கூடத்துள் படுத்தனர். இரவிரவாக பக்கத்து அறையில் குசுகுசுவென்று ஒரே பேச்சாக இருந்ததை நீண்டநேரமாக உறங்காதிருந்த அன்னலட்சுமி கவனித்தாள். பெரும்பாலும் தர்மினியினதும் சிறிய தாயாரினதும் குரல்களே கேட்டுக்கொண்டிருந்தன. அவள் ஒருபோது உறங்கிய பின்னரும் அவர்கள் பேசியிருக்கலாம்.

காலையில் தர்மினி அன்னலட்சுமியிடம் சொன்னாள்: "ஆன்ரி, நான் ரண்டு நாள் அங்க போய் நிண்டு வாரேன்."

சிறியதாயார் வீடாக இருக்கையில் அதைத் தடுக்க தான் யாரென்று அன்னலட்சுமி ஒன்றும் சொல்லவில்லை. "ரண்டு நாளில வந்திடும். நான் வெள்ளிக்கிழமை பின்னேரம் வந்து கூட்டியாறன்" என்று மட்டும் சொன்னாள்.

தர்மினி சிறிய தாயாருடன் புறப்பட்டுச் சென்றபோது, 'சனிக்கிழமை காலமை எப்ப வருமெண்டு என்னை ஏங்கவைச் சிட்டுப் போறாளே'யென்று ஒரு ஏக்குற்ற பார்வையோடு நின்றிருந்தாள் அன்னலட்சுமி.

3

சனிக்கிழமை காலையில் அன்னலட்சுமி பஸ்ஸெடுத்துச் சென்று சாவகச்சேரி பஸ் நிலையத்தில் இறங்கினாள். சில மாதங்களின் முன் அவள் கண்டிருந்த இடிபாடுகள் மறைந்து நகரம் மாறியிருந்தது. முன்பு புதிய சந்தைக் கட்டிடத் தொகுதியிருந்த இடத்தில் சிதைவையன்றி வேறிருக்க வில்லை. அப்போது புதிய கட்டுமானம் அந்த இடத்தில் நின்றுகொண்டிருந்தது. உள்ளேயும் சந்தை மண்டபங்கள் மறுபடி நிர்மாணம் பெற்றிருந்தன. கால்நடையாகவும் சைக்கிளிலும் பஸ்ஸிலும் மக்கள் சந்தைக்கு வரவும் போகவுமாய் ஒரு கலகலப்பில் இருந்ததையும்கூடக் கண்டாள். இருந்தும் இயல்பின்மையாக எவர் போக்கிலும் ஒரு அவசரம் இருந்துகொண்டிருந்தது அவள் அவதானிப்பில் தெரிந்தது. அவர்கள் அவசிய மின்றியே வேகம் கொண்டிருந்தார்கள். காரணமும், அதன் பிரக்ஞையும்கூட அற்ற அந்த அவசரம் காலத்தால் மட்டுமே தீர்க்கப்படமுடியும் என்பது போல் அறுதியாய் இருந்தது.

அவள் சேர்ச் வீதியில் நடந்து சென்று நந்தினியின் வீட்டைச் சேர்ந்தபோது தர்மினி தன்னையே எதிர்பார்த்துக்கொண்டு இருந்ததாகத் தோன்றியது. தேநீரெல்லாம் குடித்தபிறகு, “இருங்க, ஆன்ரி, இப்ப நான் வெளிக்கிட்டு வாறேன்” என்றுவிட்டு தர்மினி உள்ளே சென்றாள்.

“வடமராச்சிப் புலப்பெயர்வு நடந்த காலத்தில இஞ்ச வந்தது. வீட்டுக்காறர் இப்ப சுவிஸிலயாம். இடையில ஒருக்கா வந்து பாத்திட்டுப்

போயிருக்கினம்” என்று எதற்காக என்றில்லாமல் சொன்னாள் நந்தினி. அது பதிலோ, கேள்வியோ வேண்டியிராத வெறும் மனவெளிப்பாடு. சிறிதுநேரம் ஆக, அன்னலட்சுமி கேட்டாள்: “உங்கட ரதியக்கா இந்தப் பக்கம் வாறமாதிரி இல்லையாமோ?”

“ஆருக்குத் தெரியும்? அவை ஆரும் போனெடுத்தாத்தானே? நாங்களே இவ்வளவு சீர்கேட்டில இருக்கிறம். புலப்பெயர்வுக்குப் பின்னாலயாச்சும் எங்களை ஆர் பாருங்கோ கேட்டினம், எப்பிடி இருக்கிறியளெண்டு ஒரு வார்த்தை? எனக்கொரு வில்லங்கமுமில்லை, இஞ்சையிருந்து நானாய் போனெடுத்துக் கதைக்க.”

“கனநாளோ தொடர்புகொண்டு?” என்று ஆச்சரியத்தோடு கேட்டாள் அன்னலட்சுமி.

“ரதியக்கா போன புதிசில ஒருக்காவோ, ரண்டு தரமோ எடுத்துக் கதைச்சம். பிறகு நாங்கள் ஒருக்கா போனெடுக்க, தனக்கு நேரமிருந்தா தானே எடுக்கிறமெண்டும், மற்றப்படி எங்களை எடுத்து கரச்சல் தரவேண்டாமெண்டும் சொல்லியிட்டா. என்னவோ செய்துகொண்டு போகட்டும். அதுசரி, கொண்ணர் உங்களுக்கு எடுக்கிறேல்லயோ?”

“போய்ச் சேந்த இருவது வரிசத்தில போன கிழமைக்கு முந்தின கிழமை எடுத்ததுதான் முதல் போன்.”

நம்பமுடியாமலிருந்தது நந்தினியால். பின்னர் அதுபோன்ற மனிதர்களின் குணங்களை வைத்துப் பார்க்கையில் நம்பமுடியும் போலும் இருந்தது.

தர்மினியும் அன்னலட்சுமியும் அங்கிருந்து கிளம்பியபோது பன்னிரண்டு மணியாகியிருந்தது. “பஸ்ஸில போவம், தர்மினி. பஸ்ஸெண்டா காசும் குறைவு” என்ற அன்னலட்சுமிக்கு, “இது காசப்பத்தி இல்லய், ஆன்ரி. நேரத்தைப்பத்தினது. ஒரு மாசம் லீவில வந்த நான் அதில பாதிய பஸ்ஸுக்கு காத்துநிண்டு வீண்பண்ண ஏலாது. நாங்கள் ஸ்ராண்டில போய் ஓட்டோ பிடிச்சுப் போவம்” என்றாள்.

அன்று விளக்குவைத்த நேரத்துக்குப் பின்னால் வீடு வந்து அன்னலட்சுமியுடனும், தர்மினியுடனும் பேசிக்கொண்டிருந்த பின்வீட்டு மணியக்கா எழுந்துசெல்ல தனிமைக்குள் விழுந்தனர் இருவரும். இருள் விழுந்த வெளியைப் பார்த்துக்கொண்டு விறாந்தைச் சாய்மனையில் அமர்ந்திருந்த தர்மினி ஒருபோது அன்னலட்சுமியைக் கேட்டாள்: “இங்க எல்லாரும் எத்தின மணிக்கு படுக்கப் போவீங்க, ஆன்ரி?”

“எட்டரை ஒம்பதுக்கு. ஏன் கேக்கிறிர்?”

“நோர்வேயிலயும் இப்பிடித்தான் ஆன்ரி இருக்கும். எட்டு, ஒம்பது மணிக்கு படுக்கப் போற ஆக்கள் அங்கயும் அதிக மாயிருக்கினம். றோட்டில கார், வேன் சத்தம்கூட கேக்காது. இஞ்சயும் ஒன்பது மணிக்கு படுக்க ஆயித்தம் பண்ணியிடுறீங்கள். நீங்களும் கொஞ்சநேரத்துக்கு முந்தி படுக்கப்போவமா என்டு என்னைக் கேக்க நினைச்சத நான் பாத்தன்.”

“செய்ய என்ன இருக்கு, தர்மினி? ஒருகாலத்தில முத்தத்தில லாம்பை வைச்சுக்கொண்டு நாலைஞ்சு பேராய் கிடுகு பின்னிக் கொண்டு இருப்பம். ஒரேகதையும் பேச்சும் சிரிப்புமாய் இருக்கும். படுக்க நடுச்சாமம்கூட ஆகும். இப்ப இருட்டும், சத்தமும் பயமா இருக்கு, தர்மினி. எல்லாரும் அந்தளவு உத்தரிச்சாச்சு.”

“உங்கள அப்பவே கேக்கவேணுமென்டு நினைச்சன். ஏன், ஆன்ரி, சாவச்சேரியிலபோல இஞ்சயும் கூடக்கூட இருக்குமா பாம்பு?”

“அந்தப் பக்கத்தில பாம்புகள் கூடவெண்டுதான் கதைக்கினம். இஞ்ச அப்பிடியில்லை. ஏன் கேக்கிறீர்?”

“சும்மாதான், ஆன்ரி. நேத்து அங்க முத்தத்தில ஒரு பாம்பு வந்துது. நந்தினி சின்னம்மாதான் அடிச்சுது தடியால. எனக்குச் சரியான பயம் வந்துது.”

“சனம் குறைவுதானே இப்ப தென்மராச்சியில. ஆக்களில்லாத இடத்தில பாம்புகள் குடியிருக்க வந்திட்டுதுபோல.”

சிறிய இடைவெளியின் பின், “எனக்கு நாளைக்கு இல்லாட்டி நாளையின்டைக்கு கொழும்புக்குப் போகவேணும். கூட வருவீங்களா, ஆன்ரி?” என்று அன்னலட்சுமியைக் கேட்டாள் தர்மினி.

“கொழும்புக்கு என்னத்துக்கு?”

“போகவேணும். அம்மம்மா எப்பிடி, எங்க காணாமப் போனா என்டது எனக்குத் தெரியவேணும், ஆன்ரி. ஹியூமன் றைற்ஸ் ஆர்கனைசேஷன் இருக்கு, ஆராவது இந்தமாதிரிக் காணாமபபோனா கொம்பிளெய்ன்ற் பண்ணுறதுக்கு. அவங்களுக்கு இந்த விஷயத்தில பெரிசாச் செய்யிறதுக்கு இங்க கவர்மென்டால நிறைய பிரச்னை இருக்கென்டு நான் முந்தியே அறிஞ்சிருக்கிறன். அதால நாங்கள்தான் தேடிப் பாக்கவேணும்.”

“தர்மினி, சொல்லுறனயெண்டு குறைநினைச்சுக் கொள்ளாத யும். நான் வாறதால ஒரு பிரயோசனமும் உமக்கிருக்காது. இடமும் தெரியாமல், அவங்கட பாஷையும் தெரியாமல் நான்

அங்கயெல்லாம் எதுக்கு? என்னைக் கேட்டா நீர்கூட அங்க போகாமல் விடுறதுதான் புத்திசாலித்தனமெண்டு தெரியுது. சமாதானம் . . . சமாதானமெண்டு சொல்லுறதத் தவிர, ஒண்டும் சரியாய் வாறதாய்க் காணேல்ல. இப்பவும் காணாமப் போறது எல்லா இடத்திலயும் நடக்குது. வெள்ளை வான் பிரச்சினை இருக்குது. இந்த நிலமையில நீர் கொழும்பு அங்க இஞ்சயெண்டு அலையாமல் இருக்கிறதே நல்லம்."

"இல்லய், ஆன்ரி. நான் போகவேனும். அங்க இன்னொரு சின்னம்மா இருக்கெண்டு நந்தினி சின்னம்மா சொன்னவ."

"வசந்திதேவி . . ."

"ஓ . . . அதுதான் அவவின்ட பேரா? அவை எல்லாருக்கும் இந்தமாதிரி தேவியின்டு வருமா, ஆன்ரி?"

"ம் . . . கொம்மாவுக்கு ரதிதேவி, அடுத்த கனடாச் சின்னம்மாக்கு மாலினிதேவி... எல்லாருக்கும் தேவியெண்டு வரும். ஏன், உம்மட அம்மம்மாவுக்கும் ருக்மணிதேவியெண்டதுதான பேர்?"

"ம்! நான் கட்டாயம் கொழும்பில இருக்கிற சின்னம்மாவப் பாத்துப் பேசவேணும், ஆன்ரி. பேச கனக்க இருக்கு. நந்திதா சின்னம்மா என்னிட்ட எதையோ சொல்லாம விடுகுது. இல்லாட்டி அவவுக்கு அது தெரியாம இருக்குது. அது என்னன்டு எனக்குத் தெரியவேணும். போனாத்தான் அம்மம்மான்ட ரகசியம் வெளியில வரும்."

'அம்மம்மாவைத் தேடத்தான் இந்தப் பிள்ளை நோர்வே யிலயிருந்து இவ்வளவு தூரம் வந்துதா? நானும் எதோ எங்கட கொடியில பூத்த பூ, எங்களத் தேடி வந்திட்டுதெண்டு பெரிசாய்ச் சந்தோஷப்பட்டுக்கொண்டு இருந்திட்டன். ம் . . . எப்பிடியெண்டான்ன கூட்டிக்கொண்டு போகவும்தான் வேணு'மென எண்ணி கடைசியில் வருவதாகக் கூறினாள்.

இரண்டு நாள்களின் பின் ஒரு புதன்கிழமை அதிகாலையில் பருத்தித்துறையிலிருந்து புறப்பட்டு வந்த மினி வேனொன்று வீட்டுக்கு வந்து அவர்களை ஏற்றிக்கொண்டு கொழும்புக்குச் சென்றது.

தர்மினிக்கு சின்னம்மா வீட்டிலே தங்குவதற்கிருந்த உரிமை தனக்கில்லையென்னும் மனக்கிலேசத்தோடேயே அன்னலட்சுமிக்கு அங்கே தங்க நேரிட்டது. குகநாதனைத்

தொடர்புகொண்டு அவரையும் அழைத்துக்கொண்டு மறுநாள் நாரஹேன்பிட்டிக்கு தர்மினி சென்றாள். அடுத்தநாள் வந்து கதிரேசன்வீதியிலிருந்த லொட்ஜில் சிலபேரைக் கண்டு பேசினாள். பிறகு இன்னொரு லொட்ஜுக்கு போனாள். வரும்போது சிலபேருக்கு முகவரியும், தனது போன் நம்பரும் கொடுத்தாள். அதுபோல் சிலரிடமிருந்து முகவரியும் போன் நம்பரும் வாங்கினாள். எல்லா இடமும் அன்னலட்சுமியும் கூடத் திரிந்தாள், மனத்துக்குள்ளாக வயிற்றைக் கலக்கிய பயத்தைச் சுமந்தபடி. 'இந்தப் பிள்ளை ஹியூமன் றைற்ஸ், காணாமல் போன ஆக்கள் அதுஇதுவெண்டு கதைச்சுக்கொண்டு திரியுது . . . இதுவும் நானும் காணாமல் போகாமலிருக்கவேணுமே . . . காலம் அப்பிடித்தானே இருக்கு?' என்ற அவளது உறக்கத்தைக் கலைத்த யோசனையின் இறுக்கம், ஒரு ஞாயிற்றுக்கிழமை தாங்கள் இனி யாழ்ப்பாணம் போகலாமென தர்மினி சொன்னதோடு இளக்கம்கொள்ள ஆரம்பித்தது.

அடுத்தடுத்த இருக்கைகளில் அமர்ந்திருந்தாலும் இரண்டொரு இடங்களில் தவிர அவர்களுக்குள் பேசவே எதுவுமில்லைபோல் ஒரு மௌனம் விழுந்திருந்தது. கனவோடு வந்தவளின் நடத்தையும், கனவை அறுத்திருந்தவளின் சிந்தனையும் உடன்பாடு கொள்ளுவதென்பது சிரமமானது. அவளுக்குள்ளும் ஒரு இதயம் வெந்தும் தணிந்தும்கொண்டு இருப்பதை அந்தச் சின்னப்பிள்ளையும் உணரவில்லை. அது அப்படியிருக்குமா, இது இப்படியிருக்குமாவென்று அந்தச் சின்ன மூளை எண்ணாதனவெல்லாம் எண்ணிக்கொண்டிருக்கும் என்பதை அன்னலட்சுமியும் யோசிக்கவில்லை.

தானறிந்த கதைகளுள் தர்மினி மூழ்கியிருந்தாள். நான் நினைக்கிறன் . . . நான் நினைக்கிறன் என்றபடி தங்கிநின்ற அத்தனை இரவுகளிலுமாய் அவளது சின்னம்மா வசந்திதேவி பல விஷயங்களையும் போட்டு உடைத்துவிட்டிருந்தாள்.

தன் அம்மம்மாவினதும் அம்மப்பாவினதும் போட்டோவை வசந்திதேவி வீட்டில் கண்டதிலிருந்து வடிவங்களூடாக மனங்களையும், அவற்றிலிருந்து கதைகளையும் காண தன் பயண வழியெங்கும் மனத்தை பகடையாக உருட்டிக்கொண்டிருந்தாள் தர்மினி.

அம்மம்மா மிக அழகாக இருந்தாள். அவளம்மாவும் வடிவானவள்தான். அம்மம்மாவுக்கு அவளது தந்தை லாசரஸ் ராசரத்தினம் அருமைநாயகம் ருக்மணிதேவியென்று பெயரிட்டிருந்தார். தெரிந்துதான் வைத்திருந்தார்.

சிங்கள சினிமா வளர்ந்துவந்த அந்தக் காலத்தில் பெரும்புகழ் பெற்றிருந்த ஒரு நடிகையின் பெயர் அது. தமிழ்த் தாய்க்கும் சிங்களத் தந்தைக்கும் பிறந்திருந்தாலும், தமிழைப்போலவே சிங்களமும் பேசத் தெரிந்திருந்தாள் ருக்மணிதேவி. மலையக ஊற்றிலிருந்து சிங்கள வடிவமும், தமிழின் உள்ளுடனுமாகப் பிறந்த ருக்மணிதேவி ஒரு கிறக்கத்தை ரசிகனில் கிளர்த்துபவளாய் இருந்தாள். நடிகை ருக்மணிதேவியின் படத்தைக்கூட தர்மினி கண்டதில்லை. ஆனால் அம்மம்மா ருக்மணிதேவியின் படம் அந்த நடிகை ருக்மணிதேவி எவ்வளவு அழகாய் இருந்திருப்பாள் என்பதைத் தெரியவைத்திருந்தது. அம்மப்பாவும் அழகானவராகத்தான் தோன்றினார். ஆனாலும் அந்தச் சின்னக் கண்களுக்குக்கூட அந்த அழகில் தவிர்க்கமுடியாதபடி விழுந்திருந்த ஒரு ஹீனம் தெரிந்தது. அம்மம்மா முகத்தில் ஒரு முறுவல் விழுந்திருந்தது. அது மகிழ்ச்சியின் அலைகூடயில்லை. இன்னுமொன்று. ஒருவித கர்வம் அது. தான் அழகானவள் என்பதாலன்றி வேறொரு காரணத்தால் தோன்றியிருந்ததாகவே பட்டது. அது அவளின் உடன்பிறந்தது போன்றதாய்ப் பின்னமற்றுத் தென்பட்டது. அந்தக் கர்வமும், தன்னுள் சிதைந்து ஒடுங்கிவிடும் ஹீனமும் எதிர்மறைப் பண்புகளாவன. இரண்டும் ஒரு வசத்தில் சேர்ந்துவிட்டாலும், அவற்றின் முரண் ஏதோவொரு தருணத்தில் அவைகளுக்குள் உடைவைச் செய்தேதீருமென்ற நிச்சயம் தெரிந்தது.

1964ஆம் ஆண்டு சின்னத்தம்பி அருளானந்தத்துக்கும், லாசரஸ் அருமைநாயகம் ருக்மணிதேவிக்கும் காதல் கல்யாணம் நடந்தது. இதைக் கிராமியமாக்கினால், அருளானந்தமும் ருக்மணிதேவியும் ஓடிப்போய்க் கலியாணம் செய்துகொண்டார்கள் என்றாகும். அவளுடைய தந்தை லாசரஸ் ராசரத்தினம் அருமைநாயகத்துக்கு அவள்மேல் இருந்த அபிமானம் அவர்களைத் தேடிப்பிடித்து மூன்று மாதங்களுக்குள்ளாகவே வீட்டுக்கு அழைத்து வந்துவிட்டது.

சிறந்த மெக்கானிக்காக இருந்தார் அருளானந்தம். கார், லொறி, மோட்டார் சைக்கிள், ட்றாக்ரர் என எந்த வாகனத்திலும் தன் திறமையைக் காட்டக்கூடியவராக இருந்தாலும், அவரது விசேஷ திறமை லொறி மெக்கானிஸத்திலேயே இருந்தது. பொழுது எழ வெளிக்கிட்டுச் சென்றாரென்றால், நள்ளிரவு அல்லது மறுநாள் மாலைதான் அவர் வீடு திரும்புகை இருந்தது. ஆனாலும் குறைவாகவே ஊதியம் கொண்டுவந்தார் வீட்டுக்கு.

பிள்ளையொன்று பிறந்தது. பெண் குழந்தை. யோகலட்சுமியென்று தன் பாட்டியின் பெயரை வைக்க அருளானந்தம் எண்ணியிருக்கையில், அதற்கு ரதிதேவி என்று பெயர்வைக்கவேண்டுமென அடம்பிடித்தாள் ருக்மணிதேவி.

இரண்டாவது பிள்ளையும் பெண்ணாகப் பிறந்தது. தகப்பன் அன்னலட்சுமியென்று கூற, இல்லை, மாலினிதேவி என்றாள் தாய். மூன்றாவதும் பெண்ணாய்ப் பிறக்க, என்ன பேர் வைக்கப்போறாயென அருளானந்தம் ருக்மணியைக் கேட்டார். அவள் வசந்திதேவியென்றாள். நான்காவது ஆணாய்ப் பிறந்தபோதும் அருளானந்தம் எதுவும் சொல்லவுமில்லை, கேட்கவுமில்லை. ஏதோ விரிசல் அந்த இரண்டுபேருக்குமிடையில் உருக்கொண்டுவிட்டதென்பது லேசாகத் தெரிந்தது.

அருளானந்தத்தின் நடவடிக்கைகள் இன்னும் சீர்குலைந்தன. அவரும் நோயாளிபோல ஆகிக்கொண்டிருந்தார். நிறையக் குடிப்பார்போலவும் தோன்றியது. யாழ்ப்பாணத்து கராஜ் வேலையை விட்டுவிட்டு பருத்தித்துறையிலேயே சின்ன கராஜில் வேலைக்குச் சேர்ந்தார். ருக்மணிதேவி ஒன்றும் சொல்ல வில்லை. போதுமான சம்பாத்தியமில்லாமல் அவ்வளவு நேரத்தையும் வீணாய்க் கழித்துவிட்டு வருபவரோடு உண்மையில் அவள் மாறுகொண்டிருக்கவேண்டும். ஆனால் அவள் பொருட் படுத்தவில்லை. ஒன்றுமே வேண்டாம் என்றதைப்போல் பேசாமலிருந்தாள். அந்தளவில் அவளுக்குக் கடைசிப் பெண்ணோடு ஆறு பிள்ளைகள் பிறந்திருந்தன.

மனைவி இறந்து வெகுகாலமாகத் தனியாகவே வாழ்ந்து கொண்டிருந்த லாசரஸ் அருமைநாயகத்தின் மரணம் சடுதியில் நேர்ந்தது. அன்று மாலை ருக்மணி வீடுவந்து அவளிடம், ‘தேத்தண்ணியொண்டு போடு, மகள்!’ எனச் சொல்லிவிட்டு கடைசிப் பேரக் குழந்தையோடு அமர்ந்து விளையாடினார். பின் ருக்மணி தேநீர் கொண்டுவர ‘உன்னை நினைச்சுத்தான் எனக்கு எப்பவும் கவலை. நீயே தேடின வாழ்க்கையெண்டாலும் உன்ர துக்கங்களப் பாக்க என்னால ஏலாமல் கிடக்கு. நீ நினைச்ச வாழ்க்கை உனக்கு அமையேல்ல’ என்றார். ‘ஏன் பப்பா, நான் நல்லாய்த்தான இருக்கிறன்?’ என்றாள் ருக்மணி. ஒரு சோகச் சிரிப்பைச் சிந்தினார். என்ன அறிந்திருந்தாரோ? அதற்குமேல் ஒன்றும் சொல்லாமல் அப்படியே போய்விட்டார். அப்போது அங்கே நின்றிருந்த வசந்திதேவி எல்லாம் கண்டுகொண்டிருந்தாள். மறுநாள் காலையில் அவர் உயிரோடிருக்கவில்லை.

ஒரு வழிவழியான கிறித்துவக் குடும்பத்தின் சவஅடக்கம் பான்ட் வாத்தியம், குதிரைவண்டி ஊர்வலமென அப்பகுதியின் எந்த கிறித்துவக் குடும்பத்துச் சாவுவீட்டின் அடையாளமுமின்றி வெறுமனே பிரேதவானில் எடுத்துச்சென்று சவக்காலையில் அடக்கம்செய்து முடிந்தது. அது அந்தக் குடும்பத்துக்கு மாறாத அவமானமும் மனவருத்தமும் ஆயிற்று.

தந்தையின் மரணம் ருக்மணியை வெகுவாகப் பாதித்தது. அது அவரளித்த அவ்வப்போதான பொருளாதார உதவியில்லாது போனதால் மட்டுமாக இருக்கவில்லை. அவளின் தார்மீக ஆதாரமாக இருந்தவர் அவளது தந்தைதான். அதை அவள் எவ்வழியிலும் ஈடுசெய்துகொள்ள முடியாதிருந்தாள்.

ஒருநாள் நள்ளிரவில் கதவு தட்டுமொலி செவியில் விழுந்திருந்த வேளையிலும் கபாடமடைத்து அருளானந்தத்தின் பிரசன்னத்தை நிராகரித்தாள் ருக்மணிதேவி. அப்படியே போன அருளானந்தம் மறுபடி வீடு திரும்ப ஆறு மாதங்களாயிற்று.

'நான் நினைக்கிறன், வேதக்காற அம்மாவை சைவக்காற அப்பா விரும்பிக் கலியாணம் செய்தாலும், தன்ர குடும்பத்தை ஒரு சைவக் குடும்பமாய்க் கொண்டுவரத்தான் விருப்பப்பட்டிருப்பார்போல. அம்மாவுக்கு எங்களை வேதத்தில வளக்க விருப்பமாயிருந்திருக்கும். நான் நினைக்கிறன் . . . இதுதான் அவயுக்கிடையிலயிருந்த பிரச்சினையெண்டு. இதால வெளிவெளியாய் இல்லாட்டியும் மனத்துக்குள்ளால அவை எந்தநேரமும் சண்டைபிடிச்சுக்கொண்டுதான் இருந்திருப்பினம்போல. நான் நினைக்கிறன் . . .' என வசந்திதேவி சொல்லிக் கொண்டே இருந்தாள்.

ஒருபோது சொல்லியிருந்தாள், 'ஒருநாள் அப்பா ஓடினார் . . . பிறகொருக்கா அம்மா ஓடினா . . . எங்க போச்சினம், எங்க தங்கிச்சினம், எப்பிடிச் சாப்பிட்டினமெண்டு ஒண்டும் எங்களுக்குத் தெரியாது. அப்பா போக அம்மா இருந்தா. அம்மா போக அப்பா வந்தார். இப்பிடி ஒராளோடயோ . . . சிலநேரம் ஆருமே இல்லாமலுமோதான் நாங்கள் ஆறுபேரும் வளந்தம். மாலினியக்கா இல்லாட்டி எங்கட கதி அதோ கதியாய்த்தான் போயிருக்கும். தம்பியாலயும் பிரயோசனமிருக்கேல்லை. அக்கா . . . நான் ரதியக்காவைச் சொல்லுறன், அவவாலயும் ஒரு பிரயோசனமில்லை.'

அம்மப்பா விலகிச் சென்றது அம்மம்மாவின் உதாசீனத்திலும், அவளது வேதசமய ஈடுபாட்டிலுமாய் இருக்கமுடியுமென்று சுலபமாகப் புரிந்தது. ஆனால் அம்மம்மாவே ஏன் ஓடினாள் என்பது தர்மினிக்கு விளங்கவில்லை.

அப்போதுதான் தர்மினி எதையோ நினைத்துக்கொண்டு, 'ஏன், சின்னம்மா, அம்மம்மா அந்த வெளியெல்லாம் ராராவாய் அலையுமென்டு நந்தினி சின்னம்மா சொன்னா. அது ஏனென்டு உங்களுக்குத் தெரியுமா?' என்று.

'ஆர் சொன்னது உந்த விசர்க் கதை? அவ வெளியளில திரிஞ்சது எதோ மருந்துச் செடி கொடியள் புடுங்கத்தான். ஊமத்தை, அன்னாரியெண்டு சில செடிகொடியள வீட்டையும் கொண்டுவந்திருக்கிறா. அன்னாரியை மாவோட சேத்து புட்டாய் அவிச்சு தனிய இருந்து தின்னுவா. எங்களுக்கு அப்பெல்லாம் புறிம்பா அரிசிமாப் புட்டு அவிச்சுத் தருவா.'

'எதுக்கு அம்மம்மா அதெல்லாம் திம்பா . . ?'

'கேக்கேல்ல. கேக்க நினைப்பு வாற நேரத்தில அம்மாவும் வீட்டில இருக்கிறேல்ல.'

'அம்மம்மாக்கு வருத்தம் எதுகும் இருந்திருக்குமா, ஆன்ரி?'

வசந்திதேவி தெரியாதென்று கூறினாள்.

ஒரு கதையின் கட்டமைப்பும், அது குறித்த ஒரு கேள்வி யுமாய் தர்மினி பயணத்தில் இருந்தாள். அந்த ஒதுக்கத்தை, தன் சிறியதாயார் வீடு போய்வந்தது முதல் தன்னோடு பேசவும் மனவற்றவளாய் அவள் இருப்பதாக நினைத்து, அன்னலட்சுமி சாம்பியபடி பயணித்துக்கொண்டிருந்தாள். வீடு வந்து நெடுநேரத்தின் பின் அன்னலட்சுமியின் முகவாட்டம் தெரிந்திருப்பினும், காரணம் தெரியவில்லை தர்மினிக்கு. பின் அவளே "ஆன்ரி, ஏன் ஒருமாதிரி இருக்கிறிங்கள்?" என்று கேட்டதற்கு, பயணம் தனக்கு ஒத்துவராது, வாந்தி வாந்தியாய் வந்துகொண்டிருக்குமென்று ஒரு காரணத்தைச் சொல்லிச் சமாளித்தாள் அன்னலட்சுமி.

பின்வந்த நாட்களில் தனியாகவே கொம்யூனிகேஷன் சென்று அடிக்கடி யாருடனோ பேசிவிட்டுவந்தாள் தர்மினி. அவள் பேச அப்பா, அம்மாவென்று இருக்கிறார்கள்தான். ஆனால் முன்புபோல் அன்னலட்சுமியை கூடவரச்சொல்லி இப்போதெல்லாம் அவள் கேட்பதில்லை. இடத்தைத் தெரிந்துகொண்டதால் அவ்வாறு அவள் நடந்துகொண்டிருக்கலாம். அங்கங்கே காவலரண்களும், ராணுவ ஜீப்களின் போக்குவரத்துக்களும் தர்மினியின் பாதுகாப்பை அச்சப்படுத்திக்கொண்டிருந்தவகையில் அவளால் அதை அங்கீகரிக்க முடியாமலிருந்தது.

ஒருமுறை அவள் ரெலிபோன் செய்துவிட்டு வர, "அடுத்தமுறை போகேக்கை என்னிட்டயும் சொல்லும், தர்மினி. நானும் வாறன். அண்ணைக்கு ஒருக்கா எடுக்கவேணும். இஞ்ச நடக்கிறதுகளை இப்பவே நான் அவரிட்டச் சொல்லியிடுறது நல்லம். பிறகு என்னில ஒரு பழி வரக்குடாதெல்லே?" என்றாள் அன்னலட்சுமி.

தர்மினிக்கு அப்போதுதான் தெரிந்தது, அவளிடமிருந்தது மினிவேன் பயணக் களைப்பல்ல, வேறேதோவென்பது. அவளும் சமாளித்தாள். "நீங்கள் வருத்தப்படாதயுங்கோ, ஆன்ரி, எனக்குப் பயமில்லய். எனக்கு போன் பண்ணப் பாற இடம் நல்லாத் தெரியும். அம்மம்மாவைப்பத்தி யோசிக்கிறதால சொல்ல மறந்து போகுது. நீங்களும் இனி வாருங்கோ, நான் போன் பண்ண போறநேரத்தில.'

அன்னலட்சுமி சாந்திப்பட்டதாகத் தெரிந்தது. அதன் பின்னர்தான், தர்மினி அவளது அம்மம்மாவைப்பற்றி அறிவதாயிருந்தால், அம்மம்மாவோடு பள்ளியில் படித்த ஒருத்தியைத் தனக்குத் தெரியுமென்றும், அவளோடு பேசினால் சிலவேளை தேவையான தகவல்கள் கிடைக்கலாமென்றும் தனக்குதித்த யோசனையைத் தெரிவித்தாள் அன்னலட்சுமி.

மறுநாள் அன்னலட்சுமியும் தர்மினியும் அல்வாய் சென்றனர். வெளிநாட்டிலிருந்து வந்தவள் என்பதாலேயே உடல் இயலாதிருந்த நிலையிலும் தர்மினியின் கேள்விகளுக்குச் சரஸ்வதி பதில் சொல்ல முன்வந்தாள்.

"அம்மம்மாவோட கூடப் படிச்சிங்களா, பாட்டி?"

"கூட எண்டு சொல்லேலாதணை, ஒரு வகுப்பு கீழ படிச்சன். எண்டாலும் ருக்குமணியை எனக்கு நல்லாய்த் தெரியும். அவவின்ர வீடும் எங்கட வீட்டுக்கு கிட்டத்தான் இருந்துது. ஒண்டாய் மாங்கொட்டை கெந்தி, கொக்கான் வெட்டியெல்லாம் விளையாடியிருக்கிறம்." சொல்லிவிட்டு இளமையின் ஞாபகமீட்சியில் வெற்றிலைக் காவியேறிய பற்கள் தெரியச் சிரித்தாள். இரண்டு தலைமுறைகளின் கால இடைவெளியை அந்தச் சிரிப்பில் எவ்வளவு அநாயாசமாய் அவள் கடந்தாள் என்பது கண்ட அதிசயத்தோடு, "இங்க பக்கத்திலதான் அம்மம்மா வீடு இருந்துதா?" என்றாள். "ம் . . . அடுத்த ஒழுங்கையில. பிறகு என்னத்துக்காண்டியோ வித்திட்டு போயிட்டினம். இப்ப இருக்கிறது வேற ஆரோ சனங்கள்."

தர்மினியிடமிருந்து கேள்விகள் கிளர்ந்துகொண்டிருந்தன. சரஸ்வதி ஆச்சியிடமிருந்து பதில்கள். கேள்விகளை எடுத்துவிட்டுப் பார்க்க அங்கேயொரு கதை தோன்றியிருந்தது. ருக்மணிதேவியின் இளவயதுக் கதை.

பிரார்த்தனை செய்துவிட்டு இரவுச் சாப்பாடு சாப்பிடு கிறதும், ஞாயிறு தவறாமல் சேர்ச்சுக்குச் செல்வதுமாக தேவ நம்பிக்கையுள்ள கிறித்துவக் குடும்பமாகவே இருந்தது லாசரஸ்

அருமைநாயகத்தின் குடும்பம். ருக்மணிதேவியின் சிறுவயதுக் காலம் மிகச் செழிப்பானது. ரயில்வேயில் வேலைசெய்தார் தந்தை. தந்தைக்கு மிகவும் பிரியமானவள் அவள். செல்லப்பெண்ணாகவே வளர்ந்தாள்.

அவர்கள் வீட்டுக்குச் சற்றுத் தொலைவிலுள்ள தேவாலயத்துக்கும் வயல்வெளிக்குமிடையே கிடந்தது பெரும் பறுகுக்காடு. அதனோரத்தில் ஒரு மூங்கில் காடு இருந்தது. பறுகுக்காட்டுக்குள் கிடந்த புற்றுகளில் பாம்புகள் இருந்தன. தொடையளவு பாம்புகள் அப்புற்றுகளில் இருப்பதாகக் கிளம்பிய கதையில் கிராமத்திலுள்ளவர்கள் அந்தப் பக்கமே போகாமல் ஒதுங்கிவிட்டனர். பாம்புகளின் இச்சாவாரியான படர்வு இதனால் இன்னும் அந்தப் பகுதியில் அதிகமாகியது. ஒருநாள் மூங்கில் புதருக்குள் கொக்கைக்கு தடிவெட்டச் சென்ற ஓராளின் பாம்புக் கடி மரணம் அங்கே நிகழ்ந்தது. ஏறக்குறைய ஒரு வருஷமாக அந்த மரணத்தின் அவலம் ஊரிலே பேசப்பட்டுக்கொண்டிருந்தது. பாம்பு புற்றுக்குள்ளிருந்து சீறிவரக் கண்டவன், அலறிக்கொண்டு ஓட்டமெடுத்தான். வளைந்து வளைந்து ஓடினான். ஆனாலும் துரத்திச்சென்ற பாம்பு வயல்கரையில் வைத்து அவனைக் கொத்தியேவிட்டது. அத்தோடு ஜனப் புழக்கம் முற்றாக நின்று போக, மேலும் மேலுமாய்ப் பெருகின பாம்புகள். அவற்றின் சீற்றமும், புணர்ச்சியும் மூங்கிலிலைப் படுகையில் எந்நேரமும் வெகுத்திருந்தன.

ரும்மணிதேவி ஏழாவதும், சரஸ்வதி ஆறாவதும் படித்துக் கொண்டிருந்த காலத்திலே தமிழ்நாட்டிலிருந்து ஜெமினி சர்க்கஸ் யாழ்ப்பாணம் வந்தது. யாழ்ப்பாணமெங்குமே விழாக் காலமாயிற்று. சைக்கிள் வளையத்தை இடுப்பில் வைத்துச் சுழற்றுவதும், மணலில் கையூன்றியும் கையூன்றாமலும் குத்துக் கரணம் அடிப்பதும் சிறுபிள்ளைகளின் விளையாட்டுகள் ஆகிக் கொண்டிருந்தன. இவ்வாறாக அவர்களின் பாரம்பரியமான விளையாட்டுகளில் பெரிய மாற்றத்தை விளைவித்தது ஜெமினி சர்க்கஸ். பெருநகரத்திலேற்பட்ட அந்த மகிழ்ச்சிக் களேபர காலத்தில், சிறுநகர் கரவெட்டியில் காத்தான் கூத்து போட்டார்கள்.

கூத்து பார்ப்பதற்குச் சென்ற சரஸ்வதியின் குடும்பத்தோடு ருக்மணியும் சென்றிருந்தாள். பள்ளிப் புத்தகங்களின் ஓரிரு படங்களில்மட்டும் அரசியைக் கண்டிருந்தவள், கூத்தில் வந்த ஆரியப்பூமாலையின் அசைவுகளைக் கண்டு பரவசமாகிப் போனாள். அந்த வட்டக் கண்களில் அதுவரை இல்லாத ஒரு ஒளி மின்னிக்கொண்டிருந்ததை சரஸ்வதி கண்டாள். ஆரியப்பூமாலை

வரும்போதெல்லாம் சரஸ்வதியின் தந்தை, 'இஞ்சே சண்முகம் வாறான் . . . சண்முகம் வாறான்' என்று சொன்னதை ருக்மணி கேட்டாள். ஆனால் யோசிக்கவில்லை. அவள் ஆரியப்பூமாலையை ஒரு பெண்ணாய், ஒரு அரசிளங்குமரியாய் ஏற்றுக்கொண்ட பின் யோசிக்கப் பிற இல்லை. ஆரியப்பூமாலையின் ஒயிலான நடையின்போது நிலத்தில் அமர்ந்திருந்த ருக்மணியின் உடல் நளினமாக ஒத்திசைவு காட்டியது. சாமம் கடந்த பொழுதில் அவள் தூங்கிப்போயினாள் என்றாலும், பார்த்தளவில் நெஞ்சில் பதிந்திருந்த ஆரியப்பூமாலையின் அந்த எடுப்பு அகலவேயில்லை. அகன்ற நெற்றியும், நீள விழிகளும், கட்டுமீறிய அலைக் கூந்தலும் கொண்ட ருக்மணியின் அங்கங்களில் மிக்க நளினத்தை உறையச் செய்த துவக்கப் புள்ளியாகிவிட்டது கூத்து நடந்த அந்தநாள்.

அடுத்த திங்கட்கிழமை மாலையில் பள்ளியிலிருந்து வீடு திரும்பிய ருக்மணி, சரஸ்வதியைக் கூட்டிக்கொண்டு மூங்கில் காடு போனாள். கிராமமே ஒதுக்கிவைத்திருந்த மூங்கில் காட்டுக்குப் போக சரஸ்வதி ஒருப்படவேயில்லை. ஆனால், காட்டில் பாம்புகள் இரவில்தான் நடமாடும், அப்போதுதான் பகலாயிற்றே, அவை புற்றுக்குள் ஒழித்திருக்குமென்று அவளைச் சமாதானப்படுத்தி கூட்டிக்கொண்டு போயிருந்தாள். பாம்புப் பயம் இன்னும் முற்றாக நீங்காதிருந்த சரஸ்வதி நாலடிகள் பின்தங்கியே நடக்க, அரண்மனையில் ராணி நடப்பதுபோல் நிமிர்த்திய முகத்துடன் மூங்கில் புதருக்குள் சென்று மூங்கில் பட்டைகள் எடுத்தாள். அவளின் நடையொலியோ, தேகவாசமோ தெரிந்தனபோல் பாம்புகள் சர்சர்ரென புற்றுகள் நோக்கி கிளம்பிப் பறந்தன.

பொறுக்கி வந்த பட்டைகளுள் ஒன்றைத் தெரிந்தெடுத்து, 'சரசு எனக்கு முடிசெய்து தாரு'மென்று ருக்மணி கொடுக்க, சரஸ்வதியும் கண்ணாடிச் சருகைகள் ஒட்டி, கயிற்றில் கட்டிய மணிமுடியை ஆரியமாலாவின் தலையில் சூடினாள். நீளப் பாவாடையும், தலையில் கிரீடமுமாக ருக்மணி நடந்த நடையில் புளகித்துப்போனாள் சரஸ்வதி. சரஸ்வதியைத் தோழியாகக்கொண்டு தான் இளவரசியாய் ருக்மணி ராஜசபை வந்தாள். மீண்டு நந்தவனத்தில் உலாவினாள். ருக்மணி தன் உடலின் கலாபூர்வமான அசைவுகளை அவ்வண்ணமே பயில்வு செய்தாள்.

ஊரில் நடந்த காத்தான் கூத்தினை எல்லோரும்தான் பார்த்தார்கள். சிறுவர்களும் பார்த்தார்கள். ஆனால் ஒரு இளவரசன் அவர்களுள் தோன்றவில்லை. குறைந்த தொகையில் பார்த்த சிறுமிகளிலிருந்து ஒரு ராஜகுமாரி தோன்றியிருந்தாள்.

பள்ளி வழியில் அவள் கையைக் காற்றிலே அநாயாசமாக வீசி நடக்க ஆரம்பித்தாள். அடிகளை நளினமாக எடுத்துவைத்தாள். எதையும் நிராகரிக்கையில்கூட ஆரியப்பூமாலைபோலவே வலது புறங்கையால் வீசி அவற்றைத் தன் இயல்பின் பாணி ஆக்கினாள். அவளின் கலை முழுமையில் கண்களிலும் ஒரு செருக்கு வந்து படிந்தது. எவரையும் ஒரு இளக்காரமாய்ப் பார்ப்பதாகப் பிறரெண்ண ஆரம்பித்த காலமும் அதுதான். அந்தப் பாவனை அவள் வளர்ந்த பின்னாலும் தொடர்ந்து உடன்பிறந்ததாய்ப் பின்னமறுந்தது.

அத்தகையவளும் ஒருபோது காதல்வலையில் விழவே செய்தாள். ஆள் பார்ப்பதற்குச் சுருண்ட கேசத்துடனும், நெடிய உருவத்துடனும் அழகாய் இருந்தான். கொழுப்பு அப்பிய உடுப்போடு அவன் அநாயாசமாக மோட்டார்ச் சைக்கிள் ஓட்டினான். அந்த லாவகம் பலபேரை மருட்டியது. ருக்மணி அவன்மேல் காதலாகிப்போனாள். அந்த அழகை அவன் விரும்பாமல் இருந்தால்தான் அதிசயம். அவசியங்களில் அல்வாயிலுள்ள ஒரு உறவினர் வீட்டுக்கு வந்துபோனவன், அவசியங்களில்லாத பொழுதுகளிலும் வந்துபோக ஆரம்பித்தான்.

ஆள் தொழில் செய்பவனாக, பலசாலியாக இருந்தாலும், அவள் அழைத்த இடத்துக்கு மம்மர்ப்பொழுதுகளில் வர அச்சப்படுபவனாகவும் இருந்தான்.

பின்னொழுங்கை மாவிலங்கை மரத்தடியில் அருளானந்தத் தோடு அவள் பேசிக்கொண்டு நிற்கக் காவலிருந்தது சரஸ்வதி தான். அப்போது சரஸ்வதி எட்டாம் வகுப்பும், தொடர்ந்து படிப்பதற்காக வேறு பள்ளி சென்று ருக்மணி ஜி.சி.இ.யும் படித்துக்கொண்டிருந்தனர். என்றாலும் சரஸ்வதிக்கும் ருக்மணிக்கமிடையிலான நட்பு தொடர்ந்துகொண்டே இருந்தது. அது அவளுடைய புதிய சிநேகிதி சரோஜாவைவிட அதிகமாகவும் இருந்தது.

அவனுக்கான துணிவையும் அவளே கொண்டிருந்தது போலத்தான் எல்லாம் ஒருநாள் நடந்தன. தனது இறுதிப் பரீட்சை முடிந்து பள்ளிக்கூடம் செல்லாதிருக்கிற நிலையில் அருளானந்தத்தைப் பார்க்காமலிருப்பது தனக்கு முடியாதென்று சொல்லி, ஆனி மாதத்தில் மாதாகோயில் கூடு சுத்தும் திருவிழாவுக்கு அவனையும் வரச்சொல்லியிருந்தாள் ருக்மணி. ஒதுக்கான இடத்தில் இருவரும் பேசிக்கொண்டிருந்தபோது யாரோ அவர்களைக் கண்டுவிடுகிறார்கள். உடனே அவனை யும் இழுத்துக்கொண்டு மூங்கில் புதர்வழியே ஓடி வயல்வெளியை

யடைந்து, பின்னால் கல்ரோடு ஏறி அவனது நண்பன் ஒருவனின் ஊரில் இரவோடிரவாய்த் தஞ்சம் அடைந்தாள் ருக்மணி.

அவள் திரும்பி வந்தாள் தன் வீட்டுக்கு. தந்தையேதான் தேடி அழைத்துவந்தார்.

தர்மினியும் அன்னலட்சுமியும் நன்றி சொல்லிக்கொண்டு புறப்படுகிறவேளையில் சரஸ்வதி சொன்னாள், "ருக்குமணியைப் பற்றி இன்னும் தெரியவேணுமெண்டா அதுக்கொரு சரியான ஆளிருக்கணை. சரோஜாவெண்டு அவவின்ர புதுச் சிநேகியைப்பற்றிச் சொன்னனெல்லோ, இப்ப அவ உயிரோட இல்லை, வடமராட்சி யுத்தத்திலதான் போனா, வீட்டில அவவின்ர தாய்க்காறி இன்னும் நல்ல சுகதேகியாய் இருக்கிறா. மனுஷிக்குக் கண் சரியாத் தெரியாதணை. எண்டாலும் இன்னும் அறளைபேந்து போகேல்லை. மனிசிக்கு ஞாபகசக்தி நல்லாயிருக்கு. அவவைக் கண்டிரெண்டா ருக்குமணியைப்பற்றி இன்னும் வேறவேற கதையளும் சொல்லுவா. எனக்கு கலியாணம் முடிஞ்சாப்பிறகு ருக்குமணிக்கு அவையோடதான் நல்ல ஒட்டிருந்தது."

முகவரி கேட்டாள் தர்மினி. முகவரி தெரியாதென்று, அவர்கள் செல்லவேண்டிய இடத்தையும், குறிப்பிடவேண்டிய அடைப்பெயரையும் அன்னலட்சுமிக்குத் தெரிவித்து அனுப்பினாள் சரஸ்வதி.

4

மறுநாள் காலையில் மானிப்பாய் புறப்படலாமென்று தீர்மானித்துக்கொண்டு இருவரும் படுக்கச் சென்றிருந்த அன்றைய இரவில், அன்னலட்சுமிக்குத் திடீரென்று ஒரு கனவோடு விழிப்பு வந்தது.

அவள் படுக்கும்வரை மிகஅவதானமாக அசைவற்றுக் காத்திருந்த பாம்பு ஒன்று வேலிக்குள்ளால் நுழைந்து முற்றத்துக்கு வருகிறது. மெல்லத் தலையை நிமிர்த்தித் தான் செல்லவேண்டிய திசையில் நடமாட்டங்களை நோட்டமிடுகிறது. இனி விறாந்தையில் ஏறலாமென முடிவுகொண்டதுபோல் மெல்ல அரைந்து படிகளில் ஏறுகிறது. அது இரவுபோல் இருக்கிறது. ஆனால் பாம்பைத் துல்லியமாக அவள் காண்கிறாள். அதன் தோலின் பளபளப்பு கண் கூசுமளவுக்காய் இருக்கிறது. இந்தளவு பளபளப்பில் எந்த எலியும் தவளையும்தான் அசைவறுத்திருந்து தன்னை மாயக்கொடுக்குமென ஒரு யோசனையும் ஓடுகிறது அவளிடத்தில். அதன் தீட்சண்யமான கண்களையும் அவள் காண்கிறாள். அவளில் ஒரு மெல்லிய பயம் துடித்தெழுகிறது. பாம்பு ஊர்ந்து போய்க்கொண்டே இருக்கிறது. அதன் பளபளத்த மேனியின் முடிவுறா நீளம் தொடர்ந்துகொண்டே இருக்க, தர்மினியின் ஞாபகம் வருகிறது அவளுக்கு. 'ஐயோ! என்ர பிள்ளை அந்த அறைக்குள்ள படுத்திருக்கு!' என்று திடுக்கிட்டு அலறுகிறாள். அந்த அலறலோடுதான் அன்னலட்சுமிக்கு விழிப்பு வந்திருந்தது.

கனவுதானென்று தெரிந்தது. அந்தமாதிரிக் கனவு அன்றைக்கு சரஸ்வதி சொன்ன பாம்புக்

கதையிலிருந்து விளைந்திருக்கமுடியுமென்று எண்ணினாலும் மனம் அமைதியடைய மறுத்தது. அவள் எழுந்து வெளியே வந்தாள். மாமரத்து இலைகள் சரசரத்தன. தென்னை தன் ஓலைகளை இசையாய் அசைத்திருந்தது. பனையின் காவோலைகள் வல்லிசை எழுப்பின. நிலவில்லா இரவு என்றாலும் வானம் வெளிர்ப்பில் இருந்தது. அந்த வெளிர்ப்பு விறாந்தையிலும் கூடத்துள்ளும் விசிறியிருந்தது.

தர்மினியின் அறைக்கு எதிரே வந்தாள். உள்ளே இன்னும் லைற் எரிந்துகொண்டிருந்தது. அசைவுச் சத்தங்களும் எழுந்தன. இன்னும் அவள் உறங்கவில்லையென்பதைத் தெரிந்து, திரும்பி தன்னறைக்கு வந்தாள்.

நேரம் ஒன்றெனச் சின்ன மணிக்கூடு காட்டியது.

தர்மினி தனியே படுக்கவேண்டியதில்லை, தானும் கூடப் படுப்பதாக அவள் வந்த புதிதில் அன்னலட்சுமி சொன்னதற்கு, வேண்டாம், தனக்கு தனியே படுத்துத்தான் பழக்கம் என்று விட்டாள் அவள். பின்னர் ஒருபோது, 'கதவுக்கு உள்ள திறாங்கு போடாமலாவது விடுமன்!' என்றதற்கும் தனக்கு அது அந்தரமாயிருக்குமென்று மறுத்துவிட்டாள். அவளின் தனிமை, உறுதிப்படுத்தப்பட்ட கோட்டையாகவே இருந்துவருவதை எண்ணிக்கொண்டு அன்னலட்சுமி படுத்தாள்.

அடுக்கடுக்காய் மேசையில் கலைந்திருந்த தாள்கள் அவள் அறியும் விபரங்களை எழுதிவைத்துக்கொண்டிருப்பதை அன்னலட்சுமிக்குத் தெரிவித்தன. அறையைப் பெருக்கச் செல்லும் சமயங்களில் பார்வை தாள்களில் எதேச்சையாய் விழும்போது எழுத்துகள் தமிழாயுமோ ஆங்கிலமாயுமோ இல்லாமல் வேறொரு மொழியில் இருப்பது கண்டு, அதுதான் தர்மினி அடிக்கடி சொல்லும் நோர்ஜ் மொழியென்று அவள் ஊகித்திருந்தாள். கணக்குப் போட்டதுபோல் முக்கோணங்களிலும் அறுகோணங்களிலும் படங்கள் எழுத்துக்களுடன் இருந்தன. அவள் தீர்க்கமான எண்ணத்தோடும் தேடலின் ஒழுங்கமைவு விதிகளோடும்தான் வந்திருக்கிறாளென்பதை அவையெல்லாம் அன்னலட்சுமிக்கு உறுதியாய்த் தெரிவித்தன.

இறந்ததோ இருப்பதோ தெரியாமல் ஓர் உயிர் காணாமல் போய்விடுவதென்பதன் துக்கத்தை அன்னலட்சுமியால் உணரமுடியும். அப்போதெல்லாம் காணாமல்போனோரென்ற ஒரு வகையினமே மரணித்தோர், சிறையிலிருப்போர்போல் ஆகியிருந்ததை அவள் நினைவுகூர்ந்தாள். இன்னும்தான் கொழும்பில் தாய்களும் சகோதரிகளும் மனைவிகளும் பாட்டிகளும்

கந்தில் பாவை 91

தங்கள்தங்கள் மகன்களுக்காகவும் அண்ணன்களுக்காகவும் கணவன்களுக்காகவும் பேரர்களுக்காகவும் பெண் உறவுகளுக் காகவும் தகவல்வேண்டி மௌனப் பேரணிகள் நடத்துவதை அவள் வானொலியிலும் சிலபோது செய்தித் தாள்களிலுமாய் அறிகிறாள். அதுபோன்ற ஒன்றுதான் தர்மினியின் தேடல் முயற்சி யென்பதைப் புரியுமாயிருந்தாலும், இடையில் விழுந்திருந்த காலத்தின் நீட்சி, தர்மினியின் அம்மம்மாவைப்பற்றி எவ்வளவு அறிதல் சாத்தியத்தைக் கொண்டதென்ற யோசனையை அவளில் எழுப்பிக்கொண்டேயிருந்தது.

1983க்குப் பின்னான காணாமல் போதல்கள் பொலிஸ், ராணுவ, துணைப்படை மற்றும் இயக்கங்களால் நிகழ, அதற்கு எவ்வளவோ காலத்துக்கு முன்னான காணாமல் போதல்கள் தன்னிச்சையானவையாய் இருந்தன. அதற்கும் முற்பட்டது ஆணுக்குச் சந்நியாசமாய் இருந்தது. பெண்ணும் தன் குடும்ப உறவறுத்து சந்நியாசினியானதும் நடந்ததுதான். ருக்மணிதேவியின் காணாமல்போதல் தன்னிஷ்டமானதாயினும், ஏன் அவ்வாறு நடந்தாள் என்பது பூடகத்துள்தான் இன்னுமிருந்தது. அதையே தேடி தர்மினி அலைந்துகொண்டிருந்தாள். தர்மினிக்கு அந்தப் பூடகம் திறந்து வழிவிடுமா? தர்மினி அந்தப் பூடகத்தையே அப்போது எழுதிக்கொண்டிருக்கவும் கூடும். மறுநாள் ‘செத்துப் பிழைச்சாள்’ ஆச்சிப்பிள்ளை சொல்லக்கூடிய தகவல் அதை விடுவிக்குமா? மட்டுமில்லை. அது தனியே தேடலாகவன்றி ருக்மணிதேவிபற்றிய தகவல் அறிவதாகவே இருப்பதாய் அன்னலட்சுமியிடத்தில் ஒரு குறையுண்டு. சகஜமான மனநிலையில் அவளிருக்கையில் அதுபற்றிக் கேட்கவேண்டுமென எண்ணிக்கொண்டாள். அந்த யோசனையோடேயே அன்னலட்சுமி தூங்கிப்போனாள்.

விடிந்து தர்மினி எழுந்துவந்து தேநீர் குடித்தவுடன் அன்னலட்சுமியின் கேள்வி பிறந்தது: “ஒரு விஷயம் கேப்பன், கோவிக்கமாட்டீரே, தர்மினி?”

“என்ன, ஆன்ரி, புதுசா கேக்கிறிங்கள்?”

“சும்மா யோசனையில வந்துது. உம்மட அம்மம்மாவைப்பற்றி இஞ்ச விசாரிச்சு என்ன ஆகப்போகுது? அவ கொழும்பிலதான காணாமல் போனவ?”

“அது நிச்சயமாய்த் தெரியாதெல்லே? அப்பிடி அவவை கொழும்பில போய்த் தேடினாலும் இப்ப அவவை உயிரோட காண ஏலுமெண்டு நான் நினைக்கேல்ல, ஆன்ரி. அது கனகாலம் ஆயிட்டுது. அவவுக்கு ஏன் அந்தமாதிரி வந்துது என்டதுதான்

எனக்கு இப்ப முக்கியமாய்த் தெரியவேணும். அதுதான் இஞ்ச இருக்கிற அவவைத் தெரிஞ்ச ஆக்களிட்ட நான் விசாரிக்கிறது."

அதுவே முழுப் பதிலில்லையென்பது அன்னலட்சுமிக்குத் தெரிந்தது. போதுமானதாய் இருந்ததில் அவள் மேற்கொண்டு எதுவும் கேட்கவில்லை. வெய்யிலுக்கு முன்னம் போய்வந்து விடுவதுமாதிரி நேரத்தோடு வெளிக்கிடலாமென்று சொல்லி முடித்துக்கொண்டாள்.

"நானும் ஒண்டு உங்களிட்ட கேக்கவேணும், ஆன்ரி."

"என்ன, கேளும்."

"உங்கட மகன் கந்தசாமி ஆமி சுட்டதில இல்லாமப்போனாப் பிறகு, அங்கிள் உங்கள பிரான்ஸுக்கு கூப்பிட்டார்தான? ஏன் போகாம விட்டிங்கள்? இப்ப அவரும் உயிரோட இல்லாத நேரத்தில நீங்கள் பிரான்ஸ் போயிருந்தா உங்களுக்கு எவ்வளவோ நல்லாருக்கும்."

"மறியல்லயிருந்து வெளிவந்தாப் பிறகு அந்தாள் சரியான பொம்பிளப்பொறுக்கி ஆயிட்டுதாம். வேசையள் வீட்டுப் பக்கமாய் பேந்தும் தூள் வித்துக்கொண்டு திரிஞ்சுதாம். அந்தாளோட போய் நான் வாழுறதெண்டா ஏலுமே? இன்னுமொண்டு. இந்த மண்ணில வாழ்ந்து பழகினவைக்கு வேற எந்த மண்ணில போனாலும் சரிப்பட்டு வராது, தர்மினி."

"பழகியிடும், ஆன்ரி."

"ம..! எண்டாலும் எனக்கு என்ன எழுதியிருந்துதோ, அதுதான நடக்கும்?" எவ்வளவோ இயல்பாகச் சொல்லியிருந்தாலும் துக்கத்தோடுதான் அவள் சொன்னாளென்பது தர்மினிக்குப் புரிந்தது. அந்தத் துக்கம் துக்கமாகத் தோன்றவில்லையென்பதுதான் அதிலிருந்த முக்கியமான அம்சம். துக்கத்தையே எப்போதும் உறுதல் விதியாகிப் போனவளுக்கு, ஒருபோது அந்தத் துக்கம் சுரத்தற்றுப் போகிறது. அந்தச் சலிப்பையே அப்போது தர்மினி அவளிடத்தில் கண்டிருந்தாள்.

ஒன்பது மணியளவில் மானிப்பாய்ச் சந்தியை அடைந்து சரஸ்வதி குறிப்பில் சொன்ன இடத்தை விசாரித்துச் சென்று 'செத்துப் பிழைச்சாள்' ஆச்சிப்பிள்ளையென்ற அந்த மூதாட்டி யின் வீட்டுக்கு முன்னால் ஓட்டோவைவிட்டு இறங்கினர். ஜனம் வற்றிய பிரதேசமாயிருந்தது அது. வீதியில் மனித நடமாட்டம் காணமுடியவில்லை. அன்னலட்சுமியும் தர்மினியும் பனைமட்டைப் படலையைத் திறந்துகொண்டு உள்ளே சென்றனர்.

ஓடு போட்டு, கற்கள் அடுக்கிச் சுவர்வைத்து, நிலத்துக்குச் சீமெந்து போட்டிருந்தும் மண்வீட்டின் தோற்றத்தையே கொண்டிருந்தது அந்த வீடு. விறாந்தையின் பாதிச் சுவர்மேல் கிடுகுத் தட்டி கட்டியிருந்தது. அந்த வீட்டுக்குப் பொருத்தமான உருவத்தோடு விறாந்தையிலிருந்து வெத்திலை இடித்துக் கொண்டிருந்தாள் ஒரு மூதாட்டி. யாரோ படலையைத் திறந்து உள்ளே வருவதைக் கேட்டவள், "ஆரது?" என்றாள் உஷார்ப் பட்டுக்கொள்ளாத தளர்ந்த தன் சன்னக் குரலில்.

"அது நாங்களாச்சி." படலையைச் சாத்திவிட்டு இருவரும் உள்ளே வந்தனர். "கரவெட்டியிலயிருந்து வாறம். நேற்று சரஸ்வதியைக் கண்டனாங்கள். அப்ப உங்கட பேச்சும் வந்துது. அதுதான் ஒருக்கா பாத்திட்டுப் போவமெண்டு வந்தம்" என்றாள் அன்னலட்சுமி.

"சரஸ்வதியைக் கண்டனீங்களோ? எங்க, அல்வாயிலயோ? வாருங்கோ, உப்பிடி இருங்கோ" என்றாள் ஆச்சிப்பிள்ளை.

குறைந்திருந்த பார்வைப் புலனுக்காக கூடுதலான ஒளிப்புலனையும் உணர்திறனையும் பெற்றவளாய்த் தோன்றினாள் அவள். அந்தளவு வயதான மூதாட்டியொருத்தியின் தனித்த வாழ்முறையும், சாவின் பயம்மீறி வாழும் பலமும் தன் வாழ்நாளில் கண்டிராத அதிசயமாய்த் தோன்றியது தர்மினிக்கு. மெல்லச் சரிந்து அன்னலட்சுமிக்குக் கூறி அதை வியந்தாள்.

"என்னத்தை பாத்ததில்லையோ?" கிழவியின் கேள்வியில் தர்மினி திடுக்கிட்டாள். அந்தளவு சிறிய முணுமுணுப்பையும் கிரகிக்கிறாளே கிழவி! அன்னலட்சுமி சமாளித்தாள். "இது தர்மினி, ஆச்சி. நோர்வேயிலயிருந்து வந்திருக்கிறா. உங்களப்போல இந்த வயசில அங்க ஆரும் தனியாய் இருக்கிறத இவ பாக்கேல்லையாம். அதுதான் சொன்னா."

"தனிய இருந்தா என்ன, கூட்டாயிருந்தா என்ன, வாற நேரத்திலதான் சா வரும். எல்லாரும் இதைச் சாபமெண்டுகினம். நினைப்பில வாழுறதும் நல்ல வாழ்க்கையாய்த்தான் இருக்கு எனக்கு. நூறுக்கு மேல ஆச்சாம். நானென்னத்தைக் கண்டன்? உண்மையாய்ச் சொல்லப்போனா, வரப்போறது எனக்கு ரண்டாம் சாவுதான், பிள்ளை. நான் ஒருக்கா செத்துப் பிழைச்சனானெல்லே? ஒருநாள் மூச்சுப்பேச்சில்லாம நான் கிடக்க, சனமெல்லாம் நான் செத்திட்டனெண்டு ஒப்பாரிவைச்சு, பெட்டியெடுத்து, பாடை கட்டி சுடலைக்குத் தூக்கிக்கொண்டு போக ஆயத்தமாயிட்டினமாம். சவப்பெட்டிக்க வைக்க தூக்கேக்க எனக்கு ஒரு விக்கலோட மூச்சு வந்துதாம். நான்

தேவகாந்தன்

சனத்தைக் கண்டு பயந்துபோய்க் கத்தியிட்டன். சனம் நான் எழும்பினதைக் கண்டு திகைச்சுப்போய்க் கத்தியிட்டுது. அது ஒரு கூத்து. ம் . . . அதுக்குப் பிறகுதான் செத்துப் பிழைச்சாள் ஆச்சிப்பிள்ளையெண்டு எல்லாரும் சொல்லத்துவங்கிச்சினம். சொல்லியிருப்பினமே அங்க? சாவு என்ன, என்ர கையிலயே இருக்கு? வந்தா போகவேண்டியதுதான? மாட்டனெண்டு நிண்டு சண்டைபிடிக்க ஏலுமே? அண்டைக்கு யமன் என்ர கழுத்தில மாறிப்போய் பாசக்கயித்தை வீசியிட்டான்போல. இனி மாறிப் போடமாட்டானெண்டு நினைக்கிறன்" என்று சிரித்தாள்.

அவளது அனுபவங்கள் அமைதியாய்ச் சேகரமாகியிருந்த விந்தையைக் கண்டுகொண்டிருந்தாள் தர்மினி. அவளனுபவத்துக்கு அவள் வாய் திறக்க அங்கு வெளியே இல்லை.

"இதெல்லாம் எங்கட கையிலயே இருக்கு?" என்றாள் அன்னலட்சுமி.

"சரியாய்ச் சொன்னிர், புள்ளை."

"அதுசரி ஆச்சி, முதல்ல அல்வாயிலயெல்லே இருந்தனீங்கள்? எப்ப இஞ்ச மானிப்பாய்க்கு வந்தது?"

"இதுதான் புள்ளை பொம்பிளயளின்ர தலையெழுத் தெண்டிறது. தெரியுமோ உமக்கு, நான் பிறந்தது கந்தர்மடத்தில. பன்ரண்டு பதின்மூண்டு வயதில எனக்கு சடங்கு முடிஞ்சுது. அந்தாள் அல்வாய் ஆள். அப்பிடியே அங்க வந்ததுதான். மூத்ததுதான் சரோஸா. கடைசியில ஒரு ஆம்பிளப்பிள்ளை."

"ரண்டுபேரும்தானோ?"

"ரண்டுதான் மிஞ்சினது."

"விளங்கேல்லை, ஆச்சி."

"அந்தாளும் வரியத்து கொண்டு தந்துகொண்டுதான் இருந்துது. சரோஸாவுக்குப் பின்னால பிறந்த மூண்டும் செத்துப் போச்சுதுகள். ஒண்டில் செத்துப் பிறந்துதுகள் . . . இல்லாட்டி பிறந்து செத்துதுகள். சாதி வெள்ளாளன் அந்த ஆள். ஆனா வெள்ளாமை தெரியாத வெள்ளாளன். ஏதோ பனையோலையெல்லாம் நறுக்கி எடுத்துக் கட்டிக்கொண்டு எழுத்தாணியோட திரிஞ்சிது. அவற்ர தேப்பனும் அப்பிடித்தானாம். பாட்டெழுதுற ஆக்கள். ஒண்டில் இவை பாட்டெழுதுவினம். இல்லாட்டி ஆருக்காண்டியும் சொல்லச்சொல்ல எழுதுவினம். சும்மா சொல்லக்குடாது, இந்தாள் நல்லாய்த்தான் எழுதிச்சுது. சிலவேளையில எனக்கும் படிச்சுக்காட்டும். நல்ல ராகமாயிருக்கும். எல்லாம்

சிருங்காரம்தான். சீதை வந்தாலும் அந்தாளுக்கு முகம் தெரியாது. முகத்துக்குக் கீழ இருக்கிற உறுப்புத்தான் தெரியும்.

"வெளிய போய்த் திரிஞ்சிட்டு ரண்டு மூண்டு நாளுக்குப் பிறகு வரேக்க வாழைக்குலையும், பொட்டளியில வரகும் தினையும் சாமையும் குரக்கனுமெண்டு தானியமாயும் கொண்டுதான் வந்துது. வீட்டில பஞ்சமெண்டு இருக்கேல்ல. ஆயிரம் பஞ்சம் வந்த நேரத்திலயும் நாங்கள் பட்டினி கிடக்கேல்ல. எண்டாலும் பிள்ளையள் பூஞ்சை பூஞ்சையாய்ப் பிறந்து செத்துக்கொண்டு இருந்திட்டுதுகள். சரோஸாவும் அஞ்சு வயசுவரை நோஞ்சான் பிள்ளையாய்த்தான் இருந்தா. பிறகு தெளிஞ்சு நல்லமாதிரி வந்திட்டா. ஆற்ர கண்பட்டுதோ, அம்பத்திநாலில வந்த கொள்ளையில அந்தாளும் போய்ச் சேந்திட்டுது. பிறகு பிள்ளையள் கூப்பிடுற இடமெல்லாம் இழுபடுறதாய்ப் போச்சு என்ர சீவியம். முதல்ல பெடியனோட கொஞ்சநாள் பண்டத்தரிப்பில இருந்தன். பிறகு சரோஸா கூப்பிட இஞ்ச வந்தன். அவவும் நேர காலத்தோட போய்ச் சேந்திட்டா. எங்களுக்கெண்டு நிலைச்ச இடம் எங்கயிருக்கு? உப்பிடியே அலைஞ்சலைஞ்சு காலமும் முடிஞ்சிட்டுது."

"அதுதான் மனிச வாழ்க்கையாய் இருக்கு. ம்! நான் இப்ப வந்த விசயமென்னெண்டா ஆச்சி, இவவின்ர அம்மம்மா சரஸ்வதியோட பள்ளிக்குடத்தில ஒண்டாய்ப் படிச்சவவாம். இப்ப உயிரோட இருக்கிறாவோ இல்லையோ ஆருக்கும் தெரியாது."

"இதென்ன புதினமாயிருக்கு! தேடக்கீடச் செய்யேல்லயோ?"

"தேடிச்சினம். ஒண்டும் பிரயோசனப்படேல்ல. அவவும் காணாமப் போய் இப்ப இருவத்தைஞ்சு வரியத்துக்கு மேல. உயிரோட இல்லையெண்டுதான் எல்லாரும் நினைச்சிருக்கினம். இந்தப் பிள்ளைக்குத்தான் அவவுக்கு என்ன நடந்ததெண்டு அறியிற கரிசனம் வந்து இப்ப இலங்கைக்கு வந்திருக்கிறா. சரஸ்வதியை நேற்றுப் பாத்ததும் இதுக்காண்டித்தான். அவதான் சொன்னா, உங்களக் கேட்டா எதாச்சும் கதை தெரியவருமெண்டு."

"சரஸ்வதியோட படிச்சதெண்டா எங்கட சரோஸாவோடயும் படிச்சிருக்கவேணுமே. ஆர் நீங்கள் பறையிற ஆள்?" கிழவி இடித்த பாக்கை கையிலே பொப்பெனக் கொட்டி வாயிலே போட்டுக் குதப்ப ஆரம்பித்தாள்.

"சரோஜாவோடயும் படிச்சவதானாம். பேர் ருக்மணிதேவி. ருக்குமணியெண்டா எல்லாருக்கும் தெரியும். அந்த றயில்வேயில வேலை செய்த ஆளின்ர மோள் ..."

“வேதக்காறரெல்லே?”

“ஓமாச்சி.”

“அந்தப் பொடிச்சியை எனக்கு நல்லாத் தெரியுமே. என்ன வடிவு, என்ன எடுப்பு! ஆனா என்ன பாபம் செய்து பிறந்துதோ, அதுபட்ட சீரழிவை ஒரு மனிச சாதி பட்டிராது.” பச்சாத்தாபத் தோடு பிரலாபித்தாள் ஆச்சிப்பிள்ளைக் கிழவி.

கிழவியின் கண்கள் கலங்கி இருந்தன. ருக்மணி அவளுக்கு நன்கு ஞாபகமாகியிருந்தாள். நூறு வயதுக்கு மேலானாலும் நினைவு அவளுக்குத் தீட்சண்யம். அவளுக்கு ஆளை ஞாபகப்படுத்தச் சிரமமேற்படுமோவெனப் பயந்திருந்தவர்களுக்கு ருக்மணி சிரமமின்றி ஞாபகமாகியது மேலும் நம்பிக்கை அளித்தது. ருக்மணியின் நிலைகுறித்து அவள் எழுப்பிய பிரலாபம் அவளிடத்தில் செய்திகள் இருந்தன என்பதையும் தெளிவாக எடுத்துக் காட்டியது.

கிழவிக்கு நடுத்தர சரீரம். தலை இன்னும் பாதி வெளுக்காமலே இருந்தது. கன்னத் தசைகள் தளர்ந்து தொங்கின. ஊசியற்று விரிந்துகிடந்த சட்டைக்குள்ளால் சளித்த முலைகள் தொங்கிக் கிடந்தன. காதிலே தோடுகூட இல்லாதிருந்தாள். துளைக் காதுச் சோணைகள் தோளைத் தொடும்படி நீண்டிருந்தன. வெறுமை அவளில் மூளித்தன்மையை ஏற்படுத்தவேயில்லை. நீலநிறக் கைத்தறிச் சேலை அணிந்திருந்தாள். தாவணி சரிந்து பக்கப்பாட்டில் விழுந்து கிடந்திருந்தது. தாவணியின் சரிவு பிரக்ஞைவர அதை மேலே இழுத்துப் போட்டுவிட்டு வெற்றிலைச்சாறு வழிந்த வாயை வலது உள்ளங்கையால் அழுந்தித் துடைத்தபடி கிழவி கதைக்க ஆரம்பித்தாள்.

தர்மினிக்குத் தேவையானது மட்டுமில்லை, தேவையில்லாத தகவல்களும் அவளிடமிருந்து சுளுவாய் உதிர்ந்துகொண்டிருந்தன. பேச்சுத் தவனத்தில் இருந்திருப்பாள்போல. அவர்கள் அவளுக்கு ஒரு வரம் அன்றைக்கு. அவள் ஞாபகத்தை அடக்கிவைத்து அழித்துவிடும் மனிதியாகவல்ல, அதை மீட்டுமீட்டு நினைவின் யௌவனத்தைக் காப்பவளாய்த் தெரிந்தாள். பலபேர் அவ்வாறில்லை. அவர்கள் அந்திமத்தின் நினைவவலத்தில் கிடப்பவர்கள். ஆச்சிப்பிள்ளைக் கிழவி அவலத்தை மறந்து, பிராணாவஸ்தையையும்தான், உயிர்த்திருப்பை இயல்பில் நடத்திக்கொண்டிருந்தாள். அவள் வாழ்வு பூரணம் பெற்றதாய்ச் சொல்லமுடியும். இரக்கப்படக்கூட அவள் செய்கிறாள். வயோதிகத்தால் இன்னும் வறட்டப்படாத அவளின் சொத்து அது.

தர்மினி அவளின் பிரலாபத்துக்குக் காரணமான சம்பவத்தினை உசுப்பினாள்.

ஆச்சிப்பிள்ளைக் கிழவி ஞாபகத்தைப் புரட்டினாள்.

குடும்பத்தில் மூத்தவன் யேசுதாசன் போதகருக்கு படிக்கப்போவதாக எஸ்.எஸ்.சி. படிக்கும்போதே சொல்லிக் கொண்டிருந்தான். தாயற்ற பிள்ளையென்று இச்சைப்படி படிக்கவிட்டிருந்தார் தந்தை லாசரஸ் ராசரத்தினம் அருமை நாயகம். எல்லோருக்கும் பொறியியலும் மருத்துவமும் வர்த்தகமும் விருப்பத் துறைகளாக இருக்க, கணிதத்தில் மகா கெட்டிக்காரனான யேசுதாசன், போதகராக வரப்போவதாகச் சொன்னது எல்லாருக்கும் ஆச்சரியமாகவே இருந்தது.

எச்.எஸ்.சி. எடுக்கும்வரையும் அவ்வாறு சொல்லிக் கொண்டிருந்தவன் பின்னால் அதை எப்படி மறந்தானென்று யாருக்கும் தெரிந்திருக்கவில்லை. அவன் மறந்தபோதும் சிலுவையடையாளமிட்டும், ஆசீர்வாதமளிக்கும் பாவனை காட்டியும் அவனைச் சீண்டிக்கொண்டே எப்போதுமிருந்தாள் ருக்மணிதேவி. இயல்பில் சாந்தசொரூபியான யேசுதாசன் அந்தச் சீண்டுதலில் வெகுண்டெழுவான். சிரித்துக்கொண்டே ஓடி அவனது கோபத்திலிருந்து தப்பிவிடுவாள் அவள். அவனுக்குள்ளிருந்த தன் சொல்லுக்கு நேர்மையற்றுப்போனதன் வலி ருக்மணியின் சீண்டலால் புண்ணாகிக்கொண்டு இருந்தது.

ருக்மணி கல்யாணமாகி அதே வீட்டில் வாழவந்தபோது அருளானந்தத்துடன் அவன் ஒட்டுதலாகவே இருந்தான். சிரித்துப் பேசினான். மோட்டார் சைக்களில் ஏறிப் போனான். பின்னால் அவர்கள் தந்தை வாங்கிக்கொடுத்த காணியில் தனிவீடு கட்டிக்கொண்டு போனபின்னரும் அவர்களுடனான அவனது ஊடாட்டத்தில் இயல்பு தவிர்ந்த வேறெந்த அம்சமும் காணப்படவில்லை.

கல்யாணத்தின் பின்னரும் அண்ணனை அவள் நையாண்டி செய்வது முற்றுமுழுதாக விடுபட்டிருந்ததென்று சொல்ல முடியாது. அப்போதெல்லாம் முன்னர்போல் சீறியெழாமல் தானும் சிரித்து அதை சாதாரணமாய் எடுத்துக்கொள்வதாய்க் காட்டிக்கொண்டான் அவன்.

யேசுதாசனுக்கு அடுத்தடுத்த ஆண்டில் அவன் எச்.எஸ்.சி. பரீட்சை எழுதிய முடிவு வெளிவந்து சிலமாதங்களுக்குள்ளே யாழ்ப்பாணம் அரசாங்கச் செயலகத்தில் எழுதுவினைஞனாய் வேலை கிடைத்தது. வேலை நாள்களில் தனது யாழ்ப்பாண அறையில் தங்குவதும், வார விடுமுறைகளில் ஊருக்கு வருவதுமாகச்

சிறிதுசிறிதாய் அவன் வீட்டிலிருந்து அந்நியப்பட்டுக்கொண்டு போனான்.

ருக்மணிக்கிருந்த வெகுசில சிநேகிதிகளில் சரோஜா ஒருத்தி. ஒருவகையில் முதன்மையான சிநேகிதியும். தன் குடும்ப விவகாரங்களைப் பகிர்ந்து கொள்ளக்கூடிய உற்ற சிநேகிதியாயும் அப்போது அவள் இருந்தாள். ருக்மணியின் மணவாழ்க்கை ஆரம்பம்போல் தொடர்ந்திருக்கவில்லை என்றே தெரிந்தது. ஒருநாள் முகத்தில் வாட்டத்தையும், இடுப்பில் கைக்குழந்தையையும் சுமந்துகொண்டு வந்தாள் ருக்மணி. தன்னுடைய கடைசிப் பிள்ளையென்று அதைச் சொன்ன ஞாபகம். தன் இட்டல் இடஞ்சல்களை, மண வாழ்வின் வெக்கைகளை சரோஜாவிடத்தில்தான் கொட்டினாள். அருளானந்தம் யாழ்ப்பாணத்திலே ஒரு நர்ஸோடு குடும்பம் நடத்திக்கொண்டிருப்பதாகவும், அவளுக்கே இரண்டு பிள்ளைகள் இருப்பதாகவும் சொன்னாள். தான் ஏமாறிவிட்ட துயரின் நெடில் சொற்களில் வீசியது. தன் அளவிலா அழகு புறமொதுக்கப்பட்ட மாயத்தைப் புரியமுடியாத திணறல் அதிலிருந்தது. சொல்லுகையில் இடையே குமுறி அழுதாள். ஆச்சிப்பிள்ளையே வந்து ஆறுதல் சொல்லுமளவு பல தடவைகளில் அது தீவிரமாய் இருந்திருக்கிறது. இருந்தும் போகும்போது சோகமெல்லாவற்றையும் உதிர்த்துவிட்டு தன்னுடைய அந்த அழகிய சிரிப்பை ஏந்திக்கொண்டே போனாள். பின்னால் சரோஜாவுக்குத் திருமணமானதோடு ருக்மணியின் வருகை நின்றுவிட்டது.

இரண்டு மூன்று வருஷங்களின் பின் ஒருநாள் அதிகாலை ஆச்சிப்பிள்ளை பஸ்ஸில் சாவகச்சேரிக்குப் போய்க் கொண்டிருந்த வழியில் ருக்மணியைக் கண்டாள். சாவகச்சேரித் திசையில் எந்த அவதானமுமின்றி, சூழ்நிலையின் எந்தப் பிரக்ஞையுமின்றி வல்லைவெளியில் வெறித்த பார்வையோடு அவள் நடந்துகொண்டிருந்தாள். கண்களிலிருந்து அவளுருவம் மறையும்வரை ஜன்னல்வழி திகைப்போடு எட்டிப்பார்த்துக் கொண்டே சென்றாள் ஆச்சிப்பிள்ளை. கிறங்கவைத்த அவளின் அந்த அழகுக்கு என்னானது? அந்தச் சிரிக்கும் கண்களின் கவர்ச்சி மறைந்ததின் மர்மமென்ன? வீட்டிலிருந்து போட்ட உடுப்போடு புறப்பட்டிருப்பவள்போல் அவளின் சிரத்தைகள் அழிந்த விதமென்ன?

அப்படியொரு கோலத்தோடும், வெறிதான பார்வை யோடும் ருக்மணியை ஆச்சிப்பிள்ளை கண்டதற்குப் பிறகு, பல்வேறு வகையான கதைகள் அந்தப் பகுதியிலே அவளைத் தெரிந்தவர்களிடையில் ஊசாடத் தொடங்கின.

ஆச்சிப்பிள்ளையும் அவற்றைக் கேட்டிருக்கிறாள். யாரோ அவளை வண்ணாத்திப்பாலத்தில் தொண்டமானாற்று வெளியில் காலித்துக்கொண்டிருந்த பௌர்ணமியை வெறித்து நோக்கிக்கொண்டு நிற்கக் கண்டதாய்ச் சொன்னார்கள். சிலர் அவள் நடுநிசிகளில் குளத்தங்கரையென்றும், சேற்றுத் தரைவைகளென்றும் அலைந்து திரிவதாகக் கதைத்தார்கள்.

வல்லைவெளி, தூவெளி ஆகியவை ஒரு நீண்டகாலத்துக்கு எவரின் ஈரற்குலையையும் நடுங்கவைக்கும் இடங்களாக இருந்தன. அம்மையன், கரியன், ஆட்குத்தி நாகன்போன்ற கொடிய கள்வர்களும், காமுகர்களும், கொலைஞர்களும் மறைந்து அவ்வெளிப் புதர்களிலேதான் வாழ்ந்திருந்தார்களென்று பேச்சிருந்தது. களவும் கொலையும் மானபங்கங்களும் தொழிலாய்ச் செய்த அவர்கள் அப்போது உயிருடன் இல்லை. ஆனாலும் அவர்கள் நடமாடிய இடம் பகலில்கூட மக்களைக் கிலிகொள்ளச் செய்வதாய் அப்போதும்தான் இருந்தது. அப்படியான இடத்தில் எந்தச் சிந்தனையுமின்றி ருக்மணி அலைந்து திரிவதுபற்றிய கதை அயலையும் உறவுகளையும் திடுக்கிட வைத்தது.

அதற்கான காரணத்தை அறிந்திருக்காவிட்டாலும், ஒரு வல்லிய பிடியில் அவள் மனம் அகப்பட்டிருக்கிறதென வீட்டிலே எல்லாருக்கும் புரிந்தது. ஆனால் எதன் வல்லிய பிடி அது என்பதுதான் யாருக்கும் தெரியாதிருந்தது. அதை செய்வினையென்றார்கள். பேய் பிடித்திருக்கிறது என்றார்கள். ஆனால் அவளது வீடு திரும்புகையும், அதற்குப் பின்னரான சகஜ வாழ்க்கையும் எந்த மருந்து மந்திரத்திரங்களாலும் விளைந்திருக்கவில்லை. ஏதோ மறந்துபோனது நினைவில் வரத் திரும்பிவந்ததுபோல்தான் அவள் அதைச் செய்துகொண்டிருந்தாள்.

அது கோடை காலம். வல்லைவெளியின் குண்டு குழிகளெல்லாம் வற்றி, செடிகொடி புல்பூண்டென யாவும் காய்ந்து ஒரு பெரிய வறட்சியை வடபகுதி எதிர்கொண்டிருந்த நேரம். ஒருநாள் அதிகாலை ஐயனார் கோவிலுக்கு முன்னால் ஒரு பெண் மயங்கிய நிலையில் கிடப்பதாய் ஒரு செய்தி காற்றுப்போல் அப்பகுதி முழுவதும் பரவிவந்தது.

தட்டி வேன்களிலும் பஸ்களிலும் சைக்கிள்களிலும் வண்டில்களிலும் சென்றவர்கள் அந்த மயங்கிய உயிரை வெறும் உடம்பாகக் கண்டு போய்க்கொண்டிருந்தார்கள். 'உவள் உப்பிடித்தான், ராராவாய் அலையுறதுதான் உவளின்ர வருத்த'மென மிகக் கேவலமாகச் சிலர் பேசினார்கள். ஏன் அத்தனை பயணிகளில் ஒருவர்கூட நினைவிழந்து கிடந்த அந்தப் பெண்ணை வைத்தியசாலையில் சேர்க்க ஒரு முயற்சியைக்கூடச்

செய்யவில்லை? பெண்களாவது அருகே போய் அவளின் அலங்கோலத்தை மறைக்க ஏன் முயலாதிருந்தார்கள்? ஒரு நினைவிழந்த பெண்ணின் அலங்கோலம் அத்தனை அர்த்தமற்றதா அச்சமூகத்திற்கென்ற கேள்வி யாரிடத்திலிருந்தும் பிறக்கவில்லை. எதற்குமே அவர்கள் 'உவள் உப்பிடித்தான்' என்றார்கள்.

அந்தச் செய்தி அல்வாய் வந்ததும், வீட்டிலே ருக்மணி இரண்டு மூன்று நாட்களாக இல்லாதிருந்த நிலையில் அருளானந்தம் மோட்டார் சைக்கிளை எடுத்துக்கொண்டு ஐயனார் கோயிலடிக்கு ஓடினான். ஊசி பிரிந்து மேற்சட்டை திறந்து கிடக்க, ஒற்றைப் பாவாடையோடு அனுங்கியபடி பாதி மயக்கத்தில் கிடந்திருந்தாள் ருக்மணிதேவி. வெடித்துச் சிதறினான் அருளானந்தம். தன் மானமே ஊர் சிரிக்கவானதேயென மறுகினான். அவள் மோகவெறியில் அழிந்தாளெனவே அவன் மனம் எண்ணித் துடித்தது. அக்கம்பக்கமெல்லாம் அலைந்து தேடியும் அவளது சேலையைக் காணாதவன், உடனடியாக அவளைக் கோவில் சுவரோடு சாய்ந்திருக்க வைத்துவிட்டு, வீட்டுக்கு எடுத்துச்செல்ல கார் பிடிப்பதற்காய் ஓடினான். நெல்லியடிச் சந்தியில் வழக்கமாக நின்றிருக்கும் ஏ30 வாடகைக் கார் அப்போது இருக்கவில்லை. செய்வதென்னவெனத் தெரியாமல் திரும்பி வல்லைவெளிக்கு ஓடினான். வண்டியொன்று சாவகச்சேரிச் சந்தையிலிருந்தாயிருக்கும் வந்துகொண்டிருக்கக் கண்டு வண்டில்காரனைக் கெஞ்சி மன்றாடி அவளை வண்டியி லேற்றி வந்து வீட்டில்விட சம்மதிக்க வைத்தான். வண்டிலோடு கோயிலடி வந்து பார்த்தால் ருக்மணி அங்கே இல்லை.

எங்கே போயிருப்பாள்? நினைவு மீண்டெழுந்தவள் தன் அலங்கோலம் கண்டு கோயிலுக்குள் ஓடி மறைந்து நிற்கிறாளா? அவள் கோவிலுக்குள்ளும் இல்லை. பின்புற வெளியின் புதருக்குள் சென்று மறைந்து நிற்கிறாளோ? தேடிப் பார்த்தான். கடைசியில் அவளைக் கூப்பிட்டுப் பார்த்தான். ருக்மணிதேவி தோன்றவில்லை.

அன்றே வீட்டைவிட்டு வெளிக்கிட்டான் அருளானந்தம். பிள்ளைகளைப்பற்றி அவனுக்கென்ன அக்கறை?

அவள் தொலைந்தவளாக இருந்த நீண்ட மாதங்களின் நகர்வுக்குப் பின் தன் மகனுடன் மகரகம புற்றுநோய் ஆஸ்பத்திரியில் அனுமதிக்கப்பட்டிருந்த உறவினரைக் காண ஆச்சிப்பிள்ளை கொழும்புக்குப் போயிருந்தாள். அங்கே புனித அந்தோனியார் கோவிலடியில் கையில் பைபிளுடன் வந்துகொண்டிருந்தாள் ருக்மணி. ஆச்சிப்பிள்ளை திகைத்துப்போனாள். யாழ்ப்பாணத்தில்

கந்தில் பாவை

காணாமல் போனவள் கொழும்பில் வந்து வெளித்த விஷயம் யாருக்கும் அதிசயமாகும்தான். மட்டுமில்லை. அவளது கோலம் முற்றாக மாறியிருந்தது. மெல்லிய ரோஸ் நிறச் சேலையும், வெள்ளைநிறக் கைநீண்ட சட்டையும் அணிந்திருந்தாள். அலைபாய்ந்து நீண்டுகிடக்கும் கூந்தல் வாரிக் கொண்டை போடப்பட்டிருந்தது. அது அவளுக்கல்லாத தோற்றம். அழகு கொஞ்சமேனும் வெளியே தெரியாவேண்டாமென்று போட்ட அடைப்பு.

ஆச்சிப்பிள்ளையைக் கண்டதும் ருக்மணி நின்று கதைத்தாள். ஆச்சிப்பிள்ளையின் சுகவிசாரிப்புகளை ஒதுக்கிக்கொண்டு தனக்கு தங்க இடமில்லை, அவர்கள் தங்கியிருக்கும் வீட்டில் இரண்டு நாட்களுக்கு அவர்களோடு தங்கமுடியுமா என்றுதான் கேட்டாள். வீட்டுக்காரரைக் கேட்டுத்தான் சொல்லமுடியுமென்று ஆச்சிப்பிள்ளை கையோடு கூட்டிப்போய் அவர்களது சம்மதம் பெற்றுக்கொடுத்தாள்.

கூடவிருந்த அந்த இரண்டு நாட்களிலும்கூட அவள் அதிகமாக எதுவும் பேசிக்கொளள்ளவில்லை. காலையிலெழுந்து குளித்து வெளிக்கிட்டு பைபிளையும் எடுத்துக்கொண்டு அந்தோனியார் கோவில் சென்றாள். மதியம் வந்து மறுபடி மாலையில் திரும்பிச் சென்றாள். சாப்பிட்டுப் போகக் கேட்க, தான் நோன்பிருப்பதாகவும் இரவில்மட்டும் சாப்பிடுவதாகவும் கூறிவிட்டுப் போய்விட்டாள்.

மறுநாள் அவள் காலையில் அந்தோனியார் கோயில் போயிருந்த நேரம் அவள் பைபிள் வைத்திருந்த இடத்தில் நீண்ட கடிதம் கண்டு, அவள் விசித்திரமானவளாய் நடந்துகொண்டிருந்த காரணத்தால் அவளது நிலைமையை அறியவேண்டி ஆச்சிப் பிள்ளை அந்தக் கடிதத்தினைப் படிக்கச்சொல்லி தன் மகனிடம் கொடுத்தாள். அது அவளது மகள் மாலினிக்கு எழுதிய கடிதமாக விருந்தது. தன்னைத் துரத்தும் பிசாசிடமிருந்து தப்பி ஓடிக் கொண்டிருப்பதாகவும், தப்பினால் வருவதாகவும் எழுதியிருந்தாள். கடிதத்தை வாசித்து முடித்தபோது வாசித்த மகன், கேட்ட ஆச்சிப்பிள்ளை இருவரின் கண்களுமே கலங்கியிருந்தன.

மறுநாள் தனக்கு முக்கியமான வேலையிருப்பதாகச் சொல்லிக்கொண்டு பையுடன் ருக்மணி அங்கிருந்து புறப்பட்டு விட்டாள்.

அடுத்த தடவை கொழும்பு சென்ற சமயத்திலும் ருக்மணியைக் காணமுடிந்தது ஆச்சிப்பிள்ளையால். முந்திய சமயம் கண்ட கோலத்திலல்ல. கையில் அவள் வழக்கமாக

வைத்திருக்கும் பைபிள் அப்போது இருந்திருக்கவில்லை. குளித்து, தலை அழுந்த வாரி இருந்த நேர்த்தி இருக்கவில்லை. சுத்தம் இருக்கவில்லை. முதல்நாள் இரவு குடித்திருந்தாள்போல் தடுமாறிக்கொண்டிருந்தாள். 'ஏன் பிள்ளை, வீட்டை போகேல்லையோ?' என்று ஆச்சிப்பிள்ளை கேட்டதற்கு, 'வந்த வேலை முடியாமலென்னெண்டு?' என்றாள் ருக்மணி. வந்த வேலை எதுவென அவள் கேட்கவில்லை. 'பிள்ளையள் பாவம், அங்க தனிய இருந்து அழுதுகொண்டிருக்கினம்' என்றதற்கு, 'அருளானந்தம் இருக்குத்தானே' என்றும், 'அவர் வீட்டை வந்து ஆறு மாசத்துக்கு மேல ஆகுதாம்' எனச் சொல்ல, 'அப்பிடியெண்டாலும் . . . பிள்ளையள் வளந்திட்டினம்தானே? இனி அவைதான் தங்களைக் கவனிச்சுக்கொள்ளவேணும்' என்றும் சொல்லிவிட்டு நகர்ந்துவிட்டாள்.

முதல் தடவை அவளை கொழும்பில் சந்தித்த விபரத்தை வசந்தியிடத்தில் சொல்லியிருந்த ஆச்சிப்பிள்ளை, அதற்கான எதிர்வினை எதுவும் அந்தப் பகுதியில் தோன்றவில்லையென்பதைத் தெரிந்துகொண்டு, இரண்டாவது சந்திப்பை கச்சேரி சென்று யேசுதாசனிடம் சொல்லிவந்தாள். பின்னால் அவள் பெரிதாக ருக்மணியைப்பற்றி எதுவும் அறியவில்லை. இல்லாமல்போனதைக்கூட அப்போதுதான் அறிகிறாள்.

போதுமானதில்லையென்றாலும், ருக்மணியின் கொழும்பு செல்லுகையும் அவளது கிறித்தவ ஆழ்நிலைப்பாடும் குறித்து அறிந்ததில் தர்மினிக்கு திருப்தியாயிருந்தது.

அப்போது ஆச்சிப்பிள்ளை சொன்னாள்: "சொன்னாப்போல, கொழும்பில நிண்டவ கடைசிமட்டுக்கும் வீட்டுக்கு வரேல்லயெண்டா . . . ஒருக்கா அவ தன்ர தூரத்துச் சொந்தக்காறர் ஆற்ரயும் வீட்டுக்குப் போயிருக்கலாமெல்லோ? நல்லாய் விசாரிச்சுப் பாத்தியளோ? இந்தப் பொடிச்சிக்கு இஞ்ச வடக்கு கிழக்குத் தெரிஞ்சிராது, ஆக்கள என்னெண்டு தெரியப்போகுது? அன்னம், உமக்கெண்டாலும் தெரியவேணுமெல்லோ, உவ ருக்குமணியின்ர முப்பாட்டன், கொப்பாட்டன் காலத்துக்கு முந்தி கோந்துறு மாந்துறு காலத்தில அவையெல்லாம் முழுக்கமுழுக்க சைவக்காறராய் இருந்தவையெண்டு? முப்பாட்டன்தான் முதல்ல வேதத்தில சேந்து, பிறகு எல்லாம் அப்பிடி உப்பிடி சைவமாயும் வேதமாயும் கலபட்டுப் போச்சினம்.

"சிலவேளை இதெல்லாம் குடும்பத்தில ஒட்டுறவைக் கெடுத்திடுது. இவையும் ஒருத்தருக்கொருத்தர் குடுக்கல்வாங்கல் இல்லாமல்தான் கனகாலமாய் இருந்து வருகினமெண்டு

கேள்வி. லாசரஸ் குடும்பமெண்டா பெரிய பேராமே அப்ப. இந்தப் பிள்ளையின்ர பூட்டன்காறனும் ஒரு லாசரஸ்தானெண்டு பறைஞ்சினம்; அவற்ர தங்கச்சியார் ஒருத்தி மங்களநாயகியெண்டு கந்தரோடையிலதான் ஒரு வாத்தியாரை ரண்டாந் தாரமாய்க் கலியாணம் கட்டியிருந்தவ. அந்த வழியில நீங்கள் ஆரையும் விசாரிக்கிறது நல்லம். அவவுக்கு என்ன நடந்ததெண்டு தெரியிறமட்டும் நீங்களும் தேடத்தான வேணும்? முடிஞ்சா ஒருக்கா கந்தரோடைப் பக்கம் போய் விசாரிச்சுப் பாருங்கோ. காலம்போட்டுதெண்டு விட்டிட்டிராதயுங்கோ. நானே நூறு வருஷமாகியும் குத்துக்கல்லுமாதிரி இருந்துகொண்டிருக்கிறனெல்லே? அவ இல்லாமப் போயிட்டாவெண்டு ஏன் நெக்கவேணும்? அப்பிடியே ஆளில்லாட்டியும் என்ன நடந்துதெண்டான்ன தெரியவருமெல்லோ?"

"உந்தாள் பிரான்சுக்கெண்டு துலைஞ்ச பின்னால நான் வெளியுலகம் தெரியாமல் இருந்துகொண்டிருக்கிறன், ஆச்சி. எனக்காரைத் தெரியும் கந்தரோடையில போய்த் தேட? எண்டாலும் தேவையெண்டா விசாரிக்கத்தான் வேணும். ஆரையும் கேட்டுப் பாக்கிறன்."

சொல்லிவிட்டு அன்னலட்சுமி எழும்ப தர்மினியும் எழும்பினாள். பிறகு எதையோ நினைத்துக்கொண்டவள்போல், "பாட்டி, அம்மம்மா அந்த வல்லைவெளி, அந்தப் பக்க சதுப்பா இருக்கிற இடமெல்லாம் திரிஞ்சாண்டு சொல்லீனம். ஏனெண்டு உங்களுக்கு எதும் தெரியுமோ?" என்றாள் ஆச்சிப்பிள்ளையைப் பார்த்து.

தெரியாதென்றாள் அவள்.

"அவ அன்னாரி . . . வேற . . . ஊமத்தையின்டு ஒரு செடி . . . எல்லாம் தேடிக்கொண்டு திரிஞ்சதா சின்னான்ரி அங்க கொழும்பில சொன்னவ. அது என்னத்துக்கெண்டு அவவுக்குத் தெரிய இல்லய்."

கிழவி வெகுநேரமாய் தர்மினியையே பார்த்தபடி இருந்துகொண்டிருந்தாள். தர்மினியும் அவளது நிஷ்டையை அறுக்காத மௌனத்தில். பின் ஆச்சிப்பிள்ளை சொன்னாள்: "அது மூளை மாறாட்டம் வந்த ஆக்களுக்கு குடுக்கிற செடி கொடியளெல்லோ? அதை ஏன் உம்மட அம்மம்மா . . ."

தர்மினிக்கு பதில் கிடைத்துவிட்டது. ருக்மணியைத் துரத்திக்கொண்டிருந்த பிசாசு எதுவென்று ஆச்சிப்பிள்ளைக்கும் தெரிந்தது.

இருவரும் கிழவிடம் விடைபெற்றனர். மௌனமாய் ஓட்டோ எடுக்க நடந்துகொண்டிருந்த வேளையில் தர்மினியின் முகத்தில் துயர் தோய்ந்திருந்தது. அன்னலட்சுமிக்கு காரணம் விளங்கியிருந்தது.

மறுநாள் கந்தசாமியின் பழைய சிநேகிதனொருவன் அன்னலட்சுமியைக் காண வந்திருந்தான். நீண்ட காலம் இந்தியாவிலே இருந்துவிட்டு குடும்பத்தோடு வெளிநாடு செல்லும் எண்ணத்தோடு இலங்கை வந்ததாகச் சொன்னான். அவனோடு பேசிக்கொண்டிருக்கும் பொழுதிலேயே அருளானந்தம் தமிழ்நாட்டு அகதி முகாமொன்றிலே நிற்கிற செய்தியையும், கொழும்பிலே டாக்டர் சண்முகநாதனைச் சந்தித்தவேளை அவர் அங்கொட மருத்துவமனையிலே வேலைசெய்த காலத்தில் ருக்மணி அங்கு நோயாளியாக இருந்ததாய்த் தெரிவித்த விபரத்தையும் கூறினான்.

அன்னலட்சுமிக்குத் தகவல் பரபரப்பாகிப் போனது, இனி தர்மினி கொழும்பு போகவேண்டுமென்று கிளம்பப் போகிறாளேயென்று.

கந்தசாமியின் நண்பன் சென்ற பின்னால் தர்மினி சொன்னாள்: "உங்களுக்கு கஷ்டமின்டா, வேண்டாம், ஆன்ரி. நான் குகநாதன் அங்கிள கேட்டு போய்வந்திடுறன். கொழும்புக்கு ஒருக்கா நான் கட்டாயமாப் போகவேனும். அம்மம்மா எப்பிடி அந்த ஹாஸ்பிடல் போனா என்டது சண்முகநாதனைக் கேட்டாத்தான் தெரியும். என்னிட்ட இருக்கிற வேற கேள்வியளுக்கும் அவரிட்ட பதிலிருக்கும். திரும்பி வந்தாப்பிறகு கந்தரோடை போலாம்"

"நானே வாறன், தர்மினி. இன்னும் கொஞ்ச நாள்தான இருக்கு நீர் திரும்பிப் போக. போறவரைக்கும் நான் உம்மை நல்லாக் கவனிச்சு அனுப்பவேணும். இனி எப்பெப்ப வரப்போறிரோ? எனக்குக் கொஞ்சம் கஷ்ரம்தான், எண்டாலும் வாறன். நாங்கள் கந்தரோடை போற விஷயத்தை வந்து யோசிப்பம்."

5

வெள்ளவத்தையில் டாக்டர் சண்முகநாதனின் வீட்டு முகவரிக்கு காலை ஆறு மணிக்கு முன்பாகவே சென்றுசேர முடிந்திருந்தது அவர்களால். கடற்கரைப் பக்கத்தில் இருந்தது அவருடைய வீடு. காலைக் கடற்காற்று குளிரோடு வீசியது. சண்முகநாதனை அன்னலட்சுமிக்குத் தெரிந்திருந்தது. பழக்கம்தான் பெரிதாக இருக்கவில்லை. அவர் வீட்டு மனிதரை, அவர் பிறந்து வளர்ந்த வீட்டை அவள் தெரிந்திருந்தாள். சிங்களப் பெண்ணைத் திருமணம் செய்திருந்த அவர், அதன்பின் பெரும்பாலும் ஒரு கொழும்புக்காரராகவே வாழ்ந்துகொண்டிருந்தார்.

அதிகாலையில் ஒருவர் வீட்டு அழைப்பு மணியை அடித்துக்கொண்டு ஒரு முன்னறிவிப் பில்லாமல் போய்நிற்பது வேலைநாளில் உசிதமாக இல்லாவிட்டாலும், அவர்களுக்கு வேறு வழி இருக்கவில்லை. தர்மினியே மணியை அடித்தாள். கதவின் சிறுதுளைக் கண்ணாடியூடாகப் பார்த்து விட்டு கதவைத் திறந்தவர், யாரென்று அவர்களைத் தெரியாமல் தயங்கிநிற்க அன்னலட்சுமி தலையிட்டு சண்முகநாதனுக்குத் தன்னை அறிமுகப்படுத்தினாள்.

உள்ளே வேலை செல்லத் தயாராவதும், சமையல் வேலையைச் செய்வதுமென ஒரு சீரான அவசரம் இருந்துகொண்டிருந்தது. அவர்களை அமரச் சொல்லிவிட்டு தேநீர் வரும்வரைக்கும்கூட தன் அறைக்குள் சென்று ஏதோ வேலையைக் கவனித்துக்கொண்டிருந்தார் சண்முகநாதன். நொடியையும் தவறவிடாத அந்தச் சீரான வேகம் தர்மினிக்கும் பழக்கம்தான். அதனால் சிறிது மனம்

அல்லல்பட்டது அன்னலட்சுமி மட்டுமே. தேநீர் வந்ததும் அவர்களுக்கு எதிரே அமர்ந்து சண்முகநாதன் வந்த விஷயத்தை விசாரித்ததிலும் ஒரு ஒழுங்குபட்ட அவசரத்தை அவர்கள் உணர்ந்தனர்.

அன்னலட்சுமி விபரத்தைச் சொன்னாள். காணாமல் போனவர்பற்றி மனிதவுரிமைக் கழகத்தில் அல்லது அதனுடன் தொடர்புடைய ஏதாவது அமைப்புகளில் பதிவது அவசியமா வென்பதையும் கேட்க அவள் மறக்கவில்லை. அந்த விஷயத்தில் அவளது அவசரத்தை தர்மினி விரும்பவில்லையெனத் தெரிந்தது. மேலே நிலைமை தன் எண்ணத்துக்கு மாறாக நகராமல் உரையாடலைத் தனது கைகளில் எடுத்துக்கொண்டாள் அவள். "அம்மம்மாவை ஹாஸ்பிட்டல்ல கொண்டுவந்து சேர்க்கேக்குள்ள நீங்கள் அன்டைக்கு வேலையில இருந்ததாய்ச் சொன்னவை."

"ஓமோம், அண்டைக்கு எனக்கு பகல் வேலை. நானும் வேலையில சேந்த புதிசு. பன்ரண்டு மணியிருக்கும் அவவைக் கொண்டுவரேக்க. பொதுவா அங்க இந்த மாதிரி நடக்கிறதுதான். எண்டாலும் தமிழாளாய் இருந்தபடியா பெரிய மனவருத்தமாப் போச்சு. அவவுக்கு நடந்ததைவிட, அந்த ஏமாற்றத்திலயும், ஏக்கத்திலயும் அந்த முகம் மாறினதைத்தான் என்னால தாங்கேலாமக் கிடந்திது. எல்லாம் நினைச்சுப் பாக்கவே கஷ்ரமாயிருக்கு. ஓட்டோவிலயிருந்து இறங்கினவ இது எந்த இடம், என்ன ஆஸ்பத்திரியெண்டுபோல தமயனிட்ட விடுத்துவிடுத்துக் கேட்டுக்கொண்டிருந்தா. எல்லாம் முந்தியே வந்து கதைச்சு ஏற்பாடு செய்திருப்பார்போல. அவவுக்கும் விஷயத்தைச் சொல்லாமல்தான் அங்க கூட்டிவந்திருக்கவேணுமெண்டு தெரிஞ்சுது. அவ இறங்கினவுடன ரண்டுபேர் உள்ளயிருந்து ஓடிவாறமாதிரி வந்தாங்கள் . . ."

வார்த்தைப் பிரவாகம் கிளம்பியது சண்முகநாதனிடமிருந்து. ஒரு கண்ணீர்ப் பிரவாகத்துக்கு தர்மினியை அது தயாராக்கியது. சண்முகநாதன் மேலோட்டமாய் விபரத்தைச் சொல்லியிட்டு, "பாவம், அவ இல்லாமப்போன விஷயம் எனக்கு நீங்கள் சொல்லித்தான் தெரியும். அவ ஆஸ்பத்திரியில பட்ட வேதனையைக் கண்டு பரிதாபப்பட்டுத்தான், அவவோட கதை பேச்சு வைச்சன். அப்பதான் அவவின்ர ஊர், பேர் எல்லாம் எனக்குத் தெரியவந்துது. அவ கொஞ்சம் சுகமாகி துண்டு வெட்டினவுடன இஞ்ச வீட்டில கூட்டிவந்து கொஞ்சநாள் வைச்சிருந்தன். என்ர அம்மா இஞ்சதான் அப்பவும் இருந்தவ. நடக்க ஏலாதவ. அவவைப் பாக்கிறதுக்கே ஓராள் வேணும். அப்ப எனக்கு கலியாணமும் ஆகேல்ல. எண்டாலும் கொஞ்ச

நாள் வைச்சிருந்து பாத்தன். கொஞ்சம் நடக்க ஏலுமெண்டு வந்தவுடன தான் வீட்டை போப்போறதாய்ச் சொல்லிக் கொண்டு வெளிக்கிட்டுட்டா. பிறகு தொடர்பே இருக்கேல்லை. நான் இப்ப வெளியில போகவேண்டியிருக்கு. தயாவதி நிப்பா. அவவுக்குத் தமிழ் நல்லாய் வரும். நான் எல்லாம் சொல்லிட்டுப் போறன். குளிச்சுச் சாப்பிட்டுட்டு கொஞ்சம் றெஸ்ற் எடுங்கோ. அம்மாவோடயும் நீங்கள் கதைக்கலாம். அவ என்னைவிட அம்மாவோட கதைச்சதுதான் கனக்க. பேசிக்கொண்டிருங்கோ, நான் நாலு மணிக்குள்ள வந்திடுவன். வந்தாப்பிறகு மிச்சத்தைப் பேசுவம்" என்றுவிட்டு எழுந்தார் அவர். அவர்களுக்கு அங்கே தங்குகிற எண்ணமிருக்கவில்லை. ஆனால் அவரது அம்மாவோட கதைப்பது முக்கியமாய் இருந்ததால், அவர் வரும்வரை இருப்பதாகச் சொன்னார்கள்.

தாயார் அப்போது எழுந்திருக்கவில்லை. எழும்பினாலும் நடந்து திரிய உதவி தேவையானவராயிருந்தார். அவவுக்குச் செய்யவேண்டிய பணிவிடையெல்லாம் முடித்து தயாவதி கூடத்துக்குள் அவரைக் கொண்டுவந்து அமரவைத்தபோது பத்து மணி ஆகிவிட்டிருந்தது. அவர்களும் குளித்துத் தயாராகியிருந்த நிலையில் சண்முகநாதனின் தாயாரோடு நெடுநேரம் பேசினார்கள். சண்முகநாதனின் பேச்சில் வெதும்பவாரம்பித்த தர்மினியின் மனம் அவரது தாயாரின் தகவலில் உருகிவழிந்தது.

"உமக்கு நல்லாய்த் தமிழ் விளங்கும்தானே?" என்று தர்மினியைக் கேட்டு, அவள் தனக்குவிளங்குமென்ற பதிலைச் சொல்லத் திருப்தியோடு சிரித்துவிட்டு பழைய நினைவுகளில் ஆழ்ந்து மனநிலையும் முகபாவமும் மாறுபட்டாள் சண்முகநாதனின் தாய். சிறிதுநேர மௌனத்தின் பின் சொல்லத் தொடங்கினாள்: "உம்மட அம்மம்மா உண்மையில பெரிய பாவம்செய்த சீவனாய்த்தான் இருந்திருக்கவேணும், பிள்ளை. சொந்தத் தமையனே சொந்தக்கார ஆள் ஆருக்கோ அக்சிடென்ற் ஆகியிட்டுதெண்டு ஏமாத்திக் கூட்டிவந்து அந்தமாதிரியான இடத்தில, அந்தமாதிரியான சூழ்நிலையில விட்டிட்டுப் போறதெண்டா, அந்தாள் என்னமாதிரியான ஆளாய் இருக்கவேணும்? கொஞ்சம் யோசிச்சுப் பாரும். இஞ்ச இருந்த நாளிலயெல்லாம், இப்ப நீர் இருக்கிறீரே, அந்த இடத்தில முந்தி வேற கதிரை இருந்தது, இதுகள் இப்ப புதுசா வாங்கிப்போட்டதுகள், அந்தக் கதிரையிலிருந்துகொண்டு அந்த மனிசிவிட்ட கண்ணீருக்குக் கணக்குவழக்கிருக்கே? என்னாலயும் நடக்க, நிமிந்திருக்க ஏலாது. ஒரு அக்ஸிடென்றில இப்பிடி ஆயிட்டுது. எண்டாலும் மெல்லமெல்லமாய் வந்து முன்னால இருந்து நான்தான் அவவை அழவேண்டாமெண்டு

தாக்காட்டினன். என்ன வாழ்க்கை பிள்ளை இது? மூச்சு சுழிமாறிப் போனா எல்லாமே போச்சு. அதுக்குள்ள இந்த மனிசர் ஆடுற ஆட்டமென்ன, போடுற கூத்து என்ன? உம்மட அம்மம்மா வாயால சொன்ன கதை கொஞ்சம்தான். மனிசி தன்ர அழுகையால சொன்ன கதையெண்டா கனக்க. இப்ப நினைச்சாலும் எனக்கு சதிரம் பதறிக்கொண்டு வரும்.

"இப்ப பாரும் . . . நீர் ஒரு ஓட்டோவில வந்து இறங்கிறீர் . . . ரண்டு பேர் திடுமெண்டு ஓடிவந்து துவாயைப் போட்டு தலையை மூடி ரண்டு பக்கத்திலயும் இழுத்து முறுக்கிப் பிடிக்கிறாங்கள் ..."

ருக்மணியின் வார்த்தைகள் தேடியெடுக்கப்பட்டு சம்பவம் விபரணையானது.

வந்த இடம் ஆஸ்பத்திரியென்று தெரிந்திருந்தாலும் அதற்கு வர எடுத்த நேரமும் நிலவியிருந்த மௌனமும் ருக்மணியின் மனத்தில் ஏற்கனவே சஞ்சலத்தை ஏற்படுத்தியிருந்தன. ஆனாலும் அண்ணனே கூடவந்துகொண்டிருக்கையில் அவள் அதிகம் யோசிக்க என்ன இருக்கிறது? அவள் ஆஸ்பத்திரி வாசலில் இறங்கி அந்தப் புதுஇடத்தைப் பார்க்க சுற்றுமுற்றும் பார்வையை வீசியிருக்கையில், திடுமென வந்து இரண்டுபேர் அவளது தலையை மூடி ஒரு துவாயைப் போடுகிறார்கள். உள்ளே சரசரவென்கிறது. பொலித்தீன் போடப்பட்டிருக்கிறது என்பதையும், அதன் விளைவு என்னவென்பதையும் யோசிப்பதற்குள், இரண்டு பக்க முனைகளையும் வந்த இருவரும் முறுக்கிப்பிடித்தபடி அவளை இழுத்துச் செல்கிறார்கள்.

அவள் பார்வையாளியில்லை, நோயாளி, அந்த நொடி யிலிருந்து. அந்தமாதிரிக் கட்டாயமாக நோயாளியாகச் சேர்க்கப் பட்டால் அது சாதாரணமான மருத்துவமனையல்ல, மனநலக் காப்பகம். மனநலமுள்ளவர் அங்கே சேர்க்கப்பட்டால் அவர் முன்புபோல மீண்டுவருவது நடக்க முடியாதது. உள்ளே கொண்டுசெல்லப்படுவதற்குள் அவள் விடுபட்டாகவேண்டும். எப்படி அவ்வளவு பலம் கொண்டாளோ, இழுத்தும் உசுப்பியும் ருக்மணி காட்டிய எதிர்ப்பில் சுழன்றுவந்து ஒருவன் முழங்கால் குத்தி விழுந்துவிடுகிறான். எழுந்தவனின் மூர்க்கம் அதற்கு மேலே பயங்கரமானதாய் இருந்தது. அவனது கத்துகை அவளது ஐம்பொறிகளையும் கலக்கியது. அவர்கள் இறுக்கிய துவாயின் உள்ளேயிருந்த பொலித்தீன் அவளது மூச்சைப் பிடித்தது. சுவாசத் தடை அவளை மயக்கநிலைக்குத் தள்ளியது. ஆனாலும் உள்ளே செல்வதற்குமுன் அவள் விடுபட்டாகவேண்டும் எனத் தீர்மானம் கொள்ளுகிறாள். அண்ணையெனக் கதற யோசிக்கிறாள். அந்த இறுக்கத்தினூடாக சத்தம் வெளியே கேட்காதெனினும் அவளது

யோசனை அதுவாகவே இருக்கிறது. ஆனால் அப்படியே சாவதானாலும் அவனை அழைப்பதை அவள் வெறுக்கிறாள். அவளை ஏமாற்றி அழைத்துவந்து அந்த இடத்திலே தள்ளியவன் அவன். ஏதோ துவேஷம் கொண்டிருப்பவன் அவள்மீது. என்ன தீங்கு செய்தாள் அவனுக்கு? ஏன் அந்தளவு வன்மம்? அவனை அழைக்கவே கூடாது. தேவனை அழைக்கலாம். ஆனால் அவள் குரலுக்கு அந்தத் தேவன் எப்போது செவிசாய்த்தார்? வீதி வீதியாய் அலைந்தாளே கொழும்பில். அழைத்த குரலுக்கு வந்தாரா தேவன்? ஒரு பண்டா வந்தான், ஒரு முனுசாமி வந்தான், ஒரு கரீம் வந்தான், ஒரு சின்னச்சாமியும் பின்னர் வந்தான். ஆனால் தேவன் வரவில்லையே! அவரையும் அழைக்க அவளுக்கு வாய் வரவில்லை. அழைக்க வேறுயாரேனும் இருந்திருந்தால் அவளால் முடிந்திருக்கவுமில்லை. ஒரு சொட்டு சுவாசத்துக்காக மூச்சுப்பை திணறிக்கொண்டிருந்தது. உப்பிஉப்பி வெடிக்குமளவு நெஞ்சறை பொருமியிருந்தது. சாவு அவள் கண்ணில் தெரிந்தது. மரணத்தின் நீட்டிய கரத்தில் அவள் உயிர் சிக்கவிருந்த கடைசி நொடியில், பக்கென்று அவள் புஜத்தில் ஒரு உறுத்தல். சிறிதுநேரத்தில் அவளது தலையிலிருந்த பொலித்தினின் இறுக்கம் மெல்லத் தளர்கிறது. காற்று நெஞ்சை நிறைக்கிறது. கண்ணுள் நிறைந்திருந்த இருள் மெல்ல விலகுவதுபோல் தோற்றம். ஆனால் உடம்பு தளர்ந்து உருகித் திரவமாகிவிட்டதுபோல் தொய்ந்துவருகிறது. மயக்க மருந்து ஏற்றிவிட்டார்களா? இருக்கும். உடலின் வன்மையையெல்லாம் உறிஞ்சிக் குடிக்க ஒரு பேய் உள்ளிறக்கப்பட்டிருக்கிறது.

தலையிலிருந்து துவாய் எடுக்கப்பட முன்னறையிலிருந்து அவளைத் தாதியொருத்தி மெல்ல அழைத்துக்கொண்டு நடைபாதையில் நடக்கிறாள். அறையைச் சென்று அடைகிற வரையில் அவள் முற்றாகத் தளர்ந்து தாதியின் கைத்தாங்கலில் சரிந்துவிடுகிறாள். அது முழு மயக்கமில்லைதான். ஆனாலும் கையைத் தூக்க, காலடி பெயர்த்துவைக்க இயலாத தஞ்சக்கேடாய் அவள் படுக்கையில் படுக்கவைக்கப்படுகிறாள்.

இனி என்ன நடக்கப்போகிறது அவளுக்கு? சிகிச்சையா? எப்படி இருக்கப்போகிறது அது? மருந்து தருவார்களா? அவள் யோசித்துக்கொண்டே கிடக்கிறாள் கட்டிலில். சிறிதுநேரத்தில் இரண்டு டாக்டர்கள் வருகிறார்கள். ஒருவர் சற்று முதியவராக, மற்றவர் சற்று இளையவராக.

அவள் விசாரிக்கப்படுகிறாள், குற்றவாளியை விசாரிப்பது போல. ஆனாலும் அவ்வளவு கடுமையின்றி. பெயர், ஊர், அவளது குடும்பநிலை, முகவரி, மற்றும் அவள் கொழும்பு வந்த காரணம்

என அவளிடமான கேள்விகள் இருக்கின்றன. அது தகவலுக்காக அல்ல. ஏற்கனவே கொடுபட்டிருந்த தகவல்களை மறுசரி பார்க்கவும் அல்ல. அவளைச் சரி பார்க்க. எல்லாவற்றுக்கும் தெளிவான பதிலைத் தான் சொன்னாளாவென்று அவளுக்குச் சந்தேகமாகவிருந்தது. சொன்னதுபோலத் தெரிந்தாலும், தயங்கியதுபோலும், சொல்லாமல் விட்டதுபோலும்கூட ஒரு உணர்வு இருந்தது. ஊசி மருந்தான பேய், இன்னும் அவளுள் இருந்து நினைவுகளை மங்கலாக ஆக்கிக்கொண்டிருக்கிறதுபோலும். அந்தத் தாதி சோகமாய் அவளைப் பார்ப்பதிலிருந்து தன் பதில்கள் அவர்கள் எதிர்பார்ப்பை நிறைவேற்றவில்லையென எண்ணுகிறாள் ருக்மணி.

இனி என்ன என்ற கேள்வி பூதமாய் அவளை அமுக்குகிறது.

அவளது நோய்ப் பதிவேட்டில் முதிய டாக்டர் சிகிச்சையை எழுதுகிறார். இளைய டாக்டரிடமும் தாதியிடமும் தன் மொழியில் ஏதோ விவரித்த பின் எல்லாருமாக அறையைவிட்டு வெளியேறுகிறார்கள்.

அன்றே இரண்டுவேளை மருந்து அவளுக்குத் தரப்பட்டது. மாலைக்குப் பின்னர் வந்த புதிய தாதி இன்னும் இனியவளாக இருந்தாள். தமிழ்மொழியில் பேச முயன்று இடற, சில பதங்களை தன் மொழியுடன் கலந்து பேசினாள். அவள் அழகாக இருந்ததாய்த் தெரிந்தது தேவிக்கு. ஒரு சாதாரணத் தாதியின் மிகக் குறைந்தளவு கடுமைகூட அவளிடத்தில் இல்லாதிருந்தது. அங்கே வருவதற்கிருந்த கெட்ட காலத்தில், அந்தத் தாதி அங்கிருந்தது அதன் கடூரத்தைத் தணித்ததென்று நினைத்தாள் ருக்மணி.

மறுநாள். காலையிலேயே அவள் முதல்நாளைய தாதியினால் அழைத்துச் செல்லப்பட்டாள். 'எங்க?' என்றதற்கு, 'டாக்டரைப் பார்க்க' என்றாள். அங்கே முதல்நாள் கண்ட அந்த இளம் டாக்டரை மறுபடி கண்டாள். தமிழராகத் தெரிந்தார். பாதி துன்பம் குறைந்தது போலிருந்தது. பேசத்தான் வாய்ப்புக் கிடைக்கவில்லை.

அந்த அறையே அவளைப் பயமுறுத்தியது. ஆளுயர மின்னலைப் பெட்டிகளும், வயர் இணைப்பு இருக்கைகளுமாய் இருந்தன. அங்கே என்ன செய்யப்போகிறார்கள் அவளை?

அவள் இருக்கையில் அமரவைக்கப்படுகிறாள். அவளது கைகள் தோல் வாரினால் இருக்கையின் கைப்பிடியோடு கட்டப்படுகின்றன. பீதியடைந்தவள் அந்தத் தமிழ் டாக்டரைப் பார்த்துக் கேட்கிறாள், 'என்ன செய்யப்போகினம்?' என்று.

‘கரண்டு பிடிக்கப் போகினம்’ என்கிறார் அவர்.

‘நான் நல்லாய்த்தான இருக்கிறன்? பின்னை எதுக்கு கறன்ற் பிடிக்கவேணும்?’

‘பயப்பிடாதயுங்கோ. அளவாய்த்தான் பிடிப்பினம். ஒண்டும் வராது.’

‘எனக்கு வருத்தமே இல்லையெண்டிறன், நீங்கள் ஒண்டும் செய்யாதெண்டிறியள்’ என அவள் அலறுகிறாள்.

பயனில்லை. உடம்பை உதறியெடுக்கிறது ஒரு மின்னலை. நாற்காலிச் சட்டங்களில் கைகள் கட்டப்பட்டிருந்த நிலையிலேயே தன்னைத் தூக்கி மேலே சுழற்றிவிட்டு ஓங்கி சட்டென நிலத்தில் குத்தவைத்ததுபோலிருந்தது அவளுக்கு.

வரும்போதிருந்த உறுதியின்றி தளர்வோடும் பதற்றத்தோடும் அவள் அறைக்குத் திரும்ப அழைத்துச் செல்லப்படுகிறாள்.

இரண்டாம் நாளிலேயே அவளுக்குத் தெரிந்துவிடுகிறது, எந்த முரண்டும் அவளை அங்கிருந்து வெளியேறவிடாது தடுக்கும் பூட்டாகிவிடும் என்பது. மூன்றாம் நாள் . . . நான்காம் நாள் . . . அவள் முடிந்தளவு முரண்டு பிடிக்காதிருக்க முயன்றாள். மலர்ந்த முகத்தோடிருக்கவும், துப்புரவாக இருக்கவும் முடிந்தளவு செய்தாள். அவளால் இழுத்து முதல்நாளில் விழுத்தப்பட்ட காவலாளி ஒருநாள் எதிர்ப்பட்டபோது மிகுந்த மலர்ச்சியோடு அவனைப் பார்த்தாள். அவளில் பதிந்திருந்த அவனது கடுமையான பார்வை அக்கணமே கனிவாக மாறி, ‘ஹோமத?’ என அவளை நலம் விசாரிக்க வைத்தது. அவள் நன்றாக இருப்பதாகத் தலையசைத்தாள்.

பிறகொருநாள் அந்தத் தமிழ் டாக்டர் அவளது அறைக்கு வந்தார். அனுதாபத்தோடு பேசினார். அவளுக்கு பெரும்பாலும் மேற்கொண்டு மின்சார சிகிச்சை கொடுக்கமாட்டார்களென்று சொன்னார். ஏதாவது தேவையானால், வாங்கிவந்து தருவதாகச் சொன்னார். எல்லாவற்றுக்கும் சிரித்தாள். பின், ‘என்னை வெளியிலவிட எதாவது வழியிருந்தா சொல்லும், தம்பி. அது எனக்குப் போதும்’ என்றாள்.

தம்பி . . . தம்பி . . என அவள் வசனத்துக்கு ஒரு தம்பியை வைத்துப் பேசியதில் அவர் உண்மையிலேயே தம்பியாக மாறிவிட்டார். அவர் அதை அவளிடம் சொல்லவும் செய்தார்.

‘தம்பி எனக்கு விருப்பம். அண்ணைதான் இப்ப விருப்பமில்ல’ என்றாள் அவள்.

'உங்களக் கொண்டுவந்து இஞ்சவிட்டது உங்கட சொந்த அண்ணையெண்டத என்னால நம்பவேமுடியேல்ல.'

'அண்ணை செய்தாரெண்டத என்னாலயே நம்பமுடியேல்ல.'

அவர் விடைபெற்ற பிறகு அந்தக் கூடம் மேலும் ஒரு வதைகூடமாக அவளுக்கு இருக்கவில்லை.

பத்தாம் நாள் இரவில் அவள் தூங்கிக்கொண்டிருக்கிறாள். ஒரு கரத்தின் கரந்த இடத் தடவல்கள் அவளைத் திடுக்கிட்டு எழவைக்கின்றன. நன்றாக விழித்துப் பார்த்தாள். இரவு நேரத்துக்கு பொறுப்பான டாக்டர். அவரது சிரிப்பில் எல்லா விவரணையும் இருந்தது.

அடுத்தநாள் பத்தொன்பதாவது. இருபதாம் நாள் அவள் பூரண குணம் பெற்றுவிட்டாதாக டாக்டர் அத்தாட்சிப்படுத்திய கடிதம் அலுவலகத்தில் இருந்தது. இருபத்தோராம் நாள் காலை அவள் அந்தக் கூட்டிலிருந்து வெளியே விடப்பட்டாள்.

"ஒரு பொம்பிள பட்டிருக்கக்கூடாத கஷ்ரமெல்லாம் பட்டுது அந்த மனிசி. என்னால அதுக்குச் செய்யமுடிஞ்சதும் நினைச்சு அழுகிறதுதான்."

மாலையில் சண்முகநாதன் திரும்பி வந்தார். உடனேயே அவர்களுடன் வந்து பேசினார். பல விஷயங்கள் அப்போதுதான் தர்மினிக்குத் விளங்கவந்திருந்தன.

"இந்த மாதிரி மூளையில வாற குறைபாடுகள் உண்மையில வருத்தமில்லை எண்டுதான் எங்களுக்குச் சொல்லித் தந்திருக்கினம். உங்கட அம்மம்மாவின்ர வருத்தத்தைக்கூட இவ்வளவு கடுமையான முறையாலயும், மருந்தாலயுமில்லாமல் கவுன்ஸிலிங் மூலமாயும் குணப்படுத்தியிருக்கலாமெண்டு இப்ப எனக்குத் தெரியுது. அப்ப தெரிஞ்சிருந்தாலும் என்னால ஒண்டும் செய்திருக்கேலாது. அப்ப ஒரு பயிற்சி நிலை டொக்டராய்த்தான் நான் இருந்தன். டொக்டராய் நான் இதைச் சொல்லக்குடாது. எண்டாலும் இந்த விஷயங்கள் மூளை நரம்பியலில முக்கியமானதெண்டு இப்ப அதைப்பற்றி நிறைய ஆராய்ச்சி நடக்கிறபடியால் சொல்லலாம்போலயும் இருக்கு. தர்மினி, உமக்கு கொஞ்சம் இதப்பற்றி விளங்குமெண்டு நினைக்கிறன். ஒரு லட்சம் . . . ஒரு கோடி மூளையளை எடுத்துப் பாத்தாலும் ஒரு மூளைபோல இன்னொண்டு இருக்கிறேல்ல. இதில பிறப்பிலேயே அமைஞ்சுவாற சில விசித்திரமான குணங்களுக்கும் சாத்தியமிருக்கு. இதை வடிவாச் சொன்னா, பரம்பரையாயும் இந்தமாதிரியான வித்தியாசமான மனநிலை சில ஆக்களுக்கு வரலாம். அதை

நீங்கள்தான் கண்டுபிடிக்கவேணும். எங்களால தெரிஞ்சுகொள்ள ஏலாது. நாங்கள் கேக்கிற நேரம் நீங்கள் சொன்னாத்தானே எங்களுக்குத் தெரியும்? அந்தநேரத்தில மனநிலைக் குழப்பத்தை வலு கெதியில குணப்படுத்த ஏலும்" என்றார் சண்முகநாதன்.

அது தர்மினியின் மனத்தில் ஆழப் பதிந்தது. அவளது அம்மம்மாவின் நிலைமையின் மருத்துவரீதியான விவரம் தர்மினிக்குத் தெரியவந்திருந்தாலும், அதற்கும் காரணமான மூலாதார விஷயத்தை அவள் இனிமேல்தான் விசாரித்தறிய வேண்டும். அது சுலபமாக முடிந்துவிடுமென்று அவளுக்குத் தோன்றவில்லை. அது அவளுக்குப் பெரிய அவசியமுமில்லை.

கொழும்பிலிருந்து அடுத்தநாள் மாலை வீடு வந்து சேர்ந்திருந்த இருவரும் விறாந்தையில் அமர்ந்திருந்தனர். பேச இருவருக்குமே நிறைய விஷயங்கள் இருந்தனபோலும், பேசாமல் தங்களுக்குள்ளேயே அவை திரும்ப யோசிக்கப்படவேண்டும் போலவும் இருந்துகொண்டிருந்தனர்.

தர்மினியின் யோசனை ஒருபோது கண்ணீராய் வழிந்தது. "ஏன், தர்மினி? அழாதயும் . . ." என்று ஆறுதற்படுத்தினாள் அன்னலட்சுமி. "அம்மம்மாக்கு இப்பிடி வந்திருக்கக்குடாது, ஆன்ரி. பாவம் . . . அம்மம்மா!" "அதுக்கு நாங்கள் என்ன செய்யேலும்? இல்லாட்டி ஆர்தான் என்ன செய்யேலும்? அப்ப கூடயிருந்த பெரியாக்கள் கவனிச்சிருக்கவேணும்."

சிறிதுநேரத்தில் தெளிந்த தர்மினி சொன்னாள்: "நான் நோர்வே போக இன்னும் ரண்டு நாள் இருக்கு, ஆன்ரி, அம்மம்மாக்கு என்ன நடந்தது என்டதத்தான் நான் அறியிறதுக்கு இஞ்ச வந்தன். அதுக்குப் பதில் கிடைச்சிட்டுது. அது எனக்குப் போதும். இனி நாங்கள் கந்தரோடைக்குப் போகவேண்டியில்ல. இதில எனக்கு விருப்பம் எதுக்கு நல்லா இருந்துதெண்டா, என்ர அம்மாவை நான் புரிஞ்சுகொள்ளத்தான். மெய்யாய்த்தான், ஆன்ரி. அம்மாவும் ஒரு மாதிரித்தான் இப்ப பிகேவ்பண்ணி வாறா. வீட்டில எப்பவும் சத்தமில்லாம ஒரு சண்டை நடக்குது. அது அம்மான்ட மனம், குறிப்பாச் சொன்னா அம்மான்ர செக்ஸ் லைப், சம்பந்தமாய்த்தான் இருந்திருக்கெண்டு நான் நினைக்கிறன். அம்மா சிலநேரம் தங்கட றூமில படுக்காம என்ர றூமில வந்து படுத்திடுவா. சிலநேரம் ஹோலுக்குள்ளயே படுத்திடுவா. இருந்திட்டு அந்தக் குளிர்நாட்டிலயே காணாமப்போயிடுவா. நானே தேடிப்போய் குளிருக்குள்ள விறைச்சு நடுங்கிக்கொண்டு

நின்ட அம்மாவை பஸ் ஸ்ராப்பிங்களிலயிருந்து கனதரம் கூட்டிக்கொண்டு வந்திருக்கன். அது பரம்பரையாய் வாற வருத்தமில்லையென்டுதான் நான் நினைச்சிருந்தன். டொக்டர் கேட்டதுக்குப் பிந்தித்தான் அதை அறியிறதுக்கு இஞ்ச வந்தன். இப்ப எனக்குத் தெரியுது, அது பரம்பரயிலயிருந்தும் வருகுதுன்டு. அது யாரில இருந்து துவங்கிச்சுதுன்டு தெரியேல்லய். எவ்வளவு காலமா என்டும் தெரியேல்லய். அம்மாவ சுகமாக்க எனக்கு இப்ப நான் அறிஞ்சது போதும். நான் சந்தோஷமா இனி போவன் நோர்வேக்கு. என்டைக்கும் நான் உங்கள மறக்கமாட்டன், ஆன்ரி. என்னோட சண்டைபிடிச்சுக்கொண்டுதான் நீங்கள் எனக்கு எல்லா நல்லதும் செய்தீங்கள். தாங்ஸ், ஆன்ரி."

அன்னலட்சுமி மெதுவாகச் சிரித்தாள். "மருமோளெண்டாலும் நீர் எனக்கும் ஒரு மோள் மாதிரித்தான, தர்மினி? எனக்கு உம்மில எப்பிடி அக்கறை இல்லாமல் போகும்?"

இரண்டு நாட்களின் பின் அதிகாலை நேரத்தில் தர்மினியின் கொழும்புப் புறப்பாடு இருந்தது. வெய்யில் தகதகவென மேலேறத் தொடங்கியிருந்தது. கேற்றடியில் சில்லுவைத்த சூட்கேஸுடன் நின்றுகொண்டிருந்தாள் தர்மினி. மணியக்காவும் மகளும் கூடநின்று பேசிக்கொண்டிருந்தனர். அன்னலட்சுமி கேற்றடிக்கு வருவதும் இரண்டு வார்த்தைகள் பேசிவிட்டுத் திரும்புவதுமாக இருந்தாள். இரண்டு நாட்களுக்கு முந்தி 'நீரும் எனக்கு ஒரு மோள் மாதிரித்தான?' என்று சொல்லிச் சிரித்த பின்னால் அவள் மெல்லமெல்லமாகச் சிரிப்பை மறந்து இறுகிவந்திருப்பது தர்மினிக்குப் புலனாகியது. தன்னை இறுக்கப்போகிற தனிமையை, தர்மினி வருமுன்னர் அதை அனுபவித்திருந்தபோதிலும், புதிதானதுபோல் கொண்டு அவள்படும் அவஸ்தையை அவளது அலைவில் காணமுடிந்தாள். வாசலில்நின்று யாருடனும் எப்போதும் அவள் பேசியதில்லையோவென ஒருபோது தர்மினிக்குத் தோன்றியது. யாரும் அதில் நின்று அவளோடும் பேசியதில்லை.

மணியக்காவின் மகள் கல்லூரிக்கு நேரமாகிறதென்று சொல்லிக்கொண்டு கிளம்பினாள். தானும் சென்றபின் மணியக்காவைவிட்டால் அன்னலட்சுமி பேச்சுத் துணைக்குக்கூட ஆளில்லாத தனிமையுள் விழுந்துவிடுவாளென்பதை, மனத்தை ஒரு பாரம் அழுத்தியதுபோல் உணர்ந்தாள் தர்மினி. "ஒருத்தரோடயும் ஆன்ரி அங்கயிங்க போய் பேசுறதில்லயோ?" என்று மணியக்காவைக் கேட்டாள். அதற்கு, "ஒருதரும் வந்தும் பேசுறேல்லை" என்பது பதிலாக, தர்மினி "ஏன்?" என்றதற்கு, "கந்தசாமி செத்ததிலயிருந்து மாமி பிரமைபிடிச்ச மாதிரி . . .

ஒரு மாதிரித்தான் இருந்தா. நான் பேசுறதெண்டாலும் வேலியில
நிண்டு உள்ளுக்க பயத்தோடதான் பேசுவன். இப்ப எவ்வளவோ
அவ பறவாயில்லை" எனச் சொன்னாள் மணியக்கா.

தர்மினிக்கு நெஞ்சை உலுப்பியது. கண் கலங்கியது.
தனக்குள்ளேயே சிதைவை வைத்துக்கொண்டா தன் தாயின்
சிதைவுபற்றி அறியத் தன்னோடு கூடி அவ்வளவு இடமும்
அலைந்து திரிந்தாள்?

இது டாக்டர் சண்முகநாதன் சொன்ன மாதிரியான
தில்லைத்தான். இது வேறுவகை. இதைப் போர் செய்திருந்தது.
அந்த போர்ப் பூமியில் அவள் கண்ட முதல் அழிவு
அன்னலட்சுமியாகவே இருந்தாள்.

காலத்தில் பழிகளைப்போல் பாரத்தையும் போட்டாள்.
இனி அவள் கிளம்பலாம். ஆனால் அவளுக்கு அகப்படாமல்
இன்னுமிருக்கும் கதை எப்போது அவளை அங்கிருந்து
இழுத்துக்கொண்டு ஓடிவரப்போகிறதோ?

மினிவேன் வந்தது.

அத்தியாயம்
III
(1925 - 1940)

1

வாடைக்காற்று ஓய்ந்து சோழகத்துக்கு வழிவிட்டிருந்தது. உச்சியிலிருந்து மேற்குநோக்கி நழுவத் துவங்கியிருந்தது கண்ணைக் கூசவைக்கும் பெருவட்டச் சூரியன். பண்டத்தரிப்பு சைவப் பள்ளிக்கூடத்தில் வகுப்புகள் முடிந்ததற்கான துண்டுத் தண்டவாளத்தின் ஓங்கிசை கணீரிட்டெழுந்தது.

பள்ளி வளவிலிருந்த முதிர் வாகையில் ஒடுங்கியிருந்த காக்கைகள் ஒருமுறை கத்திப் பறந்து மறுபடி வந்தடங்கி நேரமாகிற்று. கந்தரோடை வீதியில் கந்தப்பு முருகேசம்பிள்ளை உபாத்தியாரின் திருக்கல் வண்டி அங்கணக்கடவைநோக்கி விரைவைத் துவக்கியது.

ஐந்தாம் வகுப்புவரையுள்ள அந்தப் பள்ளியில் மொத்தம் எழுபத்திரண்டு மாணவர்கள் படித்துக் கொண்டிருந்தார்கள். தலைமை யாசிரியராகவும் வகுப்புகளுக்கான சமயபாட போதனாசிரியராகவும் கடமையாற்றிய பொன்னையாவுடன், மேலும் மூன்று ஆசிரியர்கள் அங்கே வேலைபார்த்தனர். பன்னிரண்டு பெண்பிள்ளைகளையே கொண்டிருந்த அப்பள்ளியில் ஒரு ஆசிரியை. ஆசிரியை திருமதி மகேஸ்வரி பொன்னையாவாக இருந்தார். தோட்டக் கலை கற்பித்தலைச் செய்தார். பள்ளிக்கூடத்துக்குப் பின்னால் கிணற்றோரம் இருந்தது பயிற்சித் தோட்டக் காணி.

ஆசிரியர்களில் ஒருவரான கந்தப்பிள்ளை முருகேசம்பிள்ளை, எட்டரை மணிக்கு ஆரம்பிக்கும் பள்ளிக்கு கந்தரோடையின் அங்கணக்கடவை யிலிருந்து ஒவ்வொருநாளும் ஒன்பது மணியளவிலேயே

வந்துசேர்கிறார். அவரிடம் மணிக்கூடு இல்லையென்பது ஒரு சமாதானமேயில்லை. அதனால், 'கரத்தை புதிசெண்டாலும் மாடு பழசெண்டதால வெள்ளணத்துக்குவர முடியாமப்போச்சு, வாத்தியா'ரென்று வாரத்தில் இரண்டு தடவைகளாவது தலைமையாசிரியரிடம் கடந்த மூன்றாண்டுகளாகச் சொல்லி வருகிறார். 'அப்ப மாடு செத்தா நீர் வேலைக்கே வரமாட்டிரோ?' என்று தலைமையாசிரியர் சொல்வதற்கு, க. முருகேசம்பிள்ளை பல்லெல்லாம் தெரியச் சிரிப்பார். காலைகளின் தாமதத்துக்காகவே மாணவர்கள் வெளியேறித் தட்டி கட்டும்வரை, தலைமையாசிரியர் பொன்னையாவுடன் கூடவே நின்றிருப்பார் அவர். பள்ளியில் கணபதி வளர்ந்த மாணவன். அவனும் இன்னும் இரண்டு மாணவர்களுமாய் தட்டியை இழுத்துவைத்துக் கட்டியதும், மனைவியையும் ஏற்றிக்கொண்டு பொன்னையா மோட்டார்ச் சைக்கிளில் புறப்படத்தான் முருகேசம்பிள்ளை கரத்தையில் ஏறுவார்.

நான்கு முழ வேட்டி கட்டி, முக்கால் கைவைத்த கழுத்து வாய்ச் சட்டை அணிந்து, பிரம்பெடுக்காத வாத்தியாராய்ச் சாந்தம் தவழ நாள் முழுக்க பள்ளியில் அலைந்து திரியும் முருகேசம்பிள்ளை, சண்டி கட்டிக்கொண்டு தனது ஒற்றைக் கரத்தையில் ஏறினாரென்றால், அவரது சுபாவமே மாறிவிடும். அவர் மாட்டுத் தரகரோ, வண்டித் தரகரோ, புகையிலை வியாபாரியோ இல்லையென்று அவரது காலைக் கோலத்தில் எஞ்சிய அடையாளமேதாவது சொன்னால்தான் உண்டு. தெரியாதவர்களுக்கு அவர் உபாத்தியாயராய் எப்போதுமே தென்படுவதில்லை.

கந்தரோடை வீதியில் வந்து அங்கணக்கடவை செல்லும் மக்கி ரோட்டில் திரும்பும்வரை ஓட்டத்திலிருக்கும் மாட்டின் வேகம், மேலே படிப்படியாகக் குறைந்து மந்த நடையாகிவிடும். அந்த இடத்தில் அந்த வேகம் முருகேசம்பிள்ளைக்கு மெத்தப் பிடிக்கும். அவருள் இருக்கக்கூடிய மென்மையேதேனும் தெற்றுப்படுமெனின், அது அவர் அப்புலக் காட்சியில் கொள்ளும் கிறக்கமாகவே இருந்தது.

வழுக்கையாற்றின் கரைப்பாதையில் இரண்டு பக்கமும் பழனங்களும், தோட்டங்களும், அவற்றுக்குமப்பால் தொலை தூரத்துக்கு தோப்புகளுமாய் விரிந்திருக்கும். அவர் பள்ளியிலிருந்து திரும்பி அங்கணக்கடவையை அடைகிற நேரத்துக்கு பழனங்களிலும், தோட்டங்களிலும் வேலைசெய்பவர்கள் வீட்டுக்குத் திரும்பியிருப்பர். துலா மிதிப்பும், நீரிறைப்பும், பாத்தி கட்டும், களை பிடுங்கலுமாகிய செயற்பாடுகளின்றி

தோட்டங்கள் வெளித்திருக்கும். மௌனம் அந்த வெயிலோடு சேர்ந்து மெதுமையாய் இழைந்துகொண்டிருக்கும். அவர் தினம்தினம் காணும் காட்சிதான் அது. ஆனாலும் அவர் சலிப்புறுவதில்லை.

வழுக்கையாறு மூடுண்டு வருகிறது. அதன் மேனியை ஆகாயத் தாமரைகளும், கரைகளில் மண்டிய நீர்க்கோரைகளும், இன்னும் பல்வேறு செடிகொடிகளும் மறைத்துக்கொண்டிருக்கின்றன. என்றாலும் முருகேசம்பிள்ளை தன் மானசீகக் கண்களால் காண்கிறார், நதி உள்ளோட்டமாய் இன்னும் ஜீவன் ததும்ப ஓடிக்கொண்டிருப்பதை. பலரும்தான் சொல்லித் துக்கிக்கிறார்கள், வழுக்கையாறு வறண்டுவிட்டதாக. அவரோ அதன் இடையறாத ஓட்டத்தைக் கண்டுகொண்டே இருக்கிறார். அது படைப்பின் விசேஷித்த அம்சம் கொண்டது. மலையிலல்லாமல் தரையில் ஊற்றெடுத்த ஆறு அது. நிலம் நீர் பிதுக்கியதன் விளைச்சல். அது வற்றுவதென்பது காலத்திலும் நடவாது என்ற அவரது திண்ணத்திலிருந்து விளைந்தது அவரது நதியின் உள்ளோட்டத் தரிசனம்.

கந்தரோடைக் குளம்வரை சென்றுவிட்டால் அருளானந்தப் பிள்ளையார் கோவில் தாண்டியதும் வரும் இரட்டைவரி வண்டிப் பாதை நேரே முருகேசம்பிள்ளை வீடுதான் செல்கிறது. வண்டிக் கடவையில் மூன்று தடிகள் கொழுவியிருந்தன. பக்கத்தில் பன்னாங்குப் படலை. மாடு நிதானமாக நடந்துசென்று கடவைக்கு முன்னால் நின்றது.

முடக்கில் கரத்தை திரும்பியதுமே மாட்டின் சலங்கையொலி வீட்டின் உள்ளறைவரையில் கேட்கும். அந்த 'சலங் . . . சலங்' சத்தத்தின் முதல் கிரகிப்பிலேயே தந்தை வருவதைத் தெரிந்துகொண்டு செம்பெடுத்து தண்ணீர் மொண்டுவிடுவாள் மகள் கனகவல்லி. அவர் தாகத்தோடு வந்திருப்பதில்லை. அவர் வந்து படியிலேறும்போது ஒரு செம்புத் தண்ணீர், பருவப்பட்ட பெண் இருக்கிற வீட்டில் வெளியெல்லாம் கடந்து வருபவர் கால் கழுவாமல் படியேறி வந்தால் காத்துக் கறுப்புகள் வீடு புக வாய்ப்பாகிவிடுமென்பது அவரது உள்மனத்திலிருந்து அவசியமென்றது. அவரே கடவைத் தடிகளை இழுத்துவிட்டு உள்ளே கரத்தையைக் கொண்டுவருவார். சிலவேளை மனைவி மங்களநாயகி கடவைத் தடியை இழுத்துவிடுவாள். ஆனால் செம்புத் தண்ணீர் எடுத்துத்தர அவருக்கு அவரது மகள் வரவேண்டும். கனகவல்லியிடத்தில் அந்த அவதானம் அவரளவில் பிசகக்கூடாதது. குமர்ப்பெட்டையின் கவனப் பிசகை அவர் எந்தளவிலும் அங்கே அனுமதித்துவிட மாட்டார்.

கரத்தையைக் கொட்டிலில் நிறுத்திவிட்டு துணிப் பையை எடுத்துக்கொண்டு முற்றத்தில் வருகையில் விறாந்தையைப் பார்த்ததுமே முருகேசம்பிள்ளையின் முகம் மாறியது. கனகவல்லி தந்தை வந்ததை இன்னும் கவனிக்கவில்லை. பக்கத்து அடுப்படிக் கொட்டிலிலிருந்த மங்களநாயகி கண்டுகொண்டு, "ஏய், கனகீ!" என்று சத்தமெழுப்பினாள். அவளது சத்தத்தில்தான் கனகி நினைவு மீண்டு தண்ணீர்ச் செம்போடு விறாந்தைக்கு ஓடிவந்தது. ஓடிவந்தவளின் மூச்சு நெஞ்சை உப்பி அடங்கச் செய்துகொண்டிருந்தது. தந்தை என்ன சொல்லப்போகிறாரோ என்ற பயம் கவ்வியிருந்தது முகம்.

கனகவல்லி பயந்ததுபோல் எதுவும் நடக்கவில்லை. செருப்பைக் கழற்றிப் படியோரமாய் விட்டுவிட்டு அவர் பாதங் களைக் கழுவினார். கனகவல்லி செம்பை வாங்கிக்கொண்டு விறாந்தையின் பக்க வழியினூடாக இறங்கி அடுக்களையில் செம்பை வைத்தாள். அவர் அறைக்குள் போய்ப் பள்ளி உடுப்பைக் கழற்றி வீட்டுத் துண்டைக் கட்டிக்கொண்டு வளவு பார்க்க இறங்கினார். மூன்று ஆங்கிலப் பவுண் அளவுக்கு சம்பளம் வாங்குகிறாரென்றாலும், சம்பளத்தில் கைவைக்காமல் சேர்க்கிற சாமர்த்தியம் அவருக்கு உண்டு. கிணற்றடியைச் சுற்றி கிடுகு கட்டிய அடைப்பு இருந்தது. கிடுகுகள் உக்கி உதிர்ந்துபோனாலும் ஓட்டை தெரியாதபடி வேலியிலே பீர்க்கும் பயத்தையும் புடோலும் படர்ந்திருந்தன. தானாக வளர்ந்து படர்ந்தவையல்ல. முருகேசம்பிள்ளையே நட்டுப் படரவைத்ததுதான். ஒவ்வொரு கொடியின் படர் திசையையும் அவரேதான் தீர்மானித்தார். பின் கிணற்றடி போனார். முகத்தைக் கழுவிவிட்டு அடுக்களைத் திண்ணையில் போயமர்ந்தார்.

அடுக்களை மண்ணில் கட்டியது. சுற்றிவர பனைமட்டை வரிந்து கிடுகில் படலைபோட்டிருந்தது. அடுக்களைக்கு விசால மான திண்ணை. காற்றுச் சுவாத்தியத்துக்கு பாயைப் போட்டுக் கொண்டு ஓராள் தாராளமாக நீட்டி நிமிர்ந்து படுக்கலாம்.

மங்களம் முருகேசம்பிள்ளைக்குச் சோறு போட்டுக் கொண்டிருந்தாள். கனகவல்லிக்கு இனிமேல்தான். அவர் சாப்பிட்டு முடிந்து அவரது இலையில் மங்களம் சாப்பிட, தட்டெடுத்து வந்து கனகவல்லி சாப்பிடுவாள். திட்டமெதுவும் இருக்கவில்லை. அங்கே அது அவ்வாறு அமைந்துவிட்டது.

அப்போது அவளின் கல்யாணப் பேச்சு எழுந்திருந்தது. மயிலணி முதலியார் வீட்டுப் பெடியனைக் கேட்க நண்பர் பண்டிதர் வீரகத்தி அபிப்பிராயம் சொல்லியிருந்தார். கேட்டுக்

கொண்டிருந்த மங்களத்துக்கு அதுபற்றிப் பேசத் தோதான நேரம் அமையவில்லை. அப்போது அதைக் கேட்கலாம் போலிருந்தது அவளுக்கு. “முதலியாரின்ர பெடியனையோ கேக்கப்போறியள்? அவன்ர பழக்கவழக்கமொண்டும் சரியில்லை யெண்டு எல்லாரும் கதைக்கினம் ...” என்று தொடங்கினாள்.

உபாத்தியார் நிமிர்ந்து அவளைத் தீர்க்கமாய்ப் பார்த்தார். பின் குனிந்து கவளத்தை உருட்டிக்கொண்டு, “ஊரில ஆயிரம் பேசுவினம். பண்டிதருக்குத் தெரியாததோ?” என்றார்.

மங்களத்துக்குத் தெரியும், அது தனக்கு ஆபத்தை உண்டு பண்ணும் அணுகுமுறையென்று. ஆனாலும் அவளால் அடங்கி இருந்துவிட முடியவில்லை. அவளது மகளின் வாழ்க்கை அதில் தங்கியிருக்கிறது. “இல்லை . . . அந்தப் பெடியன் . . . பொம்பிளச் சகவாசம் கூடின பெடியனாம் . . .”

“அந்த வயசில, அந்த வசதிக்கு . . . அதெல்லாம் இருக்கும்தான். என்ன செய்யிறது?”

“இதுக்காக தஞ்சாவூர், கும்பகோணமெண்டும், மலையாள மெண்டும் அடிக்கடி போய்வாறவனாம் . . .”

“உள்ளூரில போனாத்தான் கேவலம். அப்பிடிப் போய்க் கூத்தடிச்சு வந்தா எங்களுக்கும் கியாதிதானே!”

“எங்கட ஊர்த்திருவிழாக்களிலயும் நல்லதுகெட்டது பாக்காமல் நடக்கிற ஆளெண்டு எல்லாரும் கேவலமாய்க் கதைக்கினம். அவன் சுண்ணாகம் சிப்பிலிச் சந்தையில பொம்பிளயளக் கண்டு போடுற ஆவட்டம் சோவட்டத்தை காணவே பொறுக்கேலாமல் இருக்காம்.”

“இதெல்லாம் உமக்கென்னெண்டு தெரியும்? ஊர் மேயுறிரோ?”

“நானேன் வெளிய போகவேணும்? இந்தப் பக்கம் போனா அழகம்மா, அந்தப் பக்கம் போனா பொன்னம்மா, தெற்கால போனா திலோத்தமை.”

“அப்ப . . . இப்பிடித்தான் நாள் கழியுதுபோல உமக்கு? வம்புக்கதை வினையாயிடும் . . . மங்களம்.”

“இது வம்புப்பேச்சோ? ஊர் நடப்பை வேற நாங்கள் எப்பிடி அறியேலும்? தம்பக்கட்டடக்காரன் சொல்லுற அரசாங்க விசயம் தெரிஞ்சாப் போதுமோ? ஊர் நடப்பை நாங்கள் இப்பிடித்தான அறியவேண்டிக் கிடக்கு.”

“நீங்கள் அறிஞ்சு ஒண்டும் ஆகப்போறேல்ல. எதோ நான் சொல்லுறதச் சொல்லியிட்டன். பிறகு உமக்குத்தான் உதெல்லாம் கயிற்றம்.”

“எனக்கு மனஞ்சரியில்லை. அந்தப் பெடியனைக் கேக்காம விடுவமே. நீங்கள் விரும்பினா இதைவிட நல்ல இடமாப் பாக்கேலும்.”

“உம்மட மோளுக்கு வெள்ளைக்காற மாப்பிளை கேப்பிர் நீர். என்னால ஏலுமே? இப்பவே கனகிக்கு பதின்மூண்டு வயசாச்சு, ஞாபகமெல்லே? இப்பிடியே சுணங்கிக்கொண்டு போனா நல்லாயிருக்காது.”

மங்களத்துக்கு மேலே பேச எதுவுமிருக்கவில்லை. முருகேசம்பிள்ளை எழும்பி கைகழுவிக்கொண்டு போய்விட்டார். சிறிதுநேரத்தில்தான், தான் இவ்வளவு பேச்சு பேசியிருந்தும் மனிசன் சினந்து ஒரு வார்த்தை பேசாமல் விட்டுவிட்டதே என்பது தெரிந்தது. ‘நீர்’ போட்டும் பேசியிருந்தார். அது ஒரு சூசகம். அன்றைக்கு அவளைப் பின்வளவின் இருட்டுக் கொட்டிலுக்குள் இழுத்துச்செல்லப் போகிறார்.

அது புரட்டாதி மாதம். நிலம் காய்ந்து வெடிபட்டுக் கிடந்தது. சோளகக் காற்றுக்குப் புழுதி மட்டுமில்லை, காய்ந்து சருகாய் விழுந்துகிடந்த மாவிலைகளும் பலாவிலைகளும் மற்ற மரங்களின் இலைகளுமெல்லாம்கூட ஆளுயரத்தக்கு எழும்பிப் பறந்து நிலம் வெளித்திருந்தது. சோளகம் அடங்கிக் கிடந்தது ஒரு முற்றுக்குப்போல. நிலா வெளித்து ஏறிக்கொண்டிருந்தது. நெடுமரங்களெல்லாம் மெல்லிய அசைவில் கிடந்தன.

கிணற்றடியில் எழுந்த சத்தத்தில் கனகவல்லிக்கு சட்டென கண் விழிப்பேற்பட்டது. நிலாக் கதிர் ஜன்னலூடாய் அறைக்குள் பாய்ந்து கொண்டிருந்தது. படுக்கும்போது ஜன்னல் கதவுகள் சாத்தவில்லையென்பது ஞாபகமாகியது. அவசரமாகக் கதவைச் சாத்தப் போனாள். காற்றடங்கியிருந்தது. மெல்லிய குளிர்கலந்த காற்று வீசியது. மனத்துக்குள் ஒரு இனிய கூவல். இனி மாரிதான் என்று நினைத்துக்கொண்டாள்.

பின்வளவு விலாட்டு மாமரம் கண்ணெதிரே தெரிந்தது. பக்கத்தில் காற்றாடலுக்காய்ப் போட்டிருந்த பெரிய கொட்டிலிருந்தது. இங்கிதம் செய்யும் மாமரக் கூடலின் சரசரப்பு தாலாட்டுச் சுகம்செய்ய மிக்க ஆனந்தமாய் அந்த இடத்தில் எவருக்கும் தூக்கம்வரும். கனகவல்லி என்றைக்கும் அங்கே படுத்ததில்லை. தாம்புக்கயிறுகளும் பழைய ஓலைப் பட்டைகளும் அறுத்த மரத் துண்டுகளும் ஒருபக்கத்தில் அடைந்துகிடக்கும்

அந்த இடத்தில், பாம்பேதாவது சுருண்டு கிடக்குமென்று அவளுக்குப் பயம். அவளது ஐயா அங்கே தூங்குவார். தடித்த கால்களும் தடித்த பலகைகளும்கொண்டு, தூக்க நாலு ஆம்பிளையாகிலும் தேவைப்படக்கூடிய வேப்பமர வாங்கு அது. அதிலேதான் நிழலின் அசைவு தெரிந்தது. சாய்ந்துநின்ற நிலா, காற்றின் அசைப்பில் மாங்கிளைகள் விலக வாங்கில் நிழலின் அசைவுகளைக் காட்டியது. துல்லியமாய்ப் பார்க்க தெரிந்தாள் கனதனங்கள் வெளித்துக் கிடந்த மங்களம். அந்த வயதிலும் குலையாத கட்டிறுக்கத்தில் வெணீரிட்டுக் கிடந்தன அவளது நெஞ்சுக் குவியங்கள்.

அந்த வாங்கிலே கனகவல்லி பலதடவைகள் கண்டிருக்கிறாள் அம்மாதிரிக் காட்சிகளை. அந்த வாங்கும் அதன் கால்களுமே ஆயிரம் கதைகள் சொல்லும். அவளுக்கு அருவருப்புத்தான் வந்தது. கல்யாணத்தின்மீதான ஒரு பயம் அதன் பக்கத்தில் வேரூன்றி எழுந்தது. 'அம்மாளாச்சி, அங்கணவை மீனாட்சி!'யென்று மனத்துள் இறைஞ்சினாள். அவள் கதவுகளை ஓசையெழாமல் சாத்திவிட்டு திரும்பி வந்து படுத்தபோது ஏனோ அழவேண்டும்போலிருந்தது.

முதலியார் வீட்டுக் கலியாணப் பேச்சு எப்படியோ சரிவராமல் போய்விட்டது. ஒட்டியாணம், அட்டிகை, மூன்று பவுண் கோர்த்த இரட்டைப் பட்டுச் சங்கிலி, அடுக்குக் காப்பு, கூறை, தோட்டம், கூட கோயில் திருவிழாக்களுக்குப் போய்வர எட்டுச் சுற்று வண்டிலென்று முதலாம் வகுப்பே படித்திராதவனுக்கு ஸ்ரீதனம் கேட்டால் ஒரு அரச பள்ளி உபாத்தியார் என்ன செய்வார்?

தன் ஸ்ரீதனத்துக்குச் சரியான ஆள் வரும்வரை காத்திருக்கத் தயாரானார் அவர்.

2

அவ்வப்போது மழை பொய்த்த காலங்கள் இருந்திருக்கின்றன. ஆனால் கடந்த இரண்டு மாரிகளிலும் மழை தாராளமாய்க் கொட்டியிருந்தது. நிலம் சிரித்தது வான் பெயல் கண்டு. அடிக்கடி ஏற்பட்டுக் கொண்டிருந்த பஞ்சம் அக்காலத்தில் எட்டிப் பார்க்கவும் வரவில்லை. முருகேசம்பிள்ளையின் வயலிலும் நல்ல விளைச்சல். மாரிப் போகம் காணுகிற வயல்தான் அவரது. அந்தமுறை பதரே இல்லாத அளவுக்கு எல்லாம் பருவத்தில் பூத்து, காய்த்து, முற்றி அறுவடை கண்டிருந்தது. ஒற்றை அடியோடு தரையைக் காயப்போட்டுவிட்டு அடுத்த மாரிவரை விதைப்புக்குக் காத்திருந்துதான் அவருக்குப் பழக்கம். வழுக்கையாற்றின் பாய்ச்சலில் மனம் சிலிர்த்துப்போனவர், 'ஏய், கதிரவேலு!' என்று தன் பெறாமகன்காரனை அழைத்துப் போய் அந்தமுறை வயலில் சோளம் போட்டார். பொலிந்து வளர்ந்தது சோளம். கொம்பறையில் அடுக்கமுடியாது மூட்டைகளாய்ப் பிதுங்கியிருந்தது.

கனகவல்லியின் இரண்டு வருஷ வளர்ச்சி அற்புதமாய் இருந்தது. குட்டித் தேரொன்று ஊரும் நளினம் விளைந்திருந்தது. கேள்விப்பட்ட தூரவழிச் சொந்தங்கள் சம்பந்தப் பேச்செடுத்தன. முருகேசம்பிள்ளை மிக்க இலாவகமாகப் படிப்புள்ள மாப்பிள்ளையென்ற விஷயத்தை முன்வைத்து எல்லாவற்றையும் ஒதுக்கிக்கொண்டிருந்தார். இனி அவர் தன் தகுதிக்கேற்ற மாப்பிள்ளைதான் தேடுவார்.

உடலின் வளர்ச்சிக்குள் முறுகிக் கிடந்த மதர்ப்பு, மூடிய அவள் ஆடைக்குள்ளிருந்தும் தன்னை மறைக்காமல் எட்டிப்பார்க்கத் துவங்கிவிட்டது. அவள் பக்குவப்பட்டு மூன்றாண்டுகள் ஆகியிருந்தபோதும், பக்குவத்திலிருந்தது அப்போதுதான். அவள் எல்லாவற்றுக்குமான சாமர்த்தியத்தை அடைந்திருந்த காலமும் அதுதான்.

அந்த வருஷம் மாமரங்களெல்லாமே நிறைகாயாய்க் கிடந்தன. 'எனிப் பொறுத்தா அணிலும் காகமும் பாயத் துவங்கியிடு'மென, மாங்காய் பிடுங்க அயல்வீட்டு கணேசமூர்த்தியை ஒழுங்கு செய்துவிட்டார்.

விதவைத் தாயொருத்தியின் ஆறு பிள்ளைகளில் மூத்தவன் அவன். அவனது கூலியுழைப்பில்தான் அந்தக் குடும்பத்தின் சீவனம் நடந்தது. கந்தரோடையில் கனகவல்லி படித்த கந்தரோடை சைவத் தமிழ் வித்தியாசாலையில் அரிவரியும், முதலாம் வகுப்பும் அவரிடமே படித்தவன் அவன். மட்டுமில்லை, ஊரிலே எந்த வீட்டிலும் செம்பிலே தண்ணீர் வாங்கிக் குடிக்கக்கூடிய குடும்பத்துப் பிள்ளையாகவும் இருந்தான். பறிகட்டிய தடியால் காய்களை அவன் பிடுங்க, பள்ளிக்கூடம் செல்லாத அவனது தம்பி அவற்றை ஓரிடத்தில் கண்டல்படாமல் அடுக்கி வைக்கவேண்டுமென்றும், மங்களம் சாக்குப் பிடிக்க அவற்றை எண்ணி கனகவல்லி கட்டிவைக்கவேண்டும் என்றும் முருகேசம்பிள்ளை சொல்லியிருந்தார்.

அன்று காலையில் திருக்கலில் ஏறுவதன் முன்னால்கூட மங்களத்தைத் தனியே அழைத்து உஷார்ப்படுத்தியிருந்தார், 'எங்கட ஆக்களெண்டாலும் அளவுக்குமேல கதைபேச்சுவைச்சிடாமல் பாத்துக்கொள்' என்று. அவளுக்கு அதன் அர்த்தம் புரியும். அவள் அவரைவிடக் கூடிய கவனத்துடன் இருப்பவள்.

கணேசமூர்த்தி மரத்தில் ஒரு வாகான கிளையில் சாய்ந்திருந்து பறி கட்டிய தடியினால் மாங்காய்களைப் பிடுங்கி கீழே அனுப்பிக்கொண்டிருந்தான். அவ்வப்போது தாயாருடன் வந்து காய்களை எண்ணி சாக்குக்குள் போட்டுக் கட்டிக் கொண்டிருந்தாள் கனகவல்லி.

முடிந்தளவு மேலே பாயத் துடிக்கும் தன் நோக்கைத் தவிர்க்க அவள் முயன்றுகொண்டிருந்தாள். ஆனாலும் ஏதொன்றோ ஆவல் கிளம்பி இடைக்கிடை பார்வையை மேலேற்றிவிடுகிறது. கிளைக்குக் கிளை தாவி கால்களை அகட்டி நின்று கணேசமூர்த்தி காய்களைப் பிடுங்குகையில், அவனது கொடுக்குக் கட்டுக்குள்ளாக தொங்கும் குறியின் பருமட்டப் புடைப்பில் பார்வை குறிப்பாய்ப்

கந்தில் பாவை

பாய்ந்து நொடியில் மீண்டுவிடுகிறது. கனகவல்லியின் ஆர்வம் கணேசமூர்த்திக்குத் தெரிந்தது. அவன் உக்கிரம்கொண்டு இன்னும் கிளைகிளையாய்த் தாவி வானர விளையாட்டும் காட்டினான். கனகவல்லியின் உவகை முகத்தில் முறுவலாகி வெடிக்க, அவனுக்குத் தாங்கமுடியாத சந்தோஷம்.

மதியத்துக்கு மேலாகியிருந்ததில் சமையலில் அவசரமாய் இருந்தாள் மங்களம். கனகவல்லி கோழிகளைக் கலைப்பதும், முற்றத்தில் கிடந்த கோழி எச்சங்களை மண்வெட்டி எடுத்துவந்து அகற்றுவதுமாய் தன் வேலையில். முற்றம் சுத்தமானதும் விறாந்தை பெருக்கத் தொடங்கினாள். மூலையில் அள்ளுவதற்காய் குப்பையை ஒதுக்கிவிட்டு விளக்குமாற்றோடு அவள் திரும்ப, இடிப்பதுபோல் நெருங்கி நின்றுகொண்டிருந்தான் கணேசமூர்த்தி.

"என்ன ..? என்ன வேணும்?" அவள் திடுக்கிட்டுக் கேட்டாள்.

"எனக்கு ... எனக்கு ... உம்மில நல்ல புறியம், கனகு."

"போ ... போ அங்காலை. அம்மா பாத்திடுவா. ஐயாவுக்குத் தெரிஞ்சா அவளவுதான்."

"சத்தியமாய்ச் சொல்லுறன், உம்மில எனக்கு கொள்ளை புறியம். என்னில உமக்குப் புறியமில்லையே, சொல்லும், கனகு?"

"எனக்குப் புறியமுமில்லை, ஒரு மண்ணுமில்லை. உனக்குப் புறியமெண்டா ஐயாட்ட போய்க் கேள்."

தாயார் அந்நேரம் கிணற்றில் நீரெடுத்து வர, "தண்ணி கொஞ்சம் தாரும், கனகு" என்றபடி முற்றத்தில் இறங்கி நின்றான் கணேசமூர்த்தி.

கனகவல்லி தண்ணீர் எடுத்துவந்து கொடுத்தாள்.

"கணேசு, தண்ணி கிண்ணி வேணுமெண்டா, நீ கிணத்தில அள்ளக்கூடிய ஆள்தானே, போய் கிணத்திலயே அள்ளிக் குடி" என்று மங்களத்தின் குரல் எழுந்தது. கவனப்பட்டுவிட்டாள் என்பது விளங்கிக்கொண்ட கணேசமூர்த்தி, "சரி, அக்காள்" என்று மாமரத்தடிக்கு நடந்தான்.

கந்தரோடையின் அத்தனை குடும்பங்களில் அந்த வீடு தவிர்ந்து மற்றைய வீடுகளிலெல்லாம் வீட்டுக்கு இரண்டு மூன்று பெண்பிள்ளைகளிருந்தனர். சுமார் அந்த நூற்றைம்பது இருநூறு பெண்களில் கனகிபோல் கணேசமூர்த்தி கண்டதில்லை. கிணறு இறைக்க, வேலி அடைக்க, கதிகால் போட, குழைவெட்டவென அவன் செல்லாத வீடுகளில்லை. எல்லாம் ஒரே முகங்கள்; எல்லாம் ஒரே குணங்கள். அலை பாய்ந்த கேசமும் அந்த அலரிப்பூ உதடும்,

கனகாம்பரப் பூ நிறமும் யாரிடத்தில் இருக்கின்றன? அவள் பள்ளியின் இறுதி ஐந்தாம் வகுப்பு படித்ததுவரை காலையோ மாலையோ ஏதோவொரு பொழுதில் அவனும் அவளைப் பார்த்துக்கொண்டுதான் வருகிறான். வீட்டுக்குள் அடங்கிய காலத்திலிருந்து வேலிக்கு மேலாக அவள் தலையையாயினும் கண்டே வந்திருக்கிறான். கொய்யாப்பழ அளவிலிருந்து அதோ சேலம் மாவில் தொங்கும் காயளவுக்கு அவள் தனங்கள் வளர்ந்ததை இஞ்சியிஞ்சியாக அவதானித்து அவள்மீதான பிரியத்தை வளர்த்து வந்திருந்தவன், சமீப காலமாய் அளவுகடந்த ஆசையை அவள்மீது குமித்திருந்தான். குறிப்பாக அவளது முதல் சம்பந்தப் பேச்சு தவறியதான கதை ஊரில் பரவிய நாளிலிருந்து, அந்த ஆசை அளவுமீறிப் பெருகிக்கொண்டிருந்தது. பல இரவுகளில் கனவே அவனது நித்திரையைக் கலைக்கும் ஸ்கலிதம் கொண்டிருக்கிறது. பதினைந்து வயதுவரை காணிபூமி உத்தியோகமுள்ள ஒருவருடைய மகள் கல்யாணமாகாமல் அங்கு சரி, அயல் கிராமங்களில் சரி, இருந்துவிடுவதில்லை. முதலியார் வீட்டுச் சம்பந்தம் தவறிப்போனதே கனகி தனக்கென்ற தலையெழுத்து இருந்ததால்தானென்று அவன் பரிதாபமாக எண்ணத் தொடங்கினான்.

ஆனால் முருகேசம்பிள்ளை சம்மதிப்பாரா என்பது அவனுக்கு ஐயமாகவே இருந்தது. அவளும் அதில் பிரியமுள்ள வளானால் இரவோடிரவாக மன்னாருக்கு, இல்லாவிட்டால் திருகோணமலைக்குக்கூட, அவளை இழுத்துக்கொண்டு ஓட அவன் தயாராகவிருந்தான். அவர் தண்டுமுண்டுக்குப் போகிறவராக இல்லாதபடியால் தன் தாயைப்பற்றியோ, தங்கை தம்பிகளைப்பற்றியோ யோசித்து அவன் பயப்படவும் இருக்கவில்லை. ஆனால் கனகி பிரியம் வைக்கவேண்டுமே! கால்களுக்குள் விடுப்புப் பார்க்கிறவள், அவனது மனத்தை ஏன் உதாசீனப்படுத்துகிறாள்?

அன்று மாலையில் வீடு திரும்பிய முருகேசம்பிள்ளை உடனடியாக உடுப்பை மாற்றிக்கொண்டு, கிளைகள் அசைந்த உள்வளவு மாமரத்தடிக்கு விரைந்தார். சூரியன் சாய்கிறவரையில் கணேசமூர்த்தியுடன் கூடநின்று வேலைவாங்கினார்.

வேலைமுடிந்து கணேசமூர்த்தி படலையால் வெளியேறிக் கொஞ்சநேரத்தில், அவனது தாய் ஒரு வெறும் ஓலைப்பெட்டியுடன் வந்தாள். ஒருவர் வீட்டுக்குக் கொண்டுசெல்லும் வெறும் பெட்டி தாங்கமுடியாத சுமையுடையது. இரத்தலில் இன்னாதது எது? அதுவும் இரத்தலேதான். கணேசமூர்த்தியின் தாயார் முகத்தில் வெறும்பெட்டியின் சுமை கனத்துக் கிடந்தது. மகனே

வேலைசெய்த இடத்தில் மாங்காய் பிடுங்குகிற விஷயத்தை யார் சொல்லி அவள் தெரியவேண்டும்? கேட்காமலே நோக்கம் தெரிந்து கனகவல்லியை நோக்கித் தலையை அசைத்தார். அது புரிந்து பெட்டியை வாங்கிப்போய், வெடித்தும் பிஞ்சுமாயிருந்த குவியலிலிருந்து நல்ல காய்களாய் கிஞ்சிற்தனம் பண்ணாமல் நிறைத்துக் கொண்டுவந்து கொடுத்தாள் அவள்.

சுன்னாகம், மல்லாகம், தெல்லிப்பளைச் சந்தைகளில் போன சந்தைக்கூடல் நாளில் மாம்பழ விலை சரிந்துவிட்டதென்று அடிபட்ட பேச்சு அவரின் காதிலும் விழுந்திருந்தது. ஒருவேளை மறுநாள் அங்கெல்லாம் நல்லவிலை போகவில்லையென்றால், சாவகச்சேரிச் சந்தைக்கு வண்டியைவிடவும் அவர் எண்ணியிருந்தார். ஆனால் கொழும்புக்கு எடுத்துச் செல்லவும், தூத்துக்குடிக்கு பெட்டி கட்டவுமிருந்த பரபரப்பால் சுன்னாகத்திலேயே அவர் எதிர்பார்த்த விலைக்கு மாம்பழங்கள் விற்றுப்போயின.

சனி, ஞாயிறு ஆகிய நாட்கள் பெரிய சம்பவங்கள் ஏதுமின்றி வீடு மாம்பழக் கொண்டாட்டத்தில் மகிழ்ச்சியாகவிருந்தது. மூன்றாம் நாள் மதியத்தில் புறோக்கர் வந்தார். உச்சிவேளையில் வந்தவர் உள்ளேயும் வராமல் வயல்கரையோர மருதமரத்தின் கீழ் பள்ளிக்கூடம் முடிந்து முருகேசம்பிள்ளை வரும்வரை வயல் காற்றைக் குடித்தபடி காத்திருந்தார். முருகேசம்பிள்ளை வந்ததும் படலையில் நின்றே நீண்டநேரம் இருவரும் கதைத்துக்கொண்டிருந்தனர். விஷயமெதுவென்று தெரிந்துவிட்ட பிறகு, அவர்கள் என்ன பேசினால்தான் என்ன என்பதுபோல் மங்களமும் கனகவல்லியும் இருந்துவிட்டனர். பொருத்தமான மாப்பிள்ளையாக இருந்தால் சம்மதிப்பதில் இருவருக்கும் அப்போது தயக்கமும் இருக்கவில்லை.

தண்ணீர் குடிக்க முற்றத்துக்கு வந்த புறோக்கர் திரும்பிப் போகும்போது சொன்னார், "அப்ப . . . வாற சனிக்கிழமை காலமை நான் தெல்லிப்பளைச் சந்தியில காத்து நிக்கிறன், வாத்தியாரையா" என்று.

"செய்யும்."

3

சனிக்கிழமை கரத்தையைக் கட்டிக்கொண்டு வெய்யிலுக்கு முன் கிளம்பியவர் அன்று மதியத்துக்கு வீடு திரும்பிவிட்டார். கரத்தை வந்த வேகத்திலேயே, போனவிடத்தில் எதுவும் சரியாக அமையவில்லையென்று மங்களத்துக்குத் தெரிந்துவிட்டது. ஆனாலும் அவரது கோபம் அந்தளவு உச்சமேறியதற்கான காரணம் விளங்கவில்லை. அவளால் அவரிடம் கேட்டுவிடமுடியாது. தானாக அவர் வாயிலிருந்து வெளிவரும்வரை காத்திருந்தாள்.

சாப்பிடுகிற வேளையில் அவர் அதைச் சொன்னார்.

முருகேசம்பிள்ளையின் பெரியதாய் சின்ன வயதில் ஒரு கிறித்தவனோடு ஓடிப்போய்க் கல்யாணம் செய்திருந்தாள். அவர் அதை பெரும் வடுவாகக் கருதியிருந்த ஒருகாலம் இருந்தது. ஆனாலும் காலமாக ஆக அவர் அதை மறக்கவே செய்தார். முதல் மனைவி விசாலம் இறந்துபோக இரண்டாம் தாரமாக மங்களநாயகியைத் திருமணம்செய்த சிறிதுநாளில் வீடுவந்த மங்களநாயகியின் உறவுமுறைக் காரர் ஒருவர் பெரியதாய்பற்றி உசாவியபோது தாறுமாறாகத் தூஷணையில் ஏசி கையோங்கி விட்டார் முருகேசம்பிள்ளை. பெரிய கைகலப்பாகிப் போனது அது. தன் சனத்து உறவுகளை அன்றே வெட்டினாள் மங்களநாயகி. அவர்களது சங்காத்தம் இனி அவள் வாழ்க்கையைக் கேள்வியாக்கிவிடும். பெரிய வாய்க்காரியென்று பேர் பெற்றிருந்த மங்களத்தின் வாய் அடைக்கத் துவங்கினது அந்தச் சமயத்திலிருந்தாயிருக்கும். பின்னால் தன்

பரம்பரையின் கௌரவக் குறைச்சல்பற்றி தனியாய் நினைக்கிற அளவுக்கு சந்தர்ப்பமேதும் அவருக்கு ஏற்படவில்லை.

அன்றைக்கு அந்த பெரியதாயின் மகன்வழி வீட்டிலேதான் காலம் அவரை இழுத்துப்போய் மாப்பிள்ளை பார்க்க விட்டிருந்தது. தன் அந்தஸ்துக்கு ஏற்ற படித்த, நல்ல துரைத்தன உத்தியோகம் பார்த்த குடும்பத்துப் பிள்ளையென நினைத்து உள்ளுக்குள் இறும்பூதடைந்துகொண்டிருந்த முருகேசம்பிள்ளை, விஷயம் வெளிவந்த கணத்தில் துடித்துப்போனார். காவோலையைக் கிளப்பினால் கந்தன்கொளை கொள்ளாயிரமான சொந்தம் முழுதுமே, சபைசந்திக்கில்லாமல் அவர்களை ஒதுக்கிவைத்திருக்கிற நிலையில், அவர் அந்த வீட்டில் மாப்பிள்ளை பார்க்க வந்ததை அவரால் பொறுத்துப்போக முடியவில்லை. அவ்வாறான நிலையை உருவாக்கிய புறோக்கன் மீதுதான் அவரது ஆத்திரம் உடனடியாகத் திரும்பியது. 'மாட்டிறைச்சி தின்னுற இந்த நம்பாத வேதக்காறச் சனத்தோதிட்டயோ எனக்கு மாப்பிளை பாத்துவந்தாய்?' என்று தரகனை அடிக்காத குறையாகத் திட்டிவிட்டுத் திரும்பியிருந்தார்.

முந்திய ஒரு தலைமுறையில் கிறித்தவக் கலப்பு ஏற்பட்ட ஒரு காரணம்சுட்டியே சபைசந்தியில் அன்றுவரை அந்தக் குடும்பத்துக்கு அழைப்பு வைக்காமல் இருந்து வருகிறது எஞ்சிய சொந்தபந்தமெல்லாம். அவர் வெகுத்த சைவப்பற்றுக் கொண்டவரென்றும் இல்லை. இன்னும் வெள்ளைக்காரன்தான் ராஜாவாக இருக்கிறான் இந்த நாட்டிலே. அவன் கீழ் சேவகம் செய்வதைப் பெரிய கௌரவமாய் ஊரில் கற்றவரெல்லாம் எண்ணிக்கொண்டிருக்கிறார்கள். அவ்வப்போது குதிரை வண்டியில் செல்லும் கவர்மெண்ட் ஏசண்டரைக் கண்டு கரகோஷமெழுப்பவே வழி நெடுக இப்போதும் கூட்டம் கூடுகிறது. மேலும் முருகேசம்பிள்ளைகூட ஆங்கிலப் பவுண் கணக்கிலேதான் சம்பளம் இன்னும் வாங்குகிறார். இந்தியாவிலே அச்சடித்து இங்கே கொண்டுவந்து கொடுக்கும் மூன்று பவுணுக்கான முப்பது ரூபாவை மகாராணிக்குப்போல் தலைவணங்கித்தான் வாங்குகிறார். இருந்தும் ஒரு கிறித்துவனை விரும்பிக் கல்யாணம் செய்துகொண்டாளென்பதற்காக ஏதோவொரு தலைமுறையிலிருந்து அந்தக் குடும்பத்தை விலக்கி வைத்திருக்கிறது அவரது பரம்பரை.

கிறித்துவ ஊழியத்துக்கு வந்த ஒரு வெள்ளைக்காரி சைக்கிளில் மானிப்பாய், தெல்லிப்பளை, உடுவில், மல்லாகமென்று சைக்கிளில் திரிந்துகொண்டிருக்கிறாள். அவளின் அன்பான சிரிப்புக்காகவே சனம் அவள் நிற்குமிடங்களிலெல்லாம் மொய்த்துக்கொண்டு

அவளின் தமிழ்ப் பேச்சையும், அதன்மூலம் அவள் தெரிவிக்கும் நற்போதனைகளையும் சுவிசேஷக் கதைகளையும் செவிமடுக்கிறது. பஞ்சத்தில் கிடப்போரை தேவாலயம் வரச்செய்து அரிசியோ, பயறோ, உழுந்தோ கொடுக்கும் கருணையை ஊரெல்லாம் மெச்சுகிறது. இலவசக் கல்விக்கும், மருத்துவ வசதிக்குமாய்ப் போற்றி வணங்குகிறது. அந்தப் பகுதியே ஒரு சிறுமி புத்தகமெடுத்து பள்ளி சென்றது கண்டிராதது. இப்போது பெண்பிள்ளைகள் படிக்கப்போகிறார்கள். அவர்களுக்கென்று தனிப் பள்ளிக்கூடமே உடுவிலில் நடந்துவருகிறது. இவ்வளவும் நடந்துகொண்டிருக்கிற நேரத்திலேதான் முருகேசம்பிள்ளை மாட்டிறைச்சி தின்கிற மதக்காரரென்று அவர்களைத் தூஷிக்கிறார்.

'உங்களுக்கேன் இந்தளவு கடுப்பு? ஊரில இப்ப படிச்ச ஆக்களில பாதிப்பேரும், படிக்கிற ஆக்களில முக்காவாசிப் பேரும் மாறியிருக்கிற சமயம் அதுதானே!' என்று ஸ்ரீமதி மகேஸ்வரி பொன்னையா அவரின் கலங்கிய முகம் கண்டு விபரம் விசாரித்து ஒருநாள் ஆறுதல் சொன்னாள்.

ஸ்ரீமதி பொன்னையாவுக்கு முன்னாலேயே அவளைத் திட்டிவிட முடியுமா? வீட்டுக்கு வந்து மங்களத்துக்கு முன்னால் நின்றுதான் மனவெக்கையை ஆற்றினார் முருகேசம்பிள்ளை. 'என்னையென்னத்துக்குப் பேசிறியள்?' என்று குமைந்தாள் மங்களம். 'இது உனக்கில்லை, அந்த மனுசிக்கு. அந்த மனுசியை ஆர் கேட்டது இப்ப ஊரில என்ன நடக்குதெண்டு? கனபேர் சமயம் மாறினா அந்தச் சமயம் நல்லதாயிடுமோ? எனக்கு அவையின்ர யேசுபாலனிலயோ மேரிமாதாவிலயோ உண்மையில ஒண்டுமில்லைத்தான். ஆனா ஊர்க் கட்டுமானத்தை யோசிக்கவெல்லே வேணும்? உப்பிடி மாட்டிறைச்சி தின்னுறவங்களுக்கு மதிப்பு ஏறிக்கொண்டு போனா எப்பிடி? உனக்குத் தெரியுமோ, எங்கட வம்சத்தில மச்சம் சாப்பிடுற சில ஆக்கள் இருக்கினம்தான். ஆனா ஒருத்தர்கூட மாட்டிறைச்சி திண்டதில்லை இண்டைவரைக்கும். அவளவு என்னத்துக்கு, எருத்து மாட்டை உழவுக்கோ வண்டிலிழுக்கவோ விக்கிறதில்லாமல் இறைச்சியடிக்க வித்ததேயில்லை. வெள்ளைக் காறனுக்கெண்டு கேட்ட நேரத்திலகூட குடுக்காமல் முறைச்சுத் தான் நிண்டிருக்கிற'மென முருகேசம்பிள்ளை சொல்லிக் கொண்டேயிருந்தார்.

அவருக்கு ஒரு வாரம்வரை அந்தக் கடுப்பிருந்துகொண்டிருந்தது. பிறகு பழையபடி சரியாகிப்போனார். வீடு நிம்மதியாய் மூச்சுவிட்டது. அடுத்தடுத்த சனிக்கிழமைவரையிருந்த அமைதி பண்டிதர் வீரகத்தி அங்கு வந்தபின்னால் கலகலக்கத்

தொடங்கிவிட்டது. கோர்ட்டிலே முன்ஷியாக வேலை பார்க்கும் ஒருவருக்கு இரண்டாம் தாரமாக கனகவல்லியைக் கொடுக்க நல்லதொரு வாய்ப்பு வந்திருப்பதாயும், அந்த முன்ஷி தனது தூரத்துச் சொந்தம்தானென்றும் சொன்னபோது குதித்தெழும்பினார் வாத்தியார்.

அப்பால் நின்றிருந்த மங்களத்தினதும், கனகவல்லியினதும் மனங்கள் துவண்டு விழுந்தன. அப்போது நெடுநாளாய் ஊரைத் துறந்திருக்கிற கணேசமூர்த்தியின் ஞாபகம் ஏனோ கனகவல்லிக்கு வந்தது.

4

நல்ல நெடுமனாய் வளந்து மெலிஞ்ச ஒரு மனிசன். பண்டத்தரிப்பிலதான் எங்கனயோ சைவப் பள்ளிக்குடத்தில வாத்தியெண்டு முன்னமே புறோக்கன் வடிவேலு சொல்லியிருந்தவன். இப்பெல்லாம் பாட்டெழுதிற ஆக்களெண்டு கொஞ்சப் பேர் திரியினமெல்லோ, அவங்களாரையும்போல இருப்பாரெண்டு முதல்லயே எனக்கு இந்தச் சம்மந்தத்தில பெரிய பிடிப்பு இருக்கேல்ல. எனக்கு விருப்பமெண்டான்ன, விருப்பமில்லாட்டியென்ன நான் சொல்லுறத இஞ்ச ஆர் கருத்தில எடுக்கப் போகினம்?

இந்த விசயத்திலயெண்டில்லை, எந்த விசயத்திலயும் இப்பிடித்தான். சும்மா கேட்டுக் கொண்டும், பாத்துக்கொண்டும் இருக்கிறதுதான் என்னால முடிஞ்சது. இந்தளவு காலமும் எனக்குப் பழக்கமாயிருக்கிறதும் இதுதான். கேக்கிறதும் பாக்கிறதும். சும்மா சொல்லக்குடாது, அதிலயொரு சுகம் இருக்கத்தான் செய்யுது. ஒரு சுதி இருக்கு. இதெல்லாம் சொன்னாத் தெரியாது. அதிலயிருக்கிற ரசத்தை அனுபவிக்க தெரிய வேணும். ஒராள் தன்னை நடக்கிற விசயத்திலயிருந்து பிறிச்செடுத்து வைச்சுக் கவனிச்சாத்தான் இதில அந்த ரசம் கிடைக்கும்.

நான் எல்லாம் உத்தரிச்சுத்தான் அடங்கின்னான். அடங்கினாலும் மற்ற ஆக்களைப்போல சும்மா கிடக்கேல்ல. காதில விழுறதயும், கண்ணில படுறதயும் கவனிச்சுக்கொண்டு இருந்தன். உங்கை சுண்ணாகத்தில குமாரசாமியெண்டு ஒரு புலவர் இருக்கிறாரெல்லோ, அவர் ஓலைக்கட்டு

வைச்சுக்கொண்டு எழுதுறதயும், படிக்கிறதயும் நான் சின்னப்பிள்ளையாய் இருக்கேக்க கண்டிருக்கிறன். அப்பிடிப் படிக்கிறது நல்லதாமே! அதாலதான பெடியள் பெட்டையளெல்லாம் இப்ப சிலேற்றும் பெஞ்சிலும் எடுத்துக் கொண்டு பள்ளிக்குடம் போகுதுகள். அப்பிடி படிக்கிறது நல்லதெண்டா ஒரே இருப்பில இருந்துகொண்டு இப்பிடி உலகத்தப் படிக்கிறதும் நல்லதுதான?

நான் ஆடியோடித் திரியாமல் ஓரிடத்தில குந்தத் துவங்கி இப்ப … பதினைஞ்சு இருவது வருசம் இருக்குமோ … இருக்கும். அப்பிடி அசையாம இருந்து நான் அறிஞ்சத உப்பிடி அலைஞ்சு திரியிற ஆக்கள் அறிஞ்சிருப்பினமெண்டு நான் நெக்கேல்ல. இது பழக்கத்தில வாறதெண்டாலும், சுத்தியிருக்கிற இடமும் பொருத்தமாய் இருக்கவேணும்தான். விசயமில்லாத மனிசரோடயிருந்து என்னத்தை அறியிறது? என்னை இவங்கள் ஊமையாக்கினாங்கள். நானே வசதியாய் ஊமையானன் எண்டதுதான் உண்மை. எனக்கு எது நடக்கிறதெண்டாலும் முன்னாலயே தெரிஞ்சிடுது. இது சிலநேரம் எனக்கே துக்கத்தை தந்தாலும் தரும்தான். அதுக்காக நான் ஒண்டையும் அசட்டையாய் விட்டுடுறேல்ல. தூரத்து திண்ணைக் கப்போட இருந்து காலமை நடந்த எல்லாத்தயும் நானும் பாத்துக்கொண்டுதான் இருந்தன்.

காலங்ககாத்தால உவன் விநாயமூத்தி வந்து, 'ஆச்சி, குறுக்கால இடக்கு மடக்காய் எதினாச்சும் பேசினியோ, இல்லாட்டி சுத்துப் பத்தினியோ சாக்கைப்போட்டு மூடி தூக்கிக்கொண்டுபோய் பின்னால்ப் பாழ்கிணத்தில போட்டுட்டு வந்திடுவ'னெண்டு சொன்னவன். நான் மூலைக் கப்போட அடங்கியிட்டன். அப்பேக்கதான் அந்தாள் வந்துது.

கண்ணில கண்டவுடனயே அந்த நெடுத்த உடம்பில கலகம் கொடியேறியிருக்குதெண்டு எனக்குத் தெரிஞ்சுபோச்சு. முதல் கவனத்தில எனக்குப் பட்டது அந்தாளின்ர பாதம்தான். ஒண்டரைச் சாணளவுக்கு வரும். அதில கட்டைவிரல் பாம்புப் படம்மாதிரி தடிச்சு நீட்டிக்கொண்டிருந்துது. நடந்து வரேக்கையே விரலுகள் பின்னால மண்ணை வாரி எத்திக்கொண்டிருந்துது. வெத்திலை, பொயிலை போடுறேல்லயாம் அந்த மனுஷன். இருந்தாலுமென்ன, இந்தப் பழக்கத்துக்குப் பின்னால இதைவிடக் குடூரமாய் இன்னும் எதாச்சும் குணம் அவரிட்ட இருக்குமெண்டுதான் என்ர மனசுக்குத் தெரிஞ்சுது.

லச்சுமி பால்த் தேத்தண்ணி கொண்டுவந்து குடுத்தா. சிரிச்சபடியே வாங்கி குடிச்சுக்கொண்டிருந்தார். எல்லாம்

நல்லவிதமாய்ப் போய்க்கொண்டிருக்கிற நினைப்புப்போல விநாயமூத்திக்கு. வலு சந்தோஷமாய், வெள்ளை பச்சையில படலைக்கு முன்னால நிண்டிருந்த வாத்தியாற்ர கரத்தையைச் சுத்தி நிண்ட குருமனுகளிட்ட,'ஏறிக்கீறி சேட்டை விட்டிடக்குடாது. தள்ளி நிண்டு பாக்கவேணு'மெண்டு அப்பப்ப போய்ச் சொல்லிக்கொண்டிருந்தான்.

பித்தளை மூக்குப் போணியில முந்திப்பிந்திக் குடிச்சதில்லயோ அந்தாள்? அப்பிடி அதை பாத்துக்கொண்டிருந்துது. பளிச்செண்டு மினுங்கிறமாதிரி நேத்துப் பின்னேரம்தான் சக்கைப்புளிபோட்டு மினுக்கி வைச்சா லச்சுமி.

அந்த மனிசனுக்கு செழிப்பான முகம்தான். நிறம் கறுப்பெண்டாலும் அட்டைக் கறுப்பில்லை. இந்தாளின்ர மோள் என்ன நிறத்தில இருக்குமோவெண்டு எனக்கு யோசினையாய்த் தான் இருந்துது. தாய்க்காரி வெள்ளையாயிருக்குமெண்டு ஒரு எண்ணம் பிறகு வந்துது. இந்தமாதிரி வசதியிருக்கிற கறுப்புத் தடியங்கள் வெள்ளைப் பொம்பிளை பாத்துத்தான கட்டுவாங்கள். அதாலதான இஞ்ச நூறு நூறு குமருகள் கரைசேராமத் தவிச்சுக்கொண்டு கிடக்க, போய் சோழ மண்டலத்தில பொம்பிள எடுக்கிறாங்கள் இஞ்சயிருக்கிற ஆம்பிளையள். பெட்டையளெல்லாம் தாய்க்காரியள் மாதிரி வெள்ளையாய்த் தான் இருப்பாளவை. பெடியள்தான் தேப்பன்கள் மாதிரி. பாத்துக்கொண்டுதான இருக்கிறன்.

அந்தநேரத்தில அழகக்கோன் வந்தான். கச்சேரியில என்னமோ வேலை செய்துகொண்டிருந்தவன். கவண்மென்ற் சம்பளம்தான். அதுக்காண்டித்தான் உவ லச்சுமி அழகக்கோனை வரச்சொல்லியிருந்தா. பாவம் பிள்ளை, ராத்திரி உந்த மாரி இருட்டுக்க கைவிளக்கோட போய் விஷயத்தைச் சொல்லி, ஒருக்கா காலத்தால வந்து முகத்தைக் காட்டிப்போட்டுப் போகச்சொல்லி கேட்டிருந்துது. பள்ளிக்குட வாத்தியார் வாறதால நாலு விஷயம் தெரிஞ்ச ஒரு மனிசன் கூடநிக்கிறது நல்லதெண்டு நெச்சிருப்பா. விநாயமூத்தியின்ர மாமன்காறனும் நல்லவேலைதான் பாக்கிறார். வேலை கொழும்பில. இதுக்கெல்லாம் லீவெடுத்துக்கொண்டு வந்துபோக ஏலுமே? எல்லாம் சரியெண்டா கலியாணத்துக்குக் குடும்பத்தோட வருவினம்.

என்னைக் கேட்டா, நான் அழகக்கோனைக் கூப்பிட வேண்டாமெண்டுதான் சொல்லியிருப்பன். வெளியாக்கள் ஆரும் வந்திருந்து ஒட்டிக்கிட்டிச் சொல்ல இதில என்ன இருக்கு? அதுவும் நாங்கள் மாப்பிள்ளை பக்கத்தாக்கள். ஏன் யோசிக்க வேணும்?

அழகக்கோனுக்கு வாய் நீளம். எதையெடுத்தாலும் ஆயிரம் கேள்வி கேக்கும். எதைக் கேட்டாலும் ஆயிரம் விளக்கம் சொல்லும். அதுதான் எல்லாத்துக்கும் கேடாய் வந்துசேர்ந்துது. அதுமட்டுமே, பெரிய கேவலமாயும் நடந்து முடிஞ்சுது.

திடுமெண்டுதான் வாத்தியார் விநாயமூத்தியின்ர தேப்பன்ர அடியைக் கதைக்கத் துவங்கினது. தனக்கு ஏழாலைக் குறிச்சியில கனபேரைத் தெரியுமெண்டு கதைக்குள்ள கதையாய் முந்தியே சொல்லியிருந்தது அந்த மனிசன். அடி என்னவெண்டு பாக்கக் கேட்டதுபோலத்தான் எனக்கும் தெரிஞ்சுது. ஆனா உவன் விசரன் அழகக்கோன் விளக்கம் சொல்ல ஆரம்பிச்சிட்டான். விநாயமூத்தியின்ர பேத்தியைப்பற்றி, பூட்டியைப்பற்றி இவனேன் கதைக்கவேணும்? தாய் தேப்பனப்பற்றி, அவையின்ர சகோதரங்களைபற்றி சொல்லியிட்டுப் பேசாம விடுறதுதான? உவனென்னெண்டா அவற்ர பெரியதாய் சிறியதாயைப்பத்தியெல்லாம் அவிட்டுவிடத் துவங்கியிட்டான். 'கொஞ்சம் தெரிஞ்சபக்கம்போல இருக்'கெண்டு பிறகு அந்தாள் சொல்லேக்கயாச்சும் உவன் நிப்பாட்டியிருக்கவேணும். மடையன், விநாயமூத்தியின்ர தேப்பன் வடிவேலு, அவற்ர மாமன்மாமி, அவையின்ர தாய்தேப்பனெண்டு எல்லாரைப்பத்தியுமே கொட்டத் துவங்கிட்டான். லச்சுமி பக்கத்தில நிண்டவதான். அவவால என்ன செய்யேலும்? ஒருக்கா வெளிவந்தாப்பிறகு ஓடிப்போய் அவன்ர வாயைப் பொத்தவே ஏலும்? மடையனும் அங்கால இஞ்சால பாக்காமல் வாத்தியாற்ர மூஞ்சையையே பாத்துக் கொண்டு வளவளவெண்டு எல்லாத்தையும் போட்டுடைச் சிட்டான்.

அப்பேக்கதான் கோகிலாம்பாளெண்ட பேர் வெளியல வந்துது. கேட்டோடனயே முருகேசு தேத்தண்ணிப் பேணிய, முட்ட இருக்கிற பேணிய வைக்கிற அவதானத்தோடபோல, மெல்லமா நிலத்தில வைச்சுது. 'அவதான வேதக்காற ஆளொண்டோட ஓடிப்போனதாய் ...' எண்டு முருகேசு இழுத்துது.

அவர் முடிக்க முந்தி லச்சுமி பாய்ஞ்சா: 'ஆர் சொன்னது அப்பிடிக்கொத்த கதை? அந்த மனுஷி விரும்பினது ஒரு வேதக்காற ஆளைத்தான். அதுகளும் வேதக்கோயில்ல கலியாணம் கட்டி, பிள்ளை குட்டியளப் பெத்துக்கொண்டு நல்லாய்த்தான் இருந்துதுகள். எண்டாலும் மதம்மாறிக் கலியாணம் செய்தபடியா அந்தக் குடும்பத்தோட போக்குவரத்தே எங்களுக்கு இல்லாமப் போட்டுது. ஒரு சாவு சடங்குக்கும் ஒருத்தர் சொல்லியனுப்பிறேல்ல. அதுகளாரோ நாங்களாரோ எண்டமாதிரித்தான் இத்தினை வருஷமாய் இருந்து வாறம்.'

'அப்ப ... கோகிலாம்பாளின்ர புருஷன் ... என்ன பேர் அவருக்கு ... ஓ... ஐசக் சரவணமுத்துவின்ர தம்பியாற்ர வழியில வந்த குடும்பமோ நீங்கள் ..?' எண்டு நிதானமாய்க் கேட்டுது அந்த மனுசன். எல்லாம் ஒரு முடிவுக்கு வந்திட்டமாதிரி அந்தாளின்ர குரலே சொல்லியிட்டுது.

இல்லையெண்டு எப்பிடிச் சொல்லேலும்? எதுக்காண்டிச் சொல்லவும் வேணும்? ஊமையாய் நிக்கிறா லச்சுமி. புறோக்கன்ர வாயும் அடைச்சுப்போச்சு. அழகக்கோன் நிண்டு முழுசுறான். விநாயமூத்தி பேயறைஞ்சமாதிரி ஆயிட்டான். எல்லாம் விளங்கிக்கொண்ட வாத்தி மெல்லமா எழும்பி மடிசஞ்சியை எடுத்து கமக்கட்டுக்க வைச்சுக்கொண்டு ஒருக்கா வெட்டியை அவிட்டு இறுக்கிக் கட்டிச்சுது.

அப்பதான் அவசரமாய் அழகக்கோன், 'இதெல்லாம் இப்ப வலிகாமத்தில ஆர் வாத்தியார் பாக்கினம்? ஒண்டுக்குள்ள ஒண்டாயிட்டுது எல்லாம். உவர் தாமோதரம்பிள்ளையைத் தெரியுமெல்லோ? அவரும் சுத்த சைவக்குடும்பத்தில பிறந்து படிக்கிறதுக்காண்டி வேதத்தில சேர்ந்தவர்தான?' எண்டான்.

'கோனார், இப்ப உதெல்லாம் ஆர் பாக்கினமெண்டு சொன்னிரெல்லோ, சொல்லுறன் கேளும், நான் பாக்கிறனான். நீர் சொன்ன உந்தக் கோகிலாம்பாளை ஆரெண்டு நெச்சீர்? என்ர பெரியாச்சி. எண்டாலும்தான் சொல்லுறன், உந்தப் பக்கத்துச் சங்காத்தம் எங்களுக்கு வேண்டாம்.' வாத்தி புறோக்கனைப் பாத்து, 'இன்னுமேன்ரா குந்தவைச்சுக்கொண்டு இருக்கிறா?'யெண்டு கத்திச்சுது. புறோக்கன் பாய்ஞ்செழும்பினான். மடிசஞ்சியை உருவி எடுத்துது வாத்தி. பதனமாய் எதையோ ஆய்ஞ்செடுத்து குனிஞ்சு தட்டத்தில வைச்சிட்டு திண்ணையைவிட்டு இறங்கியிட்டுது. அந்தளவில முத்தத்தில நிண்ட புறோக்கன் பாய்ஞ்சு நடக்கத் துவங்கியிட்டான் கரத்தைக்கு.

அந்தாள் குனிஞ்சதும் நிமிந்ததும் கண்ட நான் பூஞ்சிப் பூஞ்சிப் பாக்கிறன் தட்டத்தை. முழுசிக்கொண்டு வெத்திலைக்கு மேல கிடக்குது ரண்டு செம்புக் காசு.

'வாத்தியார், நீங்கள் நடக்கிறதொண்டும் சரியாயில்லை' யெண்டுகொண்டு அந்தாளுக்கு முன்னால போய் நிண்டான் அழகக்கோன். 'உங்களுக்கு எங்கட குடும்பம் ஒத்துவராதெண்டா நீங்கள் போறதிலை ஒண்டுமில்லை. ஆனா குடிச்ச தேத்தண்ணியைப் பாதியில வைச்சிட்டுப் போறது நல்லாயில்லை. அதுக்குமேல ... ரண்டு செம் எடுத்து வைச்சிட்டுப்போறது துப்புரவாய்

நல்லாயில்லை. எங்கள நீங்கள் கேவலப்படுத்தியிட்டியள்' எண்டு முறுகினான்.

அந்தாள் கரத்தையைத் திருப்பிச்சுது. மாட்டைக் கட்டிச்சுது. தாவியேற அது பறக்கத் துவங்கியிட்டுது. கிழட்டு மாடும் அந்த ஓட்டம் ஓடுமோ? பின்னால வறுகிக்கொண்டிருந்தான் புறோக்கன்.

அப்பதான், ஒண்டும் செய்ய விளங்காம நிண்டுகொண்டிருந்த லச்சுமி ஓடிப்போய் வெத்திலைத் தட்டத்திலயிருந்த செப்புக் காசு ரண்டையும் எடுத்துக்கொண்டு படலைக்கோடினா. 'நீ காசுக்காறன்தான். அது எங்கட இதுக்குச் சம'மெண்டு கத்தி கொண்டு காசை கரத்தை போன திசையில எறிஞ்சுவிட்டா.

வெளிய வண்டில் பாக்க நிண்ட சின்னனுகள் பாதை முழுக்க கனநேரமாய் அந்த செப்புக் காசுகளத் தேடிக்கொண்டு நிண்டது தெரிஞ்சுது.

விநாயமூத்தி சலிப்போட வந்து திண்ணைச் சுவரோட சாய்ஞ்சான். லச்சுமி முத்தத்திலயே குந்தியிட்டா.

பாவம், அறுதலியாயிருந்து அந்தப் பெடியனை வளத்துது. அதுக்குக் காலாகாலத்தில ஒரு கலியாணத்தை செய்துவைக்கத் தன்னால ஏலாமக்கிடக்கேயெண்டு அது வருத்தப்படாத நாளில்லை. எத்தினை சம்பந்தங்கள் பேசி வந்துது. இதொண்டு அதொண்டைச் சொல்லி எல்லாம் இடையில நிண்டுபோச்சு.

விநாயமூத்தி நேத்து வெள்ளிக்கிழமை காலமைகூட போய் வெட்டுவடலியில குறிப்பைக் காட்டிக்கொண்டு வந்தான். இன்ன திக்கிலதான் சம்பந்தி வீடு அமையுமெண்டு சாத்திரி சொன்னதோட பிள்ளை இந்தச் சம்பந்தத்தில சரியான நம்பிக்கை வைச்சிருந்துது. கடைசியில இப்பிடியாப் போச்சு.

நானென்ன செய்யேலும்? பாக்குரலுக்குள்ள இன்னும் கொஞ்சம் பொயிலைக் காம்பைத் திருகிப் போட்டு டொங்கு டொங்கெண்டு குத்தத் துவங்கினன். அந்தாளிலயிருந்த மதிப்பெல்லாம் சுண்டுற நேரத்துக்குள்ள இல்லாமப்போயிட்டுது என்னிட்ட. அந்தாளையே அந்த உரலுக்குள்ள வைச்சு இடிக்கிற நினைப்பெனக்கு. இடிக்கிறவளவுக்கும் சுகமாயிருந்துது. இடிச்சாப்பிறகு கொட்டி வாயில போட்ட பிறகும் ரத்தமும் சதையுமாய் அந்தாளைச் சப்புறமாதிரி திருப்தியா இருந்துது.

கோகிலாம்பா ஆரெண்டு தெரியுமோ உனக்கெண்டு அழகக்கோனைக் கேட்டான் சட்டம்பி. முதல்ல அவனுக்குத்

தெரியுமோ, கோகிலாம்பா ஆரெண்டு? அவள் கலியாணம் கட்டின ஆளின்ர கோத்திரம் தெரியுமோ? என்ர வாயை அடைச்சிட்டு முன்னால இருக்கச் சொல்லியிட்டாங்கள். இல்லாட்டி நான் கேட்டிருப்பன் கேள்வி. இவனுக்கே தெரியாத குடும்பச் சங்கதியெல்லாம் நான் சொல்லியிருப்பன். அந்த வழியில வந்தவள்தான நானும். வாய் துறந்திருந்தனெண்டா வாயைப் பொத்திக்கொண்டு ஓடியிருப்பான் வாத்தி.

கந்தர் குடும்பம் ஏழாலைக் குறிச்சியில பெரிய செல்வாக்கான குடும்பம். நிலபுலம் இருந்துதுதான். எண்டாலும் அவை சேத்த சொத்தெல்லாம் தாங்களே முன்னிண்டு அடிச்சுழைச்ச சொத்து. அடுத்த தலைமுறையில மூத்தாளாய் வந்தவர்தான் கந்தப்பு. கந்தப்பு காலத்திலதான் அந்தக் குடும்பம் ஏழாலையிலயிருந்து தெல்லிப்பளைக்கு வந்தது. கந்தப்பு பெரிய விவேகியோ, உழைப்பாளியோ இல்லாட்டியும் நல்ல மனிசன். உபகாரம் பண்ணுற மனிசன். மானம் மரியாதைக்குப் பயந்து நடக்கிற ஆள். அவற்ர மூத்த மோன்தான் கந்தசாமி. அந்தாள் கலியாணம் கட்டினதுதான் கைதடி காசித்தம்பியின்ர மோள். அவைக்குக் கொஞ்சம் இந்தியத் தொடுப்பு இருக்கு.

அந்தக் குடும்பத்தில எப்பிடியோ நுழைஞ்சிட்டான் சிவசம்பு. சிவசம்பு கோகிலாம்பாவின்ர தாய்மாமன். அதுதான் கந்தசாமியின்ர மூத்தது. ஆறு பிள்ளைப் பெத்தோடன செத்துப்போகவேணும் எண்டு சாபம் இருந்ததுமாதிரித்தான் ஆறாவது பிள்ளை பிறக்க கந்தசாமி செத்துப்போனார்.

அதுக்குப் பிறகுதான் கோகிலாம்பாவுக்குச் சனி பிடிச்சது. தன்னைப்போல ஆட்டமும் பாட்டமுமாய் தன்ர மருமோளையும் ஆக்கவேணுமெண்டு சிவசம்புக்கு எப்பிடியோ ஆசை வந்திட்டுது. ஆவரங்கால் ஆட்டக்காரியளப்போல ஆக்கிறனெண்டு ஒரே பிடியில நிண்டான். இதெல்லாம் எங்கட பரம்பரைக்குச் சரிப்பட்டு வராதெண்டு தங்கச்சிக்காரி மறுத்துச் சொன்னதைச் சிவசம்பு எங்க கேட்டான்?

கள்ளியங்காட்டு வைத்தி லேசுப்பட்ட ஆளில்லை. தேப்பன்மாருக்கு முன்னாலயே ஆட்டம் பழகப்போற பொம்பிளப் பிள்ளையள வெறியில கட்டிப்பிடிச்சு அதுகளின்ர மாரெல்லாம் அளையிறவன். அந்த இம்சையெல்லாம் தாங்கினாத்தான் ஆட்டம் பழக்கிவிடுவான். உப்பிடித்தான் நாகநாதியெண்டவன் தன்ர அண்ணற்ர மோளுக்கு ஆட்டம் பழக்கவெண்டு ஒருநாள் கூட்டிக்கொண்டு போயிருக்கிறான். நாகநாதி தண்டு தரமானவன்; கொஞ்சம் முறட்டு ஆளும். போனோடனயே

வைத்தி சொல்லியிட்டுது, ‘உந்தப் பிள்ளைக்கு சின்னமேளம் சரிவராது. உப்பிடி வெக்கறைப்பட்டுக்கொண்டு நிக்கிறதுக்கு நான் என்னெண்டுதான் சொல்லிக் குடுக்க? நீ கூட்டிக்கொண்டு போ’வெண்டு. அதுக்கு நாகநாதி, ‘அப்பிடியெண்டா முதல்ல வெக்கம் போறதுக்கு சொல்லிக்குடுமன்’ எண்டிருக்கிறான். வைத்தி உடனயே காய்ஞ்ச மாடு கம்பில விழுந்தமாதிரி பெட்டையின்ர மாரெல்லாம் தடவி சேட்டைவிடத் துவங்கியிட்டான். கண்ட நாகநாதி போட்டபோடில வைத்தி மூண்டு மாசம் பாயைவிட்டு எழும்பேல்ல. அதுக்குப் பிறகு வைத்தி கள்ளியங்காட்டிலயே இல்லையெண்டு கதை வந்துது.

நல்லவேளை, இது நாகநாதியின்ர கண்ணுக்கு முன்னால நடந்துது. விட்டிட்டுப் போனாப் பிறகு எதும் நடந்திருந்தா என்ன செய்யேலும்? மொட்டையடிச்சுக் கொண்டுபோய் சாமிக்கெண்டு கோயில்ல விட்டிடுவாங்கள். சிவசம்பனோ மருமோள் சின்னமேளம் பழகத்தான் வேணுமெண்டு நாவெண்டு நிண்டிருக்கிறான். அங்க ஆட்டம் பழகிற இடத்தில நடக்கிறதெல்லாம் ஊரில கதையாய்த் தெரியவரும். பாத்துது பிள்ளை, மாமனிட்டயிருந்து தப்ப ஒரு வழி தேடிச்சுது. முந்தியே அந்த வேதக்காற ஆளோட கதை பேச்சு இருந்திருக்குமெண்டுதான் நெக்கிறன். கோயிலுக்குப் போறனெண்டு சொல்லியிட்டு போற பிள்ளை, வழியில என்ன கண்ணை மூடிக்கொண்டே போகேலும்? எப்பிடியோ பழக்கம் வந்திருக்கும். அதுவும் வேற வழியில்லாம அந்தாளோட கூடிக்கொண்டு உடுவிலுக்கு ஓடியிட்டுது. சிவசம்பு அதுக்குப் பிறகு கனகாலம் உசிரோட இருக்கேல்லயெண்டு கேள்வி. அடுத்தடுத்த வரியம் வந்த கொள்ளையில போயிட்டானாம். இந்தமாதிரி ஆக்களுக்கு சாவு இப்பிடித்தான் வரவேணும்.

எங்கட பரம்பரையில ஒரு கரும்புள்ளியை வைச்சிட்டுப் போயிருக்கிறான் அந்தச் சட்டம்பி. பெரிய மயிரெண்டு வசை சொல்லுறானே, எத்தினை பெரிய குடும்பங்களில சொத்துக்காயும் அந்தஸ்துக்காயும் எவ்வளவு கிலிசுகேடுகள் நடக்குதெண்டு மடையன் அந்த வாத்திக்கு என்ன தெரியும்? இண்டைக்கும் முதலியாற்ர பரம்பரையெண்டும், உடையார் பரம்பரையெண்டும், மணியக்காறன் குடும்பமெண்டும் சொல்லிக்கொண்டு திரியிறவங்களுக்கு எத்தினை பொண்டுகள் முந்தானை விரிச்சிட்டு பவுண் நகையளாய் வாங்கி புருஷனுக்கே போட்டு அழகுகாட்டுறாளவை. இதெல்லாம் தெரிஞ்சிருந்தா ஒரு பொம்பிளை ஒரு வேதக்காறனைக் கலியாணம் செய்தது பெரிய வசைமாதிரிக் கதைச்சிட்டு, குடிச்ச தண்ணிக்கும் காசை

வைச்சிட்டு எதோ எளிய சாதி வீட்டில தண்ணி குடிச்சமாதிரி அந்தளவு அருவருப்போட எழும்பிப் போயிருப்பானே?

ஓடினாலுமென்ன, அதுகளும் கலியாணம் செய்துகொண்டு நல்லமாதிரித்தான் குடும்பம் நடத்திக்கொண்டிருந்துதுகள்.

கோகிலாம்பாவை இவங்கள் யாரும் கண்ணால கண்டிருப்பாங்களே? நான் கண்டிருக்கிறன். உண்ணாணைச் சொல்லுறன், பாத்தா பாத்தவனனென்ன, பாத்தவளும் நித்திரை கொள்ளமாட்டாள். அப்பிடியொரு வடிவு. நாலு சின்ன மேளக்கரியள ஒண்டாய்த் தூக்கி விழுங்கியிட்டுப் போறமாதிரி ஒரு வடிவு. 'உந்தமாதிரி வடிவெல்லாத்தையும் தெய்வம் வெளியில விட்டுவைக்காது, தன்னிட்டக் கெதியில கூப்பிட்டுடு'மெண்டு அப்பவே என்ர ஆச்சி சொல்லிச்சுது. 'பேசாமக் கிடவணை'யெண்டு சொல்லி நான்தான் அதட்டிவைச்சன். கடைசியில ஆச்சி சொன்ன மாதிரியே நடந்திட்டுதே! பெத்த மூண்டையும் அநாதையா விட்டிட்டு அது நேரகாலத்தோட போய்ச் சேந்திட்டுது. பெரிய வருத்தமொண்டுமில்லை. மூளைப் பிசகுதான்.

அதப்பத்தி ஊரிப்பட்ட கதையள் கிளம்பிச்சுது அப்ப.

அந்தக் கதையளிலயே ஆயிரம் முடிச்சிருந்துது. வேதக்காறனைக் கலியாணஞ் செய்ததால அவளின்ர சொந்த பந்தம்தான் செய்வினையோ சூனியமோ செய்திட்டுதெண்டு சரவணமுத்தின்ர குடும்பத்தில ஒரு கதையிருந்துதாம். அதுகள் சாதுவான குடும்பம். அந்தக் கதைய அப்பிடியே விட்டிட்டுதுகள். எங்கட ஆக்களாருக்கும் இப்பிடி நடந்திருந்தா குடும்பத்தோடயே அழிக்கிறமெண்டு வெளிக்கிட்டிருப்பாங்கள். வேதக்காறனைக் கல்யாணம் செய்து குடும்ப வாலாயமான சாமிக்குப் பிழைவிட்டதாலதான் கோகிலாம்பா மாறாட்டம் கொண்டதெண்டும் ஒரு கதை இருந்துது.

எனக்குத் தெரியும், அவங்கட சாதி சனத்தின்ர இம்சையால தான் அந்தப் பிள்ளைக்கு அந்தமாதிரி வந்திருக்குமெண்டு. இந்த வாத்தியைப் பாக்கத் தெரியேல்லையே, வாத்தி பரம்பரை என்னமாதிரியான பரம்பரையெண்டு?

வீட்டுக்குள்ளவிட்டுப் பூட்டித்தானாம் கோகிலாம்பாவைக் கடைசிக் காலத்தில வைச்சிருந்தவை. அதுவும் ஒருக்கா அட்டகாசம் பண்ணிக்கொண்டும், இன்னொருக்கா பாவத்தார் மாதிரி நெத்தி முழுக்க துருநூறு அப்பிக்கொண்டு ஜன்னலோட வந்து நிண்டுகொண்டும் இருந்துதாம். கதை பேச்சில்லாமல்

கிடந்த ரண்டாம் நாள் பின்னேரம் ஆவி போட்டுது. ஆச்சி போய்ப் பாத்துவந்து சொன்னா.

இதைத்தான் ஆச்சி சொல்லிச்சுது அப்பவே, சாமி அந்தளவு வடிவான பொம்பிளய கனகாலத்துக்கு வெளிய விட்டுவைச்சிருக்க மாட்டுதெண்டு.

அந்தக்காலத்தில பழனியிலயிருந்து ஒரு கோயிலம்மா தோணியில வந்திருந்தா. சனங்கள் கூட்டம் கூட்டமாய்ப்போய்ப் பாத்துதுகள். அந்த அம்மாவே சொல்லியிருக்கு, காரைக்கால் எண்ட இடத்தில சுவாமியில சரியான பக்தி வைச்சிருந்த ஒரு பொம்பிளை பேயாய் அலைஞ்சு திரிஞ்சிருக்கெண்டு. பக்தியோ ஆசையோ யோசினையோ எது வெகுத்துப் போனாலும் மனம் மாறுபட்டுத்தான் போகுது. ஒரு சாமிப் பிழையால, இல்லாட்டி பேய்பிசாசு ஏவலால வாற இந்தமாதிரியான மாறாட்டம் மாதிரிக் கனபேருக்கு வந்திருக்காம். காரைக்காலம்மா எண்ட அந்த மனுசிக்கு வந்தது அவவின்ர புருஷன்ர வேலையாலதானாம். எதோ மாம்பழம் குடுத்த கதையாம். ரண்டு மாம்பழத்தில ஒண்டு எங்க, ஆருக்குக் குடுத்தனியெண்டுதானாம் அவைக்குள்ள பிரச்சினை துவங்கினது. புருஷனுக்கு வந்த சமுசயத்தைத் தாங்கேலாத மனிசி, இனி தெய்வம்தான் கதியெண்டு நெச்சுக்கொண்டு ஊரூராய் நடந்து திரிஞ்சுதாம்.

வேதக் கோயிலுகளில எல்லாருக்கும் புத்திமதி சொல்லுறத பிரசங்கம் என்பினம். அதுமாதிரி சைவக் கோயிலுகளில செய்யிறத கதாப்பிரசங்கம் என்பினம். அருங்குணாப் பிள்ளையார் கோயில்ல நடந்த அந்த மனிசியின்ர மூண்டு கதாப்பிரசங்கம் நான் கேட்டிருக்கிறன். அதில ஒண்டு முழுக்கமுழுக்க அந்த காரக்காலம்மாவைக் குறிச்ச கதாப்பிரசங்கம்தான். அந்த மனுசி சொர்க்கத்துக்குத் தலையால நடந்துபோச்சுதெண்டு சொல்லேக்க எனக்கு சதிரம் பதறி மயிரெல்லாம் குத்தத் துவங்கியிட்டுது.

கோயிலம்மா தனக்கு அந்தமாதிரி நூறு கதை தெரியுமெண்டு சொல்லிச்சுது. என்ர ஆச்சிக்கு ஆயிரம் கதை தெரியும். அதுவும் உந்தமாதிரி துருநூறு பூசிக்கொண்டு திரிஞ்சிருந்துதெண்டா அந்தக் கோயிலம்மாமாதிரியே வந்திருக்கும். அதுக்கெங்க அந்த நினைப்பு வரப்போகுது? அது சும்மா கள்ளும் குடிச்சு, பொயிலைச் சுத்தும் பத்திக்கொண்டு ஒண்டு ரண்டில்ல, மூண்டு கலியாணம் செய்திட்டு சிரிச்சுக்கொண்டு வாழ்ந்துமுடிச்சிட்டுப் போட்டுது. சும்மா சொல்லக்குடாது, மனிசி தெம்பிருந்த மனிசிதான். மூண்டாம் மனிசன் ஏலாதெண்டுதானாமே விட்டிட்டு ஓடினான்.

ஆச்சியே ஒரு கதைதான். அதாலதான் அதுக்கு நல்லாய்க் கதைசொல்ல வந்திருக்கு. கதையெண்டா அப்பிடிக் கதையள். மனிசி கேட்ட கதையும் சொல்லும், பாத்த கதையும் சொல்லும், தானாய் இணக்கியும் சொல்லும்.

ஆச்சி சொன்னதெல்லாம் கொஞ்சம்கொஞ்சமாய் இப்ப எனக்கு மறந்துபோச்சு. மிச்சமிருக்கிற கதையளை ஆருக்கு, ஏன்தான் வேணும்? ஆனா எனக்கே இதுகளை ஒருக்கா கிளஞ்சு பாக்கத்தான் ஆசை.

ஆச்சி சொல்லி இன்னும் மறக்காமலிருக்கிற ஒண்டிரண்டு கதையளில சங்கிலி ராசான்ர காலத்தில, அவற்ர சபையில பிரதானியாயிருந்த அப்பாச்சாமியின்ர கதை நல்லாயிருக்கும். அந்தக் கதையை இப்ப நினைச்சாலும் எனக்கு நெஞ்சு பொங்கிக்கொண்டு வரும். உவன் சட்டம்பிக்குக் கட்டாயம் இந்தக் கதையை ஆரெண்டான்ன சொன்னா நல்லாயிருக்கும்.

அப்பாச்சாமி உந்தச் சட்டம்பி மாதிரியில்லை. தானொரு படிச்ச மனிசனெண்டு அந்தாள் வாழ்ந்து காட்டிச்சுது.

பறங்கிக்காறன் வந்து, எல்லாம் அடாத்தாய்ப் பண்ணின சங்கிலி ராசாவோட சண்டை பிடிச்சிருக்கிறான். மன்னாரில யிருந்த வேதக்காறர் அறுநூறு எழுநூறு பேரை வெட்டிச் சாக்கொண்டாராமே சங்கிலி ராசா? அதில ராசாவோட கூடயிருந்த ராசப் பிரதிநிதியெண்டும், மந்திரியெண்டும், அரயங்களெண்டும் கனபேர் வெள்ளைக்கொடி பிடிச்சுக்கொண்டு போய் பறங்கியோட கூட்டுச் சேந்திட்டாங்கள். ஆனா இந்த அப்பாச்சாமி அந்தமாதிரி சரணாகதி போடேல்ல.

சண்டையில சங்கிலி ராசா கடைசியில தோத்துப்போனார். அவரை அப்பிடியே கப்பல்ல ஏத்தி இந்தியாவுக்குக் கொண்டுபோயிட்டாங்கள்.

தஞ்சம் பூந்திருந்ததால சண்டை முடிஞ்சபிறகு எல்லாருக்கும் நல்ல சம்மானம் கிடைச்சுதாம். அதில ஒரு அரயன் பறங்கியோட சேந்து ராசாவுக்கெதிரா நேரில சண்டையே போட்டிருக்கிறான். அவனுக்கு மூட்டைமூட்டையாய்க் காசு குடுத்தாங்கள். இந்த அப்பாச்சாமிக்கோ இருந்த எல்லாத்தையும் பறிச்சிட்டாங்கள். குடியிருந்த வீடுமட்டும்தான் பிள்ளையளும் பொம்பிளயளும் இருந்ததால மிஞ்சிச்சுது.

அந்த அரயன் ஒரு பெரிய வீடு கட்டினான். தன்ர வீட்டை வந்துபாக்கச் சொல்லி பிரதானி அப்பாச்சாமியை

வழியில சந்திச்ச அரயன் ஒருநாள் கேட்டிருக்கிறான். அவன்ர குத்திரமான சிரிப்பைப் பிடிக்காட்டியும், ரண்டு நாள் போகட்டும் வாறனெண்டிருக்கிறார். அரயன்ர வீடு பிரதானியின்ர வீட்டுக்கு நேர் பின்னால இருந்துது. அங்கயிருந்து பாத்தா இஞ்சயும், இஞ்சயிருந்து பாத்தா அங்கயும் நல்லாய்த் தெரியும். பழைய பிரதானி வாறதாயிருந்த நாளில அவரை மத்தியானப்பாட்டுக்கு மேல வரச்சொல்லி ஆளனுப்பினான் அரயன். அது அப்பாச்சாமிக்கு விருப்பமான நேரமாயிருக்கேல்ல. அது அவருக்கு மத்தியான நித்திரை போற நேரம். அதோட அந்த நேரத்திலதான் வரவேணுமெண்டு ஏன் அரயன் கேக்கிறா னெண்டும் விளங்கேல்ல. இருந்தாலும், 'இப்பவென்ன அவனிட்ட விருந்துக்கே போறன்? சாப்பிட்டுப் போனா கொஞ்சநேரத்தில வந்திடலாம்தான?'யெண்டு நெச்சு பிரதானி மத்தியானம் கழிய அரயன் வீட்டுக்கு வந்திருக்கிறார்.

அது நல்ல கோடைகாலமாய் இருந்துது. அப்பாச்சாமி நடந்த களைப்பும் சேர வேர்க்கத் துவங்கியிட்டார். அந்தளவு பெரிய உடம்புக்கு சலம்சலமாய் வேர்த்தொழுகுது. அதால தன்ர வீட்டில ஆளுயரத்துக்கிருந்த காலதரைத் திறந்து பிரதானி வேர்த்து வழியாமலிருக்க எவ்வளவோ தெண்டிச்சான் அரயன். கதவோ திறக்கிறபாடாயில்லை. ஆனா அரயன் விடாப்பிடியாய் கதவைத் திறக்க பெரிய பிரயத்தனம் பண்ணினான். அப்ப பிரதானி, 'வாசல் கதவு திறந்துதான அரயா இருக்கு? அதுக்குள்ளால காத்து வரும்தான? வீணாய்த் திறக்கேலாத கதவைத்திறக்க தெண்டிக்காத' எண்டிருக்கிறார். அதுக்கு அரயன், 'இல்லை, பிரதானி ஐயா. காலதராலதான் காத்துவரும். வாசலால ஆள்தான் வரேலும்' எண்டிட்டு ஒருமாதிரி கயிற்றப்பட்டு கதவைத் திறந்திட்டான்.

திறந்திட்டு அரயன் சொல்லுறான்: 'வெய்யில் சாய்ஞ்சு வாற இந்த நேரத்தில உம்மட மனிசியின்ர அறைக்குள்ள நல்லாய் வெய்யிலடிக்குது, பாத்தீரே, பிரதானி ஐயா?'

உள்ளே நோக்கிய பிரதானி திடுக்கிட்டுப் போனார். அவற்ர பிரியத்துக்கான இரண்டாம் பெண்சாதி சுந்தராம்பாள் வேலைக்காரன் ஒருத்தனோட கட்டில்ல கிடந்து சல்லாபிச்சுக் கொண்டிருந்தாள்.

கண் சிவந்து, சதிரம் பதறினாலும் அந்தரப்பட்டு தனக்குக் கீழ வேலைசெய்த ஒருத்தனிட்ட தான் அவமானப்படக்குடாதெண்டு, 'மஞ்சள் சீலையளும், கறுப்புச் சீலையளும்தான கட்டில்ல குவிச்சுக்கிடக்கிறது தெரியுது, அரயா!' எண்டிருக்கிறார்.

அவசரமாய் அதை மறுத்து, 'பிரதானி ஐயாவே, அதெல்லாம் சீலைக் குவியலில்லை. ரண்டு மனிசர் கிடந்து கட்டில்ல சம்போகம் பண்ணிக்கொண்டிருக்கினம்' எண்டிருக்கிறான் அரயன்.

அதுக்குப் பிரதானி, 'கட்டில்ல போட்டிருக்கிற அந்தத் துணியள் சீனத்திலயிருந்து வந்த பட்டுகள், அரயா. அதெல்லாம் சும்மா வைச்சாலே அப்பிடித்தான் துள்ளூறமாதிரித் தெரியும். இல்லாட்டி அந்த வீட்டில இருக்கிற ஆவியள் ஒருவேளை வந்து சீனப்பட்டில ஆசைப்பட்டு எடுத்துச் சுத்திக்கொண்டு ஆடுறதாயும் இருக்கும்' என கதைவிட்டிருக்கிறார்.

பிரதானியின்ர ரண்டாம் மனிசியின்ர துரோகத்தைப் பிரதானிக்கே காட்டி அவரை சாம்பி அழியவைக்க நினைச்ச அரயனுக்கு, இப்ப உண்மையிலயே பயம் வந்திட்டுது. திரும்ப உத்துப் பாக்கையில ஆவியள் ரண்டு மூண்டு பட்டுத் துணியளக் கட்டிக்கொண்டு ஆடுறமாதிரியே சரியாய் இருந்துது அவனுக்கும்.

அவன் உடன காலதரக் கதவைச் சாத்தியிட்டு கேட்டான், 'பிரதானி ஐயா, அந்த ஆவியள் அங்கதானிருக்குமோ, வேற எங்கயும் அப்பப்ப போகுமோ?' எண்டு.

அதுக்கு பிரதானி மறுமொழி சொன்னார்: 'அக்கம் பக்கத்தில வீடுகள் இல்லாதபடியால இவ்வளவு காலமும் அதுகள் என்ர வீட்டிலயே இருந்திட்டுதுகள். இப்பதான் நீ வந்திட்டியே. வீடும் நல்ல வடிவா . . . பெரிசா இருக்கு. இனி அதுகள் இஞ்சயும் வரத் துவங்கும்.'

கொஞ்சக் காலத்தில அந்த வீட்டைவிட்டே அரயன் குடும்பத்தோட எங்கயோ போயிட்டான். அவன் தன்ர துரோகத்தனத்துக்குக் கிடைச்ச காசில கட்டின பென்னாம்பெரிய வீடும் அப்படியே கிடந்து அழிஞ்சுபோச்சு.

ஆச்சி இந்தக் கதையைச் சொல்லியிட்டு, 'பிரதானி உண்மயில ஒரு படிச்ச மனிசன்தான்' எண்டுது. தன்ர மனிசியின்ர குடும்பத்தை முந்தியே அவருக்கு நல்லாய்த் தெரிஞ்சிருக்கு. கலியாணம் ஆகாமல் கனகாலமிருந்த ஒரு பொம்பிளையத்தான் அவர் ரண்டாம் தரமாய்க் கலியாணம் செய்திருந்தார். அவளின்ர குடும்பத்தில அப்பிடியொரு மாறாட்டக் குணம் வாற கதை முந்தியே அவருக்குத் தெரிஞ்சிருந்ததால, அவர் ஞாயமாய் நடந்துகொண்டாராம். அப்ப தனக்கே பிரதானி சொன்னார்: 'என்ர மனிசி குணம் மாறுபட்டுப் போகேல்ல. மனம் மாறுபட்டுதான் இப்பிடி நடந்திருக்கிறாள். அவளை

நான் காட்டிக் குடுத்திடக்குடாது, அரயனுக்கு மட்டுமில்ல, வேற ஆருக்கும்தான்.'

இதுதான் பிரதானியின்ர கதை.

தன்ர வாயாலயே தன்ர பரம்பரையைப் பழிச்சிட்டுப் போயிருக்கிறான் இந்தச் சட்டம்பி. பிரதானியோ நல்லாய்ப் படிச்ச மனிசனெண்டதால உண்மையை ஒப்புக்கொண்டு பொறுத்துப்போயிருக்கிறான் தனக்குள்ளால. அதால பழியும் மறைஞ்சுபோச்சு.

பழிப்புப் படலைக்குள்ள, சிரிப்பு சீலைக்குள்ள எண்டு சொல்லுவினம். வாத்தி காட்டின பழிப்பு ஆற்ர தலையில விடியப்போகுதோ?

5

எழுதிசையிலிருந்து நிலா வெளித்துவந்த நேரத்தில், உறங்கு திசையுள் இறங்கிய சூரியக் கதிர்ப் பிரகாசம் இன்னும் தெறித்துக்கொண்டிருந்தது. மேற்கிலிருந்து குளக்கட்டு தாண்டி, கோவில் கடந்து தோளில் ஒரு துண்டுத் துவாயுடன் வீடுநோக்கி ஏகாந்தியாய் நடந்து வந்துகொண்டிருந்தார் முருகேசம்பிள்ளை. அவரது உடம்பிலும் உள்ளத்தி லும் சுபாவமாய்க் கொண்டிருந்த திமிர்ப் பெல்லாம் கடந்த ஒருவார காலத்துள் உள்ளுள்ளாய் அடங்கி யிருந்தது. அன்றைக்கு அந்த அடக்கம் அதிகமா யிருந்ததுபோலத் தெரிந்தது.

அன்றைய ஞாயிற்றுக்கிழமையில் தன் உள்ளம் முழுக்க இனம்புரியாத ஓர் இருண்மை கவிந்திருக்கத் தான் கண்விழித்திருந்தார் முருகேசம்பிள்ளை. அவரது மனத்துள் செண்பகலட்சுமி வீட்டில் தான் நடந்துகொண்ட விதம்பற்றிய உறுத்தல் இன்னும் இருந்துகொண்டிருந்த நிலையில், திடீரென்றுதான் அந்த சுயபரிச்சேதம் அவருள் நினையாப் பிரகாரமாய் எழுந்தது. தன் பிடிவாதமும் வக்ரமும் அவ்வண்ணம் தான் நடக்கக் காரணமாயிற்றென்று அவருக்குப் புரிந்தது. கரத்தையில் விரைந்துகொண்டிருந்தவேளை தரகனைப் பார்க்கத் திரும்பியபோது, சேலையை மன்னிப் பிடித்துக்கொண்டு செண்பகலட்சுமி தெருவுக்கு ஓடிவந்துகொண்டிருப்பதை அவர் கண்டார். அவள் எதையோ வீசியெறிந்ததும் அவருக்குத் தெரிந்தது. எதுவென்று கண்ணில் படாவிட்டாலும் அந்த சின்ன செப்புக் காசுகள் இரண்டும் மனத்துள் ஓர் ஒளிவிசைபோல் துலங்கித் தெரிந்தன. இதுக்குச் சமமென்ற அவள் குரலும்கூட

கேட்டது. எதற்குச் சமமென்று அவருக்கு விளக்கம் தேவையில்லை. அன்றைய அந்தக் குறுக்கம்தான் அவரை அந்தளவுக்கு ஆளாக்கியதெனக் கொள்ளமுடியும். உபாத்தியாயர், தோளில் துண்டுபோட்டுத் தெருவில் நடக்கிறவர், கைநீட்டி பவுண் கணக்காய் மாதச் சம்பளம் வாங்கும் அரச உத்தியோகத்தரை, மயிரைவிடக் கேவலமாய் ஒரு சாதுவும், பலஹீனியும், உலகானுபவம் இல்லாதவளுமான ஒரு குடும்பஸ்தி தூக்கியெறிந்து சொல்லவைத்தது அவரே அல்லவா? அவர் உடைந்ததும் அந்தக் கணத்தில்தான்.

தன் விதியைத் தானே எழுதிக்கொண்டிருந்தார் முருகேசம்பிள்ளை. அது எழுத எழுத அழிதழித்து தன் வழிக்கு எழுதினார். அது விட்ட பாதையில் அவர் நடந்தவரேயில்லை. குறைந்தபட்சம் அவ்வாறு அவர் நினைத்தார். அந்தக் கர்வத்தில் முதலில் அடித்தது அவரது மகன் குழந்தைவேலு. ஆறு வயதில் வீட்டைவிட்டு ஓடியவன். பாலபாடமும் சைவவினாவிடையும் சிலேற்றும் வைத்திருந்த சாக்குப் பைதான், ஒரு காலையில் படுக்கையைவிட்டு எழும்பிய முருகேசம்பிள்ளை காண அவனது தலைமாட்டில் மிச்சமாய்க் கிடந்தது. அவன் வீட்டிலில்லை, அக்கணம் அந்த ஊரிலேயே இல்லையென்று ஓங்கி உணர்த்திக்கொண்டிருந்தது பையைத் தூக்க நிலத்தில் விழுந்த புத்தக, சிலேற்றுத் துண்டுகள்.

பச்சைப் பாலகன் அவன். அதற்கு முந்திய ஆண்டுவரைகூட பள்ளி முடிந்து வந்து ஆத்தாளின்மீது பாய்ந்து மார்ப்பால் குடித்தவன். ஒரு மிகுசாந்தமான பசுவில் வளர்ந்த கன்றொன்று முட்டிமுட்டிப் பால் குடித்த காட்சியை அதில் எவரும் கண்டிருக்கமுடியும். ஒருநாள் சைவவினாவிடைக் கேள்விகளைக் கேட்டு அவன் தரும் பிழையான பதில்களுக்காய்க் குழந்தை குழந்தைவேலுவை அவர் குரூரத்தோடு குட்டினார். தாயைத் தின்னியைப்போல தலையில் டொக்கு . . . டொக்கென்று குட்டினார். எதற்காகக் குட்டினார்? அவரறியாமலே உள்நுழைந்த ஒருவகை வன்மம் அது. இரவோடிரவாகவா, விடிவிடியென்று விடியவா, அல்லது நடுநிசியிலா எப்போது ஓடினான்? தெரியாது. ஆனால் ஓடிவிட்டிருந்தானென்று தெரிந்தது. முருகேசம்பிள்ளை தன் உறவினன் நடராச குலசிங்கத்தையும், இன்னும் அக்கம்பக்கத்திலுள்ள சிலரையும் அழைத்துக்கொண்டு கந்தரோடையெங்கும், அயலிலுள்ள ஊர்களிலும் தேடினார். தெரிந்தவர்களுக்குத் தகவல் அனுப்பினார். தேடுகையே ஒரு போலிபோல் தீவிரமில்லாதிருக்கையில் எந்தப் பொருள்தான் அடையப்பட்டுவிடக்கூடும்?

குழந்தைவேலுவுக்குப் பிறகு இரண்டு முறை கருத்தரித்தாள் விசாலம். விசாலத்தின் மனவேக்காட்டில் இரண்டுமே கரைந்தழிந்தன. ஒரு மன உக்கிரத்தில் அவளேதான் அவற்றைக் கரைத்தாள். விலக்கப்பட்ட கனிகளால் அதை அவள் செய்தாள். பின்னொன்று உருவாகி பிறந்த சிலநாள்களில் மோசம்போனது. என்ன சீக்குப் பிடித்ததோ விசாலத்துக்கு? முருகேசம்பிள்ளை ஊரிலுள்ள பரிகாரிகளிடமெல்லாம் காட்டினார். விசாலம் தேறவேயில்லை. அவர் களைத்துப்போனார். கடைசியில் வைத்தியர் தில்லைநாதன்தான் சொன்னார், 'கடுமையான பஸ்மம் இது. ஒரு ராத்திரிக்குத் தாங்கினா காலமை ஆளை எழுப்பியிடும். இல்லாட்டி நீங்கள் சொந்தக்காரருக்கு சொல்லியனுப்பலாம்' என்று. 'பஸ்மத்தை தாரும், பரியாரியார். தப்பினா எழும்பட்டும், தவறினாப் போகட்டும்' என்றுவிட்டார் முருகேசம்பிள்ளை.

விசாலம் தாக்குப்பிடிக்கவில்லை. அதிகாலையிலே தாயாரை அழைத்து ஒரு மிடறு நீர் கேட்டுக் குடித்துவிட்டு தலையைத் தாழப்போட்டுவிட்டாள். ஏற்கனவே அவளுயிரில் வெட்டு விழுந்திருந்தது. தன்னால் தாங்கமுடியுமென்று அவளே எண்ணியிருக்கவில்லை. தாங்கியதே அதிகமென்றுகூடக் கருதியிருக்கலாம்.

அதெல்லாமே ஞாபகப் புரட்டலாயிற்று அவருக்கு. தன்னை ஆற்றத்தான் மாலையில் அவர் வெளியே சென்றது. திரும்பி வரும்போது விசை அடங்கியிருந்தது. இரட்டைக் கோட்டு வண்டி வழித்தடத்தில் நடந்து வரும்போது முதலில் மேலே ஒரு நிலா காலிக்கக் கண்டார். பின் கண்டார் விறாந்தையில் ஒரு நிலா சிரித்துக்கொண்டு நின்றது.

முருகேசம்பிள்ளைகூட அன்றைக்கு கூதலெடுத்திருந்தார் வீடு சேர்கிறவரையில். காற்று அவ்வளவு கடுமையாக வீசியது. ஒற்றைத் திசையில் வீசிக்கொண்டிருந்தது. ஓங்குவதும் வீழ்வதுமாய் வேகத்தில் சீரின்மை. மதியத்துக்கு மேல் அவ்வாறுதான் இருந்து கொண்டிருந்தது. வழியெல்லாம் அதன் விசையின் அடையாளங் களாய்க் கொக்காரைகள், கங்குமட்டைகள், பன்னாடைகள், காவோலைகள், குரும்பைகள், பாளைகள், காய்ந்த பழுத்த ஓலைகளாய் பனை தென்னைகளிலிருந்தும், பச்சை இலைகளாய், முறிந்த கொம்பர்களாய் மரங்களிலிருந்தும் விழுந்து வழியை அடைத்துக் கிடந்தன.

கிட்டவர கனகவல்லியின் சிரிப்புச் சத்தம் கேட்டது. இன்னும் நெருங்கிவந்த பின்னர் பலமாய்க் கேட்டது. கோபம் வரப்பார்த்தது அவருக்கு. அடக்கிக்கொண்டு படியில் ஏறினார்.

அந்த ஒற்றை நிகழ்வில் அவருக்கு இரண்டு பாதிப்புகள். அவரைக் கண்டதும் தண்ணீர்ச் செம்போடு கனகவல்லி ஓடிவரவில்லையென்பது ஒன்று. இன்னொன்று, அவர் அவ்வளவு சமீபத்தில் வந்தும் அவள் சிரிப்பதை நிறுத்தவில்லையென்பது. பெண் சிரிக்கக்கூடாது. அதனால்தான் 'பொம்பிள சிரிச்சாப் போச்சு, பொயிலை விரிச்சாப் போச்சு' என்ற பழமொழியே அங்கு பிறந்தது. முருகேசம்பிள்ளையின் மனம் அந்தவிடத்தில் சட்டென வேறுமாதிரிச் சிந்தித்தது. இன்னும் இரண்டு மாதங்களில் கல்யாணமாகிப் போகவேண்டியவள் அவள், போற இடத்தில் சிரித்துக்கொண்டே வாழட்டுமென்று நினைத்தார். கனகவல்லிக்கு கோர்ட் முன்ஷி சிவநாயகமூர்த்தியுடன் கல்யாணம் பேசி முடிவாகியிருந்தது. முதல் தாரம் தவறிய நிலையானாலும் குழந்தை இருக்கவில்லையென்பதால் மங்களமும் பெரிதாக மறுப்புச் சொல்லவில்லை. சாத்திரியின், கணிப்புப்படி அப்போது கிரகசாரம் சரியில்லாததால் மேலும் மூன்று மாதங்கள் பொறுத்து கல்யாணத்தை வைக்கலாமென நிச்சயிக்கப்பட்டிருந்தது. அவளது கல்யாணத்தின் பின் செம்புத் தண்ணீர் தர அவள் இருக்கமாட்டாளாகையால் அவர் அதற்கு தன்னைத் தக அமைத்துக்கொள்ள வேண்டும். மாறவேண்டியது அவர்தான். ஆனாலும் அவளது சிரிப்பின் காரணம் அறிய ஆவல்பட்டார். வாய்வரை வந்த கேள்வியை அதக்கிக்கொண்டு கனகவல்லியின் முகத்தில் பார்வையை உன்னித்தார். ஆ . . . என்னமாதிரிச் சிரிப்பு! எப்போது கண்டிருக்கிறார் அந்த முகத்தில் அதுமாதிரிச் சிரிப்பை? அவள் சிரித்திருக்கலாம். அவரால் காணமுடிந்ததில்லையே எப்போதும். ஏன்? அவர் சிரிப்பைப் பெண்ணுக்கு மறுக்கும் பூர்வீகனாய் இருந்தார்.

இப்போதுதான் முதல்முறையாக அவர் கனகவல்லி சிரிப்பதைக் காண்கிறார். அது ஒரு பெரிய தரிசனம் தந்தைக்கு. ஆம், பதினைந்து வயதாகும் மகளின் சிரிப்பினது முதல் தரிசனம்.

மங்களம் செம்புத் தண்ணீர் தயக்கத்தோடு கொண்டுவந்து கொடுத்தாள். வாங்கிக் கால் அலம்பிவிட்டு விறாந்தைக்கு வந்தார். வேலிச் சீமைக் கிளுவைகளில் வளர்ந்திருந்த நேர்க் கிளைகளெல்லாம் மேற்றிசைக் காற்றில் சாய்ந்து நின்றதில் அவளது கண்கள் பதித்திருப்பது தெரிந்தது. அதில் தமாஷாக என்ன இருக்க முடியும்?

அறியமுடியாத நிலையில் மெல்ல அவளை அணுகி, "என்ன பிள்ளை, காத்துக்கு மரங்களெல்லாம் ஒரு பக்கமாய்ச் சாய்ஞ்சு நிண்டு ஆடுறதப் பாத்துச் சிரிக்கிறியோ?" என்று கேட்டார்.

அது அவருடைய குரலில்லை. அந்த உணர்வும் இயல்பான தில்லை. யாருடைய குரலையோ இரவல் வாங்கிவந்து கேட்டதுபோலிருந்தது. போலவே, யாருடைய நகையுணர்வையோ பூசிவந்து காட்டியதுபோலுமிருந்தது. அதனால் தன் இயல்பான பயம் தோன்றாமல், "காத்து உந்தமாதிரி அடிச்சுக்கொண்டிருந்தா வாறமுறை வெட்டுற நேரத்தில கதியாலெல்லாம் வில்லுமாதிரி வளைஞ்சுகொண்டெல்லே நிக்கப்போகுது, ஐயா?" என்றாள் கனகவல்லி தன் சிரிப்புக்கிடையில்.

முருகேசம்பிள்ளைக்கு அந்தப் பதில் விநோதமாயிருந்தது. அந்தமாதிரி ஒன்று கேட்க ஒன்று சொல்கிறவளில்லை அவள். ஒருவேளை அதுதான் சரியான பதிலோ? என்றாலும் கதிகால்கள் வளைந்து போகப்போவதைப்பற்றி இந்தப் பிள்ளைக்கு என்ன கவலை அல்லது சந்தோஷம் வரமுடியும்? அவருக்கு எதுவும் விளங்கவில்லை.

தன் தந்தையின் ஸ்திதி கனகவல்லிக்குத் தாங்கமுடியாத புளுகமாயிருந்தது. காற்று நடத்திய நாடகத்தின் ரஸனையை மேலும் அது அதிகரித்தது. தன் பதிலின் இறுதி வசனத்தைச் சொல்லாமல் விட்டிருந்தாள் அவள். 'தன்ர கதியாலெல்லாத்தையும் வளைச்சது உந்தக் காத்துத்தானெண்டு தெரியிற மரமெல்லாம், ஒரு நாளைக்கு காத்தை விளாசுவிளாசெண்டு விளாசப்போகுது' என்பதையும் சொல்லியிருந்தால், அவரின் மனநிலை எப்படி இருந்திருக்குமென்று எண்ண மேலும் அவளுக்குச் சிரிப்பு பொங்கிக்கொண்டு வந்தது. ஆனால் அவள் சிரிக்கவில்லை.

கனகவல்லியின் பதிலில் அசைவற்று நின்றிருந்தாலும் சிறிது நேரத்தில் தன்னைத் தெளிவித்துக்கொண்ட முருகேசம்பிள்ளை, 'கலியாணம் முடிஞ்சா எல்லாம் சரியாப்போகும். இன்னும் ரண்டு மாசம்தான இருக்கு?' என்று நினைத்தபடி அப்பால் நகர்ந்தார்.

தமிழுக்கு ஐப்பசி பிறக்குமுன்னரே அந்த ஆண்டு மழை அடித்துக்கொட்ட ஆரம்பித்திருந்தது. ஐப்பசியில் திருமணம். அந்த மாதத்தில் வைக்கும் விசேஷ வைபவங்களில் ஏற்படக்கூடிய சிரமங்களை அறிந்தேயிருந்தார் முருகேசம்பிள்ளை. அங்கணக்கடவை அம்மன் கோயிலில் தாலிகட்டும், கோவில் மண்டபத்தில் மதிய விருந்தும், மாலையில் ஊர்வலமாய் வீடு திரும்புகையென்றும் அதனால் நிகழ்வுகளை நிரலிட்டிருந்தார். சமையலுக்குப் பனிக்குளத்தில் பெயர்பெற்ற சமையல்காரர் இருவர் ஏற்பாடு செய்யப்பட்டிருந்தனர். முற்றத்தில் பந்தல்போட்டு வெள்ளை கட்டவேண்டியதில்லையென்றும், உள்வீட்டுக்கு

மட்டும் வெள்ளை போதுமெனவும் கட்டாடியிடம் ஏற்கனவே சொல்லிவிட்டார்.

கல்யாணம் ஐப்பசி மாதத்து ஒரு திங்கட்கிழமை காலைச் சுபலக்கினத்தில் சிறப்பாக நடந்தது. அங்கணக்கடவையில் கனகவல்லியது வாலாய அம்மன் எதிரே பார்த்துக்கொண்டிருக்க சிவநாயகமூர்த்தி அவள் கழுத்தில் தாலிகட்டினான்.

மாலையில் நாதஸ்வரம், மேளம் ஒலிக்க ஊர்வலம் புறப்பட்டது. சாதியார் வீட்டு வாசல்களில் நிறைகுடம்வைத்து, ஆரத்தி எடுத்து பொம்பிளை மாப்பிளையை வரவேற்றனர். ஊர்வலத்தின் பின்னால் வீடு வரும்வரை மூலைவெடியும், கொட்டுவெடியும் கிராமத்தின் செவியைப் பிளந்தன. ஊர்வலம் வீடு வந்துசேர்ந்த சிறிதுநேரத்தில் சொல்லிவைத்ததுபோல் வானத்தில் இருளடிக்கத் தொடங்கியது.

மழை வரப்போகிறதென்று விருந்தினர்கள் ஒவ்வொருவராக விடைபெறத் தொடங்கினர். மாப்பிள்ளை வீட்டிலிருந்தும், பெண் பக்கத்திலிருந்தும் நெருங்கிய சொந்தங்கள் ஒன்றிரண்டு மட்டும் வீட்டில் தங்கிநின்றன.

சிணுங்கிக்கொண்டிருந்த மழை இரவாகியதும் கொட்டத் தொடங்கியது. விறாந்தையில் விரித்த கதிர்ப் பாயில் இரவுச் சாப்பாடு முடிய மணமக்களது படுக்கைக் காரியங்கள் கவனிக்கப் பட்டன. புதுப்பெண்ணும் மாப்பிள்ளையும் அறைக்குள் அனுப்பப்பட்டனர். தொடர்ந்து விறாந்தையைக் கூட்டித் துடைத்து மற்றவர்கள் படுப்பதற்கான அலுவல்களும் முடிந்தன.

விரிக்கப்பெற்றிருந்த பெருங் கம்பளத்தில் எல்லோரும் படுத்தாகிவிட்டது. ஒருபக்கத்தில் தன் பொறுப்புகள் தீர்ந்த நிம்மதியில் நீட்டி நிமிர்ந்து படுத்திருந்தார் முருகேசம்பிள்ளை.

கதவைச் சாத்திவிட்டு கனகவல்லிக்குப் பக்கத்தே பாயில் போய்ப் படுத்த சிவநாயகமூர்த்திக்கு அனுசரணையாகத்தான் ஆரம்பத்தில் காரியங்களெல்லாம் சென்றுகொண்டிருந்தன. அவனது தடித்த உடம்பிலும் தொந்தியிலும் அவள் பெரும்பாலும் கவனம் காட்டாதிருந்ததாகவே பட்டது. இளம்பெண் என்பதை மனதில் வைத்து மிக ஆதரவாகவும் நிதானமாகவுமே அவனது அணுக்கம் இருந்தது. அவளுடன் அளவோடு பேசினான். மெல்ல அணைத்து விலகல்களைச் சரிசெய்தான். அவன் யாரோவொரு புதிய ஆணென்று அவள் அச்சங்கொண்டுவிடாத சகல அவதானங்களும் மேற்கொண்டான். அவையெல்லாம் சடங்கல்ல, சந்தோஷங்களென்பது புலப்படுமாறு தானே சிரித்துச் சிரித்துப் பேசி தாவணியைச் சரியவைத்தான். மூலையில்

ஐந்தலைக் குத்துவிளக்கின் அனைத்துச் சுடர்களின் வெளிச்சத்தில் அவள் நாணமுறக்கூடுமென்று மறுபடி எழுந்துபோய் ஒற்றைச் சுடர்மட்டும் விரிக்க மற்றவற்றை அமர்த்திவிட்டு வந்து அவள் பக்கத்தில் சரிந்தான். பின் ஆலிங்கனங்களால் அவளுடலை மெல்லச் சூடேற்றி, சட்டை ஊக்குகளைக் கழற்றிவிட்டுப் பார்க்க, ஒரு புல்லரிப்பு, கூச்சம், வெட்கம், சிணுக்கம் எதுவுமின்றி மார் வெளித்தும் அவள் கிடப்பது சிவநாயகமூர்த்திக்கு அதிசயமாக நிமிர்ந்து பார்த்தான். அவளது கண்கள் மூடியிருந்தன. மூச்சு இரைப்பாயில்லாமல் இயல்பாய் ஏறி இறங்கிக்கொண்டிருந்தது. அவன் மெல்ல, "கனகு!" என்றான். அவளது மூச்சுத்தான் பதிலாக வந்தது. கனகவல்லி தூங்கிவிட்டாள். அக்கணமே தன் எழுச்சியெல்லாம் தளர்ந்து வெட்கினான் அவன்.

கோயில் சடங்குகள் அவளைச் சிரமப்படுத்தியிருந்ததை அவனே கண்டிருந்தான். 'பாவம், களைச்சிருப்பாள். கொஞ்ச நேரத்தால அருட்டலாம்' என இரைத்துப் பெய்யும் மழையின் சங்கீதத்தையும், படர்ந்துவரும் மென்குளிரையும் அனுபவித்துக் கொண்டு அவன் விலகிப் படுத்திருந்தான். சிறிதுநேரத்தில் எழுந்து ஜன்னல் கதவைத் திறந்து வெளியைப் பார்த்தான். மரங்களிலிருந்து திவலைகள் சொட்டியபடியிருந்தன. கூரையிலிருந்து தாரை ஒழுகியது. முன் பக்க தாழ்வாரத்துக்கு வைத்திருந்த பீலியிலிருந்து நீர் அருவிபோல் கொட்டிய இரைச்சல் கேட்டது. இருட்டு தன் போர்வையை வீசி சத்தத்துக்கான கோளமாய் உலகத்தை ஆக்கிவிட்டிருந்தது. அவனுக்கு தூவானத்திலும் காற்றிலும் குளிரேறி உடம்பு சில்லிட ஆரம்பித்தது. எங்கோ வெள்ளம் நிறைந்த கிடங்கிலிருந்து மண்டூகங்கள் அலறத் தொடங்கின. உள்சத்தத்தை அமுக்கும் அவ்வாறான வெளிச் சத்தங்கள் தேகங்களில் ராகத்தை மீட்டியெழுப்புவன. கனகவல்லியை இனி எழுப்பலாமென எண்ணி சிவநாயகமூர்த்தி படுக்கைக்கு வந்தான். திடமாய் அவளருகில் சரிந்தான். இன்னும் அவள் அசைவுறாதும், எதுவித உணர்வு பாவமுமற்றுத் தூங்கிக்கொண்டிருந்தாள். கல்யாணம் நடக்கப்போகிறதென்ற நினைப்பே மனங்களில் எத்தனை அதிர்வுகளைக் கிளர்த்திவிடுகிறது! நடந்த கல்யாணம் இரவுக்கான ஏக்கத்தை உடம்பில் கசியவே வைத்துவிடுகிறது! கனகவல்லியோ அதிர்வோ, எந்த அலையடிப்புமோ அற்றவளாய்க் கிடந்திருந்தாள்.

மனம் களைத்தவன் நிமிர்ந்து படுத்தான். புதிய இலவம் பஞ்சுத் தலையணை மெத்தென்றிருந்தது. புதுப் பனையோலைப் பாயின் வாசம் நாசியிலேறிக் கமகமத்தது. வாசம் கள்ளின் போதையைத் தன்னுள் கொண்டிருந்தது. அவனுக்கு அம்பனைப் பனங்கூடல்

தெரியும். அத்தனை பனைகளின் குருத்தோலைகளையும் பாய்களாய் முடைந்து அடுக்கிய படுக்கையின் மொத்தப் போதையும் திறந்த மார்க் காட்சியில் தன்னுள் ஏறுவதுபோல் அவன் உணர்ந்தான். அவனின் மேனியில் மறுபடி உணர்ச்சி தாவி ஏறியது.

"கனகு . . !" அவள் உசும்பவில்லை. "கனகு ... எழும்பன்" என்று அவன் கையால் உலுப்பினான். "சீ ..." என்று முனகி அவன் கையை ஒதுக்கினாள் அவள். பின் சுருண்டாள். சேலையை இழுத்துத் தன் மேனியை மூடினாள். சலனமறத் தூக்கம் அவளில் தொடர்ந்துகொண்டிருந்தது. தன் ஓட்டுக்குள் முழுவதுமாய் தன்னுடலை அடக்கிக்கொண்டு ஒரு நத்தையைப்போலான அவளை அப்படியே பார்த்து அவிந்துகொண்டிருந்தான் சிவநாயகமூர்த்தி.

மணமக்கள் காலையில் வெளியே வரும் சுபகாட்சிக்காக உறவினர் விறாந்தையில் காத்திருந்தனர். அவர்களின் முகமலர்ச்சி காணுதல் ஒரு சம்பிரதாயம். முகமலர்ச்சி இனிவரும் அவர்களது காலத்தின் ஆரூடத்தைத் தெளிவாய்ச் சொல்லிவிடுகிறது. முதலில் வெளியே வந்தான் சிவநாயகமூர்த்தி. தன் சிவந்த விழிகளை மறைந்த மெல்லச் சிரித்தான். பின் யாரையும் பார்க்க விரும்பாதவனாய் நேரே கிணற்றடிக்குச் சென்றான்.

வெகுநேரமாகியும் கனகவல்லி வெளிவராது போக மங்களம் அறைக்குள்ளே சென்று பார்த்தாள். முந்தானை மேலே போர்த்துக் கிடந்தது விசிறியாய். ஒழுங்குபடுத்த இழுத்த மங்களம் அவளது திறந்திருந்த சட்டைக்குள்ளால் இளமார்புகள் கண்டாள். அவளுள் திருப்தி படர்ந்தது. கனகவல்லியை எழுப்பி மெல்ல அணைத்தவாறு வெளியே கொண்டுவந்தாள். சிவநாயகமூர்த்தி முகம்கழுவி முடிந்திருந்தது கண்டு அவளைக் கிணற்றடிக்கு அனுப்பிவிட்டு அடுக்களைக்கு நடந்தாள்.

எல்லாம் திருப்திகரமாய் முடிந்த மகிழ்ச்சி அனைவர் முகத்திலும். திருப்தியுறாத சிவநாயகமூர்த்தி முற்றத்துக்கு வந்தான். அவனை வற்புறுத்தி காலை ஆகாரத்துக்கு அனுப்பிவைத்தனர். பாயெடுத்து விரித்தாள் மங்களம். அவன் அமர்ந்தான். தாய் மகளின் காதுக்குள் கிசுகிசுத்தாள். கனகவல்லி வாழையிலையில் உணவை எடுத்து வைத்தாள். ஊத்தம் களி மணத்தது. வெங்காயமும் உருளைக்கிழங்கும் நல்லெண்ணெய்யில் வதக்கி பிட்டு புரட்டியதன் வாசம் ஒருபக்கம். காய்ச்சிய ஆட்டுப்பாலில் சாயம் குடிக்கத் தயாராகக் கலந்திருந்தது. செவ்வாழைப் பழங்கள் இரண்டும் வைக்கப்பட்டிருந்தன. சிவநாயகமூர்த்தி அவள்

எடுத்துவைக்கச் சாப்பிட்டான். எதையும் போதுமென்று சொல்லி மறுக்காத திருப்தியுடன் சாப்பிட்டதைக் கனகவல்லி கவனமாய்ப் பார்த்துக்கொண்டு நின்றிருந்தாள்.

மௌனமாய்ச் சாப்பிட்டு முடித்தவன் எழுந்து கையலம்பச் சென்றான். மங்களம் கைக்குத் தண்ணீர் ஊற்ற கனகவல்லியைக் கலைத்தாள். சிவநாயகமூர்த்தி கைகழுவி முடிந்ததும், "ராத்திரி நல்லாய் நித்திரை கொண்டமாதிரி இண்டைக்கும் கொண்டிடாத" என்று சிரிப்பற்ற பார்வையோடு அவளது கண்களை நேரே அறுத்துறுத்துப் பார்த்தபடி சொல்லிவிட்டு அப்பால் நகர்ந்தான்.

மதியத்தில், விட்டிருந்த மழை மறுபடி தன் கூத்தைத் தொடங்கியது. உண்ட களையில் சிலர் தூங்கினர். தூங்காதவர் சரிந்து கிடந்து இளைப்பாறினர். சிவநாயகமூர்த்தி அறைக்குள் சென்று படுத்துக்கொண்டான். மங்களம் அடுப்படித் திண்ணையில் சரிந்தாள்.

விறாந்தையில் அமர்ந்து கால்களைத் தொங்கப்போட்டபடி நேர் வெளியைப் பார்த்துக்கொண்டிருந்தாள் கனகவல்லி. எல்லோரும் மதியத்தில் பேசிக்கொண்டார்கள், மாப்பிளை–பொம்பிளை கால்மாற்றுக்கு மறுநாள் மாப்பிள்ளை வீடு செல்லவேண்டுமென்று. அது அவளுக்குத் துக்கம். அவள் அத்தனை காலத்தில் ஓரிரு நாள்கள் தவிர எக்காலத்திலும் அந்த வீட்டையோ, அந்த அயலையோ, ஆறும் வயலும் தோட்டமும் கோயிலும் சூழ்ந்த அந்த வெளியையோ விட்டுப் போனதில்லை. இப்போது நிரந்தரமாக அவள் அந்த இடத்தைவிட்டுப் போக நேர்ந்திருக்கிறது. அம்மா, ஐயாவைவிட்டு அகலாத தவமுடையது அவளது அதுவரையான காலம். இப்போது அவர்களையும் பிரிந்துதான் போகப்போகிறாள். அம்மாவைத்தான் அவள் இழப்பது பெரும் துக்கமாக இருக்கப்போகிறது. அவள் கண் திறந்திருந்த வேளையிலெல்லாம் அம்மா முன்னால் இருந்திருக்கிறாள். இனி?

எங்கோ தொலைதூரத்திலிருந்து காற்று அடித்துவந்தது. தூங்காது கிடந்திருந்த ஒருவர் "காத்துக் கிளம்பியிட்டுது, இனி மழை அடங்கியிடும்" என்றார்.

"இந்த நிலையில காத்து வந்தா பயிர் பச்சையெல்லாம் நாசம்தான்" என்றார் இன்னுமொருவர்.

"மழை பெய்தாலும் இனி வெள்ளமாயிடும்தான?"

பேச்சு நின்றுவிட்டது.

கனகவல்லி வெளியைக் கவனித்துக்கொண்டிருந்தாள். காற்று எழுந்துவிட்டதுதான். மேற்குப் புறத்திலிருந்து மேகங்களைக் கலைத்துப் போட்டபடி அது நகரத் தொடங்கியிருந்தது. ஓட்டைப் பட்டையிலிருந்துபோல் வடியத் தொடங்கியிருந்த பீலிநீர் அப்போது சொட்டுவிட ஆரம்பித்திருந்தது. மரங்கள் அசையத் தொடங்கின. தம் தலையைச் சிலிர்த்து மழைநீரை உதறின. 'ஆகா . . . காத்து இண்டைக்கு வசமாய் மாட்டியிட்டுது' என எண்ணிக்கொண்டு காத்திருந்தாள் கனகவல்லி.

மரங்கள் தம் தலை சிலுப்பித் தயாராகின.

கனகவல்லிக்குச் சிரிப்பு வரத்தொடங்கியது.

யாரையோ வழியனுப்பப் படலையில் நின்றிருந்த முருகேசம்பிள்ளை கலகலப்பு மறைந்து விறாந்தையை உற்று நோக்கினார். அடுப்படித் திண்ணையிலிருந்த மங்களமும் அதிசயமாய்த் திரும்பினாள். மீதியிருந்த உறவினரும் விநோதமாய்ப் பார்த்தனர். தூங்கிக்கொண்டிருந்த சிவநாயகமூர்த்திகூட எழுந்துவந்து கதவோடு நின்று அவளது சிரிப்பைக் கவனித்துக் கொண்டிருந்தான்.

கனகவல்லியின் சிரிப்பு தொடர மங்களம் எழுந்துவந்தாள். "என்ன கனகு, இப்பிடிப் பயித்தியம் மாதிரியெ ஆக்கள் சிரிக்கிறது? எல்லாரும் பாத்துக்கொண்டிருக்கினம். பார், ஐயாவும் படலையில நிண்டு பாக்கிறார். உன்ர புருஷனும் பின்னால வந்து கதவோட நிக்கிறார். முதல்ல உந்தச் சிரிப்பை நிப்பாட்டு... நிப்பாட்டு கனகு . . . என்னத்துக்குத்தான் உப்பிடிச் சிரிக்கிறியோ? என்னத்தைக் கண்டனி அப்பிடிப் புதினாணயமாய்?" என்று அதட்டினாள்.

கனகவல்லி தன்னைச் சுதாரிக்க முனைந்தாள். "அண்டைக்கே எனக்குத் தெரியுமம்மா, உப்பிடி பாத்துப்பாக்காமல் அடிவிழுமெண்டு" என்றாள். "சீ, வாயை மூடு. ஒரு பொம்பிள பேசுற பேச்சே இது?" என்று சொன்னபடி மெல்ல அவளை அடுக்களைக்கு அழைத்துச் சென்றாள் மங்களம். போய்க் கொண்டிருக்கையில் கனகு சொன்னாள்: "எனக்கு இன்னுமின்னும் வேணும்போல இருக்கு, அம்மா." "ஸ்ஸ் ..." என்று இரைந்து அவளை அடக்கினாள் மங்களம்.

அன்றிரவும் சிவநாயகமூர்த்திக்கு வெறித்த இரவாகிப்போனது. 'வா . . . வா . . . நாளைக்கு எங்கட வீட்டுக்குத்தான போப்போறம், அங்க என்ன செய்யிறாய் பாப்ப?'மெண்டு மனத்துக்குள் உறுமிக்கொண்டான் அவன்.

முதல்நாளைய கனகவல்லியின் அக் கடகடாச் சிரிப்பைத் தவிர முருகேசம்பிள்ளை குறைபட்டுக்கொள்ள எதுவுமிருக்கவில்லை. எல்லாரும் கூடி வாழைக்குலை, அரிசி, காய்கறி, வளந்துபோல ஒரு பெரிய பூசணிக்காய், பணியாரப் பெட்டிகளுடன் மாப்பிளை பொம்பிளையை இரட்டை மாட்டு வண்டியில் ஏற்றி அனுப்பிவைத்தார்கள்.

கனகவல்லி அன்றைக்குச் சிரிக்கவில்லை.

புறப்பட்டபோது அவள் கண்கள் கலங்கியிருந்தன.

வண்டி போனபின் விரைந்து வீட்டுக்கு வந்த மங்களம், அடுப்பை மூட்டி இன்னொரு தேநீருக்கு ஆயத்தமாக்கிவிட்டு அடுப்பின் முன்னால் இருந்து அழத்தொடங்கினாள்.

6

கனகவல்லி ஒரு குடும்பஸ்திரி ஆகியிருந்தாள். அவள் குடும்பஸ்திரி ஆனதென்பது அவளது தோல்வியில் தொடங்கியிருந்தது. கணவனோடு மல்லாகம் வந்தமை அவளது மண் மாறியதுமட்டுமாய் இருக்கவில்லை. அவளது மொத்தமுமே மாறிய நாளாக அது ஆனது. அந்தநாள் விடிந்தபோது அவள் கன்னியாய் இல்லைபோல, அவளாகவும் இருக்கவில்லை.

சிவநாயகமூர்த்தியின் வீடு மச்சுவீடாகவிருந்தது. அவனது முந்திய தலைமுறையினர் கட்டியது. தந்தை உடையாராக இருந்ததில் அதன் கட்டுமானம் மிகச் சுலபத்தில் சாத்தியமாயிற்று. வீட்டுக்காணியின் பின்னாலுள்ள குறுக்குவேலிக்கு அப்பாலிருந்த மிகப்பெரும் தோட்டக்காணி முழுவதும் அவனது சொத்தாக இருந்தது. மூன்று தோட்டக் குடிசைகளில் மூன்று குடும்பங்கள் நிரந்தரக் கூலிகளாகப் பண்ணையில் வேலைசெய்தன.

அவன் தீவுப் பகுதியொன்றின் நீதாசனத்திலே முன்ஷியாக இருந்தான். அவனது ஆங்கிலப் போதாமையை நீதித்துறை சார்ந்த சகலருமே அறிந்திருந்தும், உடையார் குடும்பமென்ற பெயரின் வலிய கரம் அந்தத் தொழிலில் அவனை உறுதியாக வைத்திருந்தது.

மச்சு வீட்டில் மேகம் தடவிச்செல்லா விட்டாலும், அது மிக உயரமாயிருந்தது. மாடியில் இரண்டு அறைகளும் கூடமும் நிலாமுற்றமும் இருந்தன. பின்னால் தொழுவத்தில் பசுக்களும் எருமைகளும் தாமாகச் சொரியாவிட்டாலும், கறந்த

கைக்குப் பால் நிறையத் தந்தன. வேலிக்கப்பால் தோட்டநிலத்தில் குளமிருந்தது. அதில் சுறாக்களில்லாவிட்டாலும் மீன்களிருந்தன. அவை எருமை தீண்டிப் பாயாதிருந்தாலும், பாயுமாயிருந்தால் போய் விழ மஞ்சளும் இஞ்சியும் படர்ந்த வேலி இருந்தது. ஒரு வசதியான வாழ்வுக்காகத் தன்னை அவள் இழந்தாளென்றும் சொல்லமுடியாது. சிறுபெண்ணாயிருந்து மனைவியாய் உருக்கொண்டமைதான் எல்லாவிதமான மாற்றங்களையும் அவளில் நிகழ்த்தியிருந்தது.

கனகவல்லிக்கு ஆண்டொன்றின் முடிவில் ஆண் குழந்தை பிறந்திருந்தது. முத்துக்குமாரசுவாமியென்று பிள்ளைக்குப் பெயர்வைத்திருந்தான் சிவநாயகமூர்த்தி.

கனகவல்லியை கந்தரோடையில் சிரிக்கவைத்த காற்றும், பிரமிக்கவைத்த வான்வெளியும் மல்லாகத்தில் தம் திறமிழந்து கிடந்தன. அவற்றை ரசிக்க அவள் பிடிவாதமாக மறுத்ததுபோலத்தான் இருந்துகொண்டிருந்தாள். அவளது மொத்த ரசிப்புக்கானதாகவும் அப்போது அந்தக் குழந்தை ஆகியிருந்தது.

சிவநாயகமூர்த்தி அந்த நிலையில் அவளளவிலும் குடும்பத் தலைவனாய்க் கௌரவம் பெறுவது தவறாமல் நிகழ்ந்தது. அவனது ஆசாபாசங்கள் குடும்பத்தில் முன்னுரிமை பெறுவதும் அவ்வேளை தவிர்க்கவியலாதபடி நடக்கும். அவன் முதல்முறை அவளைப் பெண்பார்க்க அங்கணக்கடவை வந்தநாளில் அவனது முழு உருவத்தையும் நன்றாக அவள் பார்த்திருக்கவில்லைப்போலவே இருந்தது. குனிந்த தலைச் சம்பிரதாயத்தின் காரணமாய் மேற்பார்வையில் அவனது ஒரு மங்கிய தோற்றம்தான் கண்டிருந்தாள். அவன் கட்டையாக இருந்தான். குண்டாக இருந்தான். மேலேபோட்ட பட்டுப் பீதாம்பரம் விலகி ஒரு வெண்நூல் நெஞ்சின் குறுக்கே பளீரென்று ஓடியிருந்தது. அவன் பிராமணனில்லை. ஆனாலும் தீட்சை பெற்றவன். அறைக்குத் திரும்பிய பின்னால் அவனை மறுபடி நோக்க அவளுக்கு வாய்ப்பு இருந்தது. அதைப் பயன்படுத்த அவள் மனம் ஆவல்கொள்ளவில்லை. கல்யாணம் நடந்துவிட்டது. அவளும் மல்லாகம் வந்துவிட்டாள். அந்தத் தடித்த, கட்டையான மனிதன் அவளது கனவுகளை உசுப்பியெழுப்பாவிட்டாலும், குழந்தை என்ற அவளது கனவின் கவசமாய் ஆகியிருந்தான். அது அவளது உடலின்மேலான ஆதிக்கத்தினை அவனுக்கு மறுக்கமுடியாதபடி கையளித்திருந்தது.

கனகவல்லிக்கு இரண்டாவது குழந்தை பிறந்தது. அதுவும் ஆண்குழந்தைதான். வேலாயுதசாமி என்று பெயர் வைத்தனர்.

இரண்டாண்டுகளுக்கு முன்னரே வல்லிபுரக் கோயில் செல்லவேண்டுமென்ற எண்ணம் சிவநாயகமூர்த்தியின் மனத்தில் விழுந்திருந்தது. வல்லிபுரத்தாழ்வாரில் அவனுக்கு விழுந்த ஆர்வம் ஒரு வெள்ளைக்காரனே சொல்லிய மாயமச்சத்தின் கதையிலிருந்துதான் உருவாயிற்றென்பது ஆச்சரியமானது. ஆழ்வார் தீர்த்தோற்சவம் செய்யுமிடத்தில் அன்றொருநாள் பெருஒளி பெற்ற மச்சமொன்று துள்ளிவிளையாடி எல்லோரையும் களிப்பித்ததாம். அதைப் பிடிக்க கற்கோவள மீனவர்கள் எத்துணை முயன்றும் முடியாதுபோயிற்றாம். நாகசாபம் பெற்ற வல்லிநாச்சியார் தன் சாபம் தீரும்பொருட்டு இறைவனை உன்னி நோற்றுக்கொண்டிருந்த காலை அவளது கைகளிலே துள்ளிவந்து விழுந்த அந்த மாயமச்சம் ஒரு குழந்தையாகத் திடீரென்று மாறிற்றாம். குழந்தையைப் பெருமகிழ்ச்சியுடன் ஒரு பல்லக்கில் வைத்து எடுத்துச் செல்கையில் இடைவழியில் அது மாயமாய் மறைந்ததென்றும், அந்த இடத்திலேயே வல்லிபுரத்தாழ்வார் கோவில் நிர்மாணம்பெற்றதென்றும் நிலவிய கதையே இது. கதைகேட்ட சிவநாயகமூர்த்தியின் மனத்தில் இரண்டு மூன்று நாட்களாக மாயமச்சம் துள்ளிக்கொண்டே இருந்தது. குடதிசை முடியை வைத்து, குணதிசை பாதம்நீட்டி, வடதிசை பின்புகாட்டி, தென்திசை இலங்கைநோக்கி, கடல்நிறக் கடவுளாக அது பின் தோற்றம் பெற்றது. பிறகுதான் கோயில் திருவிழாவுக்குச் சென்று வல்லிபுர ஆழ்வாரை சேவித்து திருவிழாவையும் கண்டுவரும் விருப்பம் தோன்றியது அவனில்.

ஒருமாதத்திற்கு முன்னரே அவன் நிச்சயமாகச் சொல்லி விட்டான், அந்த முறை புரட்டாசிப் பௌர்ணமியில் வரும் பதினைந்தாம் திருவிழாவுக்கு வல்லிபுரக் கோவில் செல்வது தானென்று. ஒரு நீண்ட பயணம் வீடு – வீடு – வீடு என இறுகிவரும் கனகவல்லியின் மனநிலையையும் உணர்வெழுச்சியடைய வைக்குமென்பது அவனது எண்ணம்.

புரட்டாசிப் பௌர்ணமி வந்தது. தாயார் திருவிழா வர விருப்பமில்லாதிருக்க இரண்டு குழந்தைகளும் கனகவல்லியும் சிவநாயகமூர்த்தியும் வண்டியோட்டி முருகன் சகிதம் ஒரு மதியம் கடந்த வேளையில் திருவிழாவுக்கு வெளிக்கிட்டனர். தேவையான இயத்துகளும், பன்னப்பாய் போர்வைகளும், பொரியுருண்டை முறுக்கு சுண்டலெனப் பலகாரங்களும், குடுவையில் நீருமாகப் பயணம் தொடங்கியது.

மூத்தபிள்ளை முத்துக்குமாரசுவாமி பயணத்தை வெகுவாக ரசித்தான். சின்னக் குழந்தை வேலாயுதசாமியும் கெக்கெட்டம் போட்டு அவ்வப்போது சிரித்து நல்ல மனநிலையிலே இருந்தான்.

சிவநாயகமூர்த்தியும் ஒரு சரஸ மூட்டத்தோடேயே வந்திருந்தான். அவளை மீண்டும் சூல்கொள்ள வைக்க அவனுக்குத் திட்டமிருந்தது. கடந்த சில காலமாக, 'ஒரு பொம்பிளப்பிள்ள பிறந்தா நல்லாயிருக்குமெல்லே!'யென அவ்வப்போது கனகவல்லியிடம் ஒரு கண் சிமிட்டலோடு சொல்லிக்கொண்டிருந்தான். நீண்ட தூரமெதுவும் சென்றிராத கனகவல்லிக்கும் அப்பயணம் மகிழ்ச்சியாகவே இருந்தது. கூடாரவண்டியிலிருந்து எட்டியெட்டி வெளிக் காட்சிகளையெல்லாம் கண்டு கிளுகிளுத்தபடி வந்தாள்.

இருள் விழத் துவங்கியது. கூடவே பௌர்ணமி பூமி கிழித்துப் பிரசன்னித்தது. முருகன் வண்டியை நிறுத்தி தொங்கக் கட்டப்பட்டிருந்த கண்ணாடி விளக்கை எடுத்துக் கொளுத்திக் கையருகிலிருந்த அதற்கான சொருகியில் பொருத்தினான். மறுபடி பயணம் தொடர்ந்தது.

திடீரெனப் பாதையில் கிளைப்பிரிந்த சந்தியொன்று எதிர்ப்பட்டது. கிளைபிரிந்த பாதையும் சமாந்திரமாகச் செல்வது போலத் தோன்றியது. இவற்றில் எது வல்லிபுரக்கோவில் செல்லும் பாதை? முருகன் வண்டியை நிறுத்தினான். "என்ன, முருகன்? ஏன் நிப்பாட்டினனி?" என்று கேட்டான் சிவநாயகமூர்த்தி. குரலில் ஒரு இடையீட்டின் சினம் தெரிந்தது. கனகவல்லியுடனான அவனது லீலைகள் திரும்பிப்பாராமலே முருகனுக்குத் தெரிந்திருந்தன. "இல்லய்யா, பாதை ரண்டாய்ப் பிரியுது. எதால வண்டில விடுறதெண்டு தெரியேல்ல."

இருவரும் இறங்கிப் பாதையை ஆராய்ந்தனர். இரண்டுமே வடகிழக்கில் கோயில் பக்கமாகவே நீண்டு சென்றிருந்தன. ஆனாலும் அவற்றிலொன்று வேறிடத்துக்குப் போவதாயே இருக்கமுடியும். இன்னொரு விஷயமும் அதில் இருந்தது. பழைய பாதையில் கோடையின் மணல்மண்டி சில்லுகள் புதைந்து பயணம் சிரமமாகும்போது, அவ்வாறான ஒரு இரண்டாம் பாதை புல்நிலத்தில் சிறுபற்றைகளினூடாக உருவாகும் சாத்தியம் இருக்கிறது. அப்பகுதியிலிருந்து ஓடி கடலுடன் கலக்கும் கானாற்றின் தடக் குழிகள் அப்பகுதியில் தாறுமாறாக இருப்பதையும் அவர்கள் யோசிக்க வேண்டியிருந்தது. பொருத்தியிருந்த விளக்கைக் கழற்றிக்கொண்டு இருவரும் சிறிதுதூரம் சென்று பார்த்தனர். தீர்மானிப்பது சிரமமாகவிருந்தும் ஒரு சிறிதுநேர மௌனத்தின் பின் சிவநாயகமூர்த்தி சொன்னான்: "புதுத் தடத்திலயே போ. மெதுவா வண்டிலை விடு. நிலவுமிருக்கு, பார்த்துப் பாத்துப் போயிடலாம்."

இருவரும் வண்டியில் ஏறினர்.

சுலபமாகத் தோன்றத் தொடங்கியிருந்த பயணம் திடீரென்று சட்டென சரிவாய் கவிழப்போவதுபோல் ஓடி குறுக்கே கிடந்த ஒரு மரத்தில் சில்லுகள் இடிக்க வண்டி குலுங்கி நின்றது. தனக்குள்ளேயே ஏதோ புறுபுறுத்துக்கொண்டு சிவநாயகமூர்த்தி இறங்கினான். கானாற்றுக் குழியில் வண்டி இறங்கி, விழுந்திருந்த ஒரு மரத்தில் சில்லுகள் பொறுத்து நின்றிருந்தது. மரம் விழுந்திருக்காவிட்டாலும் குழியிலிருந்து மேலே வண்டியை மாடுகளால் இழுத்து ஏற்றியிருக்க முடியாதென்று தெரிந்தது. கானாற்றுத் தடம் அத்தனை ஆழமாகவிருந்தது. ஏறவேண்டிய கரை இடுப்புயரத்துக்கு மேலே இருந்தது. “ஐயா, ஆக்கள் இல்லாட்டி வண்டிலை மேல எடுக்கேலாது. குழல் சத்தம் கேக்குது காற்று வளத்தில. கோயில் கிட்டத்தான் இருக்கும்போல. நான் போய்ப் பாத்து ஆக்களாரையும் கூட்டிவாறன்” என்றான் முருகன். மூன்று நான்கு பேரின் உதவியுடன்தான் மேலே ஏதேனும் செய்யமுடியுமாப்போல் இருந்தது. மறுத்துச் சொல்ல சிவநாயகமூர்த்தியிடம் வேறு யோசனையும் இருக்கவில்லை. “எண்டாலும் காலடிக்கு வெளிச்சமில்லாமல் எப்பிடிப் போவாய்?” என்றான் முருகனிடம்.

“என்னிட்ட ஒரு பாளைச் சூள் இருக்கு. எப்பவும் வைச்சிருப்பன்.”

“அப்ப . . . சுறுக்கண போட்டு வா. நாங்கள் இஞ்ச இருக்கிறம். போகக்கிடையில மாடுகள அவிட்டு அங்கால கட்டியிட்டுப் போ.”

குத்துக்கட்டையைப் பொறுக்கவைத்து மாடுகளை அவிழ்த்துக் கட்டியபின், முருகன் சூளைக் கொளுத்திக்கொண்டு செல்ல, சிவநாயகமூர்த்தி திரும்பி கனகவல்லியை இடித்துச் சொன்னான்: “கனகு, முருகன் திரும்பி வாறவரைக்கும் எங்களுக்கு திருவிழா இஞ்சதான். பாயை எடுத்துக் கீழ போடு, ஆறுதலாய் இருப்பம்.”

“பிள்ளையள மேல விட்டிட்டு . . ?”

“பிள்ளையள் நித்திரைதான. அவை மேல படுத்திருந்தா பத்திரம்தானே?” என்றுவிட்டு கனகவல்லி இறங்க கைபிடித்து உதவியதோடு பாயை எடுத்து வண்டிலின் கீழ் விரித்தும் விட்டான்.

கனகவல்லி வண்டியின் கீழ் நகர்ந்து பாயில் அமர்ந்தாள். சிவநாயகமூர்த்தியும் கூடவே அமர்ந்துகொண்டான். அவளது மடியில் பாதி சாய்ந்தும்விட்டான்.

164

தேவகாந்தன்

கனகவல்லிக்கு அவனது மனநிலை ஆச்சரியமாகவிருந்தது. பயணத்தின் தடை அவனை சாதாரணமாக வண்டியோட்டியின் மேல் பாயவைத்திருக்கவேண்டும். அன்றைக்கோ அக்குறுக்கீடு ஒரு திட்டத்தில் அமைந்ததுபோல் அமைதியாயிருந்தான். சிறிதுநேரத்தில் அவன் அவள் அங்கமெல்லாம் தடவவும் ஆரம்பித்தான். அவனது எண்ணத்தை புரிந்துகொண்ட கனகவல்லி, "இந்த இடத்திலயோ ..? ஐயோ .. !" என்றாள்.

"ஏன், இந்த இடத்துக்கென்ன ? பாயிருக்கு படுக்க. பிள்ளையள் மேல நித்திரை. சுத்திவர இருட்டுத்தான ?"

"ஆரும் வந்தா ..?"

"நாங்களென்ன நித்திரையே கொள்ளப்போறம்? ஆரும் இந்தக் குழியுக்குள்ள வரப்போறேல்ல. வந்தாலும் பேச்சுச் சத்தம் கேக்கும்தான ?"

மறுத்துப் பிரயோசனமில்லையென அவளுக்கு முடிவாகிய வளவில், அவன் மோகம்கொண்ட தன் ஊடுருவலை நிகழ்த்தி யிருந்தான்.

சிவநாயகமூர்த்தி சொன்னதுபோல் மேலே நிலா வட்டமாகத் தெரிந்தது. சூழ நட்சத்திரங்களிருந்து மினுக்கிக் காட்டின. நிலாவின் நடுவில் குட்டிப் பெண் குழந்தையொன்று கால்களை உதைத்து அடம்பிடிப்பதுபோன்ற தோற்றம் அவதானமாகியது. பார்த்துக்கொண்டேயிருந்தாள். வானம் செல்லச் செல்ல படிகள் வளர்ந்துகொண்டிருந்தன. மேலே ஏறிஏறி குழந்தையைத் தொடலாம்போன்ற உச்சம் அடைகிறநேரத்தில், சடாரென ஏணி சறுக்கியதுபோன்ற உணர்வு. அவள் கீழே கீழேயாய்ப் படுவேகத்தில் வந்துகொண்டிருந்தாள். திரும்பிப் பார்க்க சிவநாயகமூர்த்தி எழுந்து வேட்டியை உதறிக் கட்டிக்கொண்டு அப்பால் போய்க்கொண்டிருந்தான். அவள் படாரென நிலத்தில் விழுந்து அதிர்ந்தாள்.

அவள் அப்படியே விழுந்த ஸ்திதியில் கிடந்து தீப்பிடித்து எரிந்தாள். ஒருமுறை பார்த்தபோது நிலா அதே அளவில் பெரிதாய்த் தெரிந்தது. அதன் நடுவில் மட்டும் குழந்தையைக் காணவில்லை. நிலாவையே கறைப்படுத்திய நிழல் அங்கே உண்டாகியிருந்தது.

அவள் கண்களை மூடினாள்.

உள் தகிப்பு அடங்கி மேனி மெல்லக் குளிர்ந்து வந்தது.

அப்போது, "எழும்பு கனகு, முருகன் ஆக்களைக் கூட்டிக் கொண்டு வாறான்போல. தூரத்த சூள் தெரியுது" என்றான்

சிவநாயகமூர்த்தி. அவள் ஒரு அருவருப்பிலிருந்து மீள்வதுபோல் முகத்தைச் சுழித்துக்கொண்டு அரக்கி வெளியே வந்தாள். நேராக முன்னால் நின்று அவனை உறுத்து அந்த இருட்டினுள் நோக்கினாள். "என்ன கனகு பாக்கிறாய்? அது நான்தான்" என்றான் அவன்.

முருகனும், கூடவந்தவர்களும் மிகுந்த பிரயத்தனத்தில் வண்டியை மேலேற்றினார்கள். சிவநாயகமூர்த்தி கைகொடுத்தான். உதவிக்கு வந்தவர்கள் அவன் கொடுத்த ஒற்றை ரூபாயில் மகிழ்ச்சியுடன் விடைபெற்றனர்.

மறுபடி பயணம் தொடங்கியது.

கூடார நிழலிலும், பின்னாலுள்ள தனிமையிலும் ஒரு களியாட்டம் பார்த்த களிப்புடன் சிவநாயகமூர்த்தி கனகவல்லியைப் பார்த்தான். அங்கே கனகவல்லி இல்லை. கனகவல்லிபோல் ஒருத்திதான் இருந்துகொண்டிருந்தாள். அவள் முகத்திலிருந்த இறுக்கமும் பார்வையிலிருந்த வெறுமையும் அந்த உருவபேதத்தைப் படைத்திருந்தன.

கோவிலை அவர்கள் அடைந்தபோது நாதஸ்வரக் கச்சேரி நடந்துகொண்டிருந்தது. வண்டியை எட்ட நிறுத்தி முன்னால் வந்து வெளியிடத்திலேயே பாயை விரித்து பிள்ளைகளை எடுத்து வளர்த்திவிட்டு, அவர்களும் அமர்ந்து நாதஸ்வரத்தை அனுபவித்தனர். சிறிதுநேரத்தில் மேளச் சமா தொடங்கியது. தவில்காரரின் வித்வத்துவம் பொழிகிற நேரமது. அது தொடங்கிய சமயத்தில் சிவநாயகமூர்த்தி தூங்கிக்கொண்டிருந்தான்.

நாட்டிய நிகழ்வின் பின், சுவாமி வீதிவலம் புறப்பட்டது. அவர்கள் வழிபாட்டை முடித்துக்கொண்டு வீடு வந்துசேர மறுநாள் மதியம் ஆகிவிட்டிருந்தது.

கனகவல்லி படுத்தாள். எழும்பினாள். சமைத்தாள். அன்றாட இயங்குதலை பிரக்ஞையின்றியே சரியாக நடத்தினாள். அவளில் கூறு விழுந்திருந்தது. சிவநாயக மூர்த்தி விழுத்தியதுதான்.

ஆனால் அவனோ அவள் வேறொருத்தியாக தன்னுடன் நடந்துகொள்வதில் சினமும் ஆச்சரியமும் பட்டுக்கொண்டிருந்தான்.

7

முருகேசம்பிள்ளை ஆன்மாவும் களைத் திருந்தார். உடம்பு தன் தளர்ச்சியை முன்பே காட்டி யிருந்தது. அதை வில்லங்கப்பட்டு இயங்கவைத்துக் கொண்டிருந்தார். பண்டிதர் வீரகத்தி எப்போதாவது வீட்டுக்கு வருவார். அவரது ஆன்ம வலுவிழப்புக் கண்டு, 'ஒண்டுக்கும் யோசியாதயும். எல்லாம் வெல்லலாம். எதுக்கும் இந்தப் பொடியில ஒரு சிட்டிகை எடுத்துப்போடும். பிறகு பாருமன் எப்பிடி உஷராய் எழும்பிறிரெண்டு' என சொல்லத்தான் செய்தார். நெஞ்சுக்குள் வலியும், உடம்புக்குள் வருத்தமும் அவரைப் பீடித்திருந்தன. "ராராவாய் நெஞ்சைத் தடவிக்கொண்டு, சுடுதண்ணி வைச்சுக் குடிச்சபடி திரியிறார், பண்டிதரய்யா. அவருக்கு என்னெண்டு ஒருக்கா கேட்டுச்சொல்லுங்கோ" என்று மங்களம் அன்றைக்கு முறையிட்டாள். பண்டிதரும், "அதெல்லாம் சரியாயிடும், யோசியாத, பிள்ள" என்று அவளைத் தாக்காட்டினார். பிறகு முருகேசம்பிள்ளையிடம், "என்ன காணும் இதெல்லாம்? பண்டத்தரிப்பில பள்ளிக்குடம், நெடுகப் போறவாற இடம், எதுவும் வருத்தமெண்டா அங்கத்த இங்கிலிஸ் ஆசுப்பத்திரியில ஒருக்கா காட்டியிட்டு வரலாமே!" என்றார். "எனக்கொண்டு மில்லை. விடும், பண்டிதர்" என்று பலஹீனமாய்ச் சிரித்தார் முருகேசம்பிள்ளை. "உமக்காண்டித்தான் சொல்லுறன், பாத்து நடவும்" என்றுவிட்டு பண்டிதர் போய்விட்டார்.

மறுநாள் காலையில் பள்ளி சென்ற முருகேசம்பிள்ளை வழமையான நேரமாகியும் திரும்பவில்லை. மங்களம் கிழக்குநோக்கி நீளும்

நிழல்களில் நேரத்தைக் கணித்துக்கொண்டே குளக்கரை மேட்டைப் பார்த்துக்கொண்டிருந்தாள். அவள் அடிமனத்தில் ஏதென்றறியாமல் ஒரு கலக்கம் வந்து விழுந்திருந்தது. அவள் அதுவரை காலத்தில் உணராத கலக்கமாயும் அது இருந்தது.

நிதானமாக குளக்கரை மேட்டில் வந்துகொண்டிருந்த கரத்தையின் காட்சி, அப்பாடா என அவளைச் சாந்திப்படுத்தியது. சிறிதுநேரத்தில் அவளுக்கு உணர்வில்பட்டது, அது கரத்தையின் இயல்பான இயக்கமில்லையென்பது. இலக்கே மறந்ததுபோல் மாடு நடந்துகொண்டிருந்தது. கரத்தையில் முருகேசம்பிள்ளை அமர்ந்திருப்பது ஒரு வீற்றிருக்கையாகவிருக்கும். அப்போது பக்கத் தட்டியோடு சாய்ந்தபடி அமர்ந்திருந்தார். மங்களம் சென்று கடவைத் தடிகளை இழுத்துவிட்டாள். கரத்தை கிட்ட வந்தபோது தெரிந்தது முருகேசம்பிள்ளை சரிந்து தட்டியோடு விழுந்திருப்பது. என்ன நடந்தது என யோசிக்க முன் வண்டி கடவையைத்தாண்டி உள்ளே வரத் தொடங்கியிருந்தது. மங்களம் தடிகளை மறுபடி இழுத்து கடவையை மூடிவிட்டு ஓடிவந்தாள். மாடு வழக்கமாக நிற்குமிடத்தில் நின்றது. மங்களம் அவரை இறங்கச் சொன்னாள். முருகேசம்பிள்ளை, “பொறு . . . பொறு . . .” என்றார். அவள் மெல்ல அவரது கையைப் பிடித்து, “என்ன செய்யுது?” என்று மெல்ல தன்பக்கம் அசைத்தாள். அவர் அப்படியே சரிந்தார். அவரைக் கையில் தாங்கிக்கொண்டு, “ஐயோ . . . ஐயோ . . . திலோத்துமை, பொன்னம்மா . . . ஐயோ ஓடியாங்கோ” என கத்தினாள். அவளைச் சுரண்டி முருகேசம்பிள்ளை சொன்னார்: “இனி ஒண்டும் சரிவராது . . . மங்களம். நான் . . . நான் . . . போப்போறன். எனக்கு குழந்தைவேலு . . . கொள்ளிவைக்க . . . வேணும் . . . பாத்துக்கொள் . . !”

மேலும் அவர் ஏதாவது சொல்ல விரும்பியிருக்கலாம். ஆனால் தலை கீழே விழுந்துவிட்டது.

அயல் கூடியது. குழந்தைவேலுவைத் தேடத் தொடங்கினார்கள். ஆளுக்கொரு திசை சென்றார்கள். தெற்காகச் சென்றவர்கள் குழந்தைவேலுவை நல்லூர் செட்டித்தேர்த் தெருவில் கண்டார்கள். இருபது வருஷங்கள் தேடாதிருந்த குழந்தைவேலுவை வெறும் இருபது மணிநேரத்தில் கண்டுபிடிப்பதென்பது சாதாரணமான விஷயமல்ல. முருகேசம்பிள்ளையும் ஆவியாய்ச் சென்று தேடியிருக்கிறாரென ஊர் கதைத்தது.

குழந்தைவேலு குடும்பஸ்தனாக இருந்தான். சுருட்டுத் தொழில் செய்துகொண்டிருந்தான். நான்கு பிள்ளைகள் இருந்தன. ஓலைக் கூரையாகவும் மண்சுவராகவும் வீடு இருந்தது. வன்மத்தின் ஒருருவமாய் வெளியில் வந்து சாவுச்செய்தி

கேட்டான். அவனுக்குக் கவலையே வரவில்லை. வருவதாகவும் சொல்லவில்லை. பிறகு சொன்னான், அந்த பென்னாம்பெரிய காணியின் நினைவுவர, “போங்கோ, வாற”னென்று.

மறுநாள்தான் மையமெடுக்க முடிந்திருந்தது. மதியம்வரை மையம் தாக்குப்பிடிக்கவில்லை. பிணவாடை வயிற்றைக் குமட்டிவந்தது எல்லோருக்கும். அத்தர் தெளித்தும் சாம்பிராணிக் குச்சி கொளுத்தியும் பிணவாடையை மூடினர். முருகேசம்பிள்ளை சுடலையை அடைய, எரிநாற்றம் மட்டுமே கொண்டிருந்த மயானபூமியில் எல்லா முடைகளும் குளம்பத் தொடங்கின. வெளி அதை உறிஞ்சி எடுத்துக்கொண்டிருந்தது. குழந்தைவேலு கொள்ளிவைத்தான். எரியத் துவங்கி தீ பிணத்தையும் நாற்றத்தையும் அஸ்தியாக்கிற்று.

விறாந்தையில் சுவரோரம் அமர்ந்து விறைத்த மண்டைச்சியாய் எல்லாம் பார்த்துக்கொண்டிருந்தாள் கனகவல்லி. அவள் அழக்கூடயில்லை. படலைவரை ஒரு பெண்துக்கம் செல்லக்கூடிய அதிதூர எல்லைக்கும் செல்லவில்லை. சுடலைக் காரியம் முடிந்து வீடுவந்த சிவநாயகமூர்த்தி, “நான் போகோணும். நீ வேணுமெண்டா இருந்திட்டு வா” என்று சொல்லிவிட்டு மல்லாகம் போய்விட்டான்.

ஒரு மாதம் அங்கணக்கடவையில் அந்த வீட்டின் சாவுத்துடக்கு காத்திருந்தாள் கனகவல்லி.

அவளுக்கு எப்போதாவது தோன்றும் பிரக்ஞையில் இருந்ததெல்லாம் குழந்தைவேலுவின் உருவம்தான். அது அவள் காணாத அவனது தாயின் உருவமென்று அயல் பறைந்தது. ஆனால் தந்தைபோலவும் அவன் வளர்ந்திருந்தது வியப்பா யிருந்தது.

கொள்ளிவைக்க வந்து சென்ற குழந்தைவேலுவை மறுபடி எட்டுச் செலவுக்குச் சென்று கூட்டிவந்தார்கள். பின் முப்பத்தோராம் நாள் துடக்குக் கழிக்க வந்தான். சிறிதுநேரத்தில் செத்தவீட்டுக்கு வந்திருந்த ஒரு மனிதரை ஞாபகமாகிக்கொண்டு கேட்டான், “மையம் கொண்டுபோகேக்க அரிசிப் பொரி எறிஞ்சுதான போனது?” என்று. “அதை ஆரும் மறப்பினமே? எறிஞ்சுதான் போனது” என்று பதில் வந்தது. கனகவல்லியைப் பார்த்துவிட்டு, “எல்லாப் பில்லிப்பேயளும் பொரிக்குப் பின்னால போகேல்லைப்போல இருக்கு” என்றான். ‘இவன் என்னடா வலிய கொழுத்தாணி பிடிக்கிற ஆளாயிருக்கிறானே!’யென்று நினைத்துக்கொண்டு ஒன்றும் பேசாமல் அப்பால் நகர்ந்தார் அந்த மனிதர்.

கனகவல்லியின் மேலான அக்காட்டத்தின் காரணம் பின்னால், "இந்தக் காணி இன்னமும் அப்பற்ர பேரிலதான இருக்கு? தனக்குப் பின்னால ஆருக்கு... என்னமாதிரியெண்டு என்னவாச்சும் கதைச்சவரோ?" என்று மங்களத்தைக் கேட்ட கேள்வியில் தெரிந்தது. "காணி என்ர பேரிலதான இருக்கு. அப்பவே என்ர பேரில மாத்தி எழுதிவைச்சிட்டாரே!" என்றாள் மங்களம்.

"சீதனம் தந்திருக்கிறார்போல?" என வாய்க்குள் முணுமுணுத்துக்கொண்டு அப்பால் நகர்ந்தான்.

சொல்லியனுப்பியதற்காய் அன்று மதியத்தில் வந்து துடக்குச் சாப்பாடு சாப்பிட்டான் சிவநாயகமூர்த்தி. மாலையில் வெளிக்கிட்டு நின்று, "நீ என்னமாதிரி? எப்ப வெளிக்கிடப் போறாய்?" என்று கனகவல்லியைக் கேட்டான். "எல்லாரும் போயிடுவினம். இஞ்ச நான் தனியன்தான? கொஞ்ச நாள் கனகு நிண்டு வரட்டுமன்!" என்றாள் பக்கத்தில் நின்றிருந்த மங்களம். உண்மையில் அவளுக்கு ஒரு துணை வேண்டியே இருந்தது. அந்தப் பெரிய கூடல் வளவின் இருளும் நிழலும் வீட்டின் மௌனமும் அசலனமும் அவளை முருகேசம்பிள்ளை இல்லாததைச் சொல்லிக்கொண்டிருந்து அந்தரப்பட வைக்கும்தான்.

"ம்!" என்றுவிட்டு அவன் போய்விட்டான்.

அடுத்தவாரம் மங்களமே கரத்தையைக் கட்டவைத்து அவளை உறவினன் ஒருவனுடன் மல்லாகம் அனுப்பிவைத்தாள்.

8

ஒருநாள் காலை முற்றம் பெருக்கிக்கொண்டு நின்றிருந்தாள் மங்களம். கடவையடியில் அசைவு பட திரும்பிப்பார்த்தவள் திடுக்கிட்டுப் போனாள். கனகவல்லி அங்கே ஒரு கைப்பையோடு நின்று கொண்டிருந்தாள். விளக்குமாற்றை அப்படியே போட்டுவிட்டு எதிரில் வந்துகொண்டிருந்தவளை ஓடிப்போய் எதிர்கொண்டாள்: "என்னண்டு கனகு வந்தனி இந்தளவு வெள்ளணத்தோட? ஆர் கூடவந்தது? தனியாவே வந்தனி? எத்தினை மணிக்கு வெளிக்கிட்டனி? ஏனடி, என்ன நடந்தது அங்க?"

மங்களத்தின் எந்தக் கேள்விக்கும் கனகவல்லியிடமிருந்து பதிலில்லை. ஆனாலும் எல்லாம் அவளது மௌனத்திலும் அங்கிருந்த ஒரு மாதத்துக்கும் சற்று கூடுதலான காலத்து அவளது நடவடிக்கைகளின் அனுபவத்திலிருந்தும் புரியக்கூடியமாதிரியே இருந்தது மங்களத்துக்கு.

இரண்டாம் நாள் மல்லாகத்திலிருந்து வந்து அவள் அங்கே இருக்கிறாளா என்று ஒராள் பார்த்துக்கொண்டு போனான். அடுத்த சனிக்கிழமை சிவநாயகமூர்த்தியே வந்து அழைத்தான் கனகவல்லியை. கனகவல்லி மௌனத்தையே பதிலாக்கி நின்றிருந்தாள். "அப்ப நான் போகட்டே?" என்றான் சிவநாயகமூர்த்தி. அதற்கு மட்டும் தன் மௌனமுடைத்து, "ஓம்!" என்றாள் அவள். கண்சிவக்க அங்கிருந்து புறப்பட்டான் அவன். "பிள்ளையள அனுப்பமாட்டன். வந்துபாக்கவும் விடமாட்டன். அதுகள் என்ர பிள்ளையள். வேணுமெண்டா ஆரையுங்கொண்டு ரண்டைப் பெத்தெடு" என்றான் போகும்போது.

மங்களம் அழுதுகொண்டே இருந்தாள். கனகவல்லி ஒரு பிரச்சினை தீர்ந்ததுபோல் நிறைவாகி விறாந்தையிலிருந்து கிணற்று மேட்டையும், அப்பால் விரிந்து தெரிந்த குளக்கரை வெளியையும் பார்த்துக்கொண்டு அமர்ந்திருந்தாள்.

நாட்கள் பெரும்பாலும் அவ்வாறே அவளுக்குக் கழிந்து கொண்டிருந்தன.

ஒருநாள் மதியமளவில், "ஐயோ, என்ர குடும்பமே அழிஞ்சு போச்சு, சின்னம்மா. நான் சாகப்போறன் . . . எனக்கு வேற வழி தெரியேல்ல" என்ற பிரலாபம் கேட்டு அடுக்களைக்குள்ளிருந்த மங்களம் எட்டிப் பார்த்தாள். வெள்ளை வேட்டி சால்வையோடு குழந்தைவேலு வந்துகொண்டிருந்தான். அவனது தலைமயிர் விரிந்து கிடந்தது. காற்றில் தொங்கி ஆடிக்கொண்டிருந்தது. அவனது அவலத்தைத் தணிவித்து விசாரிக்க, "நானென்ன சின்னம்மா செய்ய? பொயிலை கட்டக் கொண்டுபோன காசை ரயில்ல களவெடுத்திட்டாங்கள், சின்னம்மா. நீதான் பாத்து எதாச்சும் செய்யவேணும். இல்லாட்டி . . . இந்தக் கந்தரோடைக் குளத்தில விழுந்து சாகிறதத் தவிர எனக்கு வேறவழி இல்ல" என்றான்.

மாதத்துக்கொன்று அல்லது இரண்டு மாதங்களுக்கு மூன்று தடவைகளென கண்டிபோய் மலிவான கட்டைக்காம்புப் புகையிலை வாங்கிவந்து சுருட்டுச் சுற்றி விற்பதுதான் அவனது தொழில். சுற்றுவதற்குச் சில சுருட்டுத் தொழிலாளரையும் வைத்திருந்தான். கு.வே. சுருட்டு யாழ்ப்பாணப் பகுதியிலும் தீவுப் பகுதியிலும் பிரபலமாகவிருந்தது. தொழில் நன்றாக விருத்தியாகிக் கொண்டிருந்த நேரத்தில்தான் இவ்வாறு நடந்திருந்தது.

எல்லாம் விறாந்தையிலமர்ந்து பார்த்துக்கொண்டிருந்தாள் கனகவல்லி. அவள் நினைத்தால் அண்ணனின் அவலத்தைப் போக்கலாமென்று எண்ணியிருந்த மங்களம், அவளின் நிர்விகற்பத்தில் ஏமாறிப்போனாள். இருந்தாலும் கனகவல்லியை ஒருவாறு புரியவைத்து, "அண்ணை கொஞ்சநாளில திருப்பித் தருவான். நீ விரும்பினமாதிரி அப்ப உன்ர நகையளைச் செய்து போட்டுக்கொள்ளலாம்தான?" என்று சொல்லி அவளது நகைகளைக் கேட்டாள்.

நீண்டநேரம் யோசித்த பின் தன் இரட்டைப் பட்டு கழுத்துச் சங்கிலியையும், காப்பையும் கழற்றிக் கொடுத்தாள் கனகவல்லி. "ஆறு மாசத்தில இந்தக் காசு தருவன், சின்னம்மா. நானே கொண்டுவந்து தாறன்" என்றுவிட்டு குழந்தைவேலு போனபின், "அண்ணை தராட்டி என்ன? நான் தருவன், கனகு.

உனக்கில்லாமல் நான் வேற ஆருக்குச் செய்யப்போறன்? எனக்குப் பிறகு இந்தக் காணியும் உனக்குத்தான?" என்று அவளைச் சமாதானப்படுத்தினாள் மங்களம்.

குழந்தைவேலு நகை விற்றெடுத்த பணத்தை எப்போதுமே திருப்பிக் கொடுக்கவில்லை. அது பெரிய கரிசனமாகவும் இருக்கவில்லை மங்களம், கனகவல்லி இருவருக்கும்.

அங்கணக்கடவை மீனாட்சியம்மன் ஆலயத்தில் ஆண்டுத் திருவிழாக்கள் நடந்துகொண்டிருந்தன. அவர்களும் அவ்வப் போதெனினும் போய்வந்து கொண்டுதானிருந்தார்கள். காலம் கனதியான சம்பவத்தின் காத்திருப்புக்குப்போல் மெல்ல நகர்ந்துகொண்டிருந்தது.

ஒருநாள் நெருப்புப் பெட்டிபோல சதுர வடிவான ஒரு மோட்டார் வண்டி இல்லாத கரும்புகையையெல்லாம் கக்கிக்கொண்டு வாசலில் வந்து நின்றது. திண்ணையிலிருந்தபடி மங்களம் ஆச்சரியத்தோடு பார்த்தாள். அவள் அதுபோன்ற வெள்ளைக்காரரின் மோட்டார் வண்டிகளை தன் பாட்டனோடிருந்த சின்னவயதுக் காலத்தில் கண்டிருக்கிறாள். அதை அவளது பாட்டன் மோட்டார்க் காரென்று சொல்லி யிருந்ததும் ஞாபகமிருந்தது. அந்த சிவப்பு வர்ண மோட்டார் காருக்கு மேலே படங்குச் சாக்குப்போல் தடித்த துணி கூடாரமாகப் போட்டிருந்தது. அதற்கு பெரிய சில்லுகள் நான்கிருந்தன. பின்புறத்தில் ஐந்தாவது ஒரு மேலதிகமான சில்லு குறுக்கே வைத்துப் பூட்டியிருந்தது. அதற்கு குடையிலுள்ளது போல் தாறுமாறாய் வெள்ளி நிறத்தில் கம்பிகள் இருந்தன. வண்டியிலிருந்து அதன் பாதிக் கதவைத் திறந்துகொண்டு தலையில் பாகையணிந்து பட்டுச் சட்டையும் பட்டு வேட்டியும் பட்டு நீளச் சால்வையும் தரித்த ஒரு கறுத்த கனவான் இறங்கினார். தொடர்ந்து கவுண் போட்டு, தலைமயிர் வெட்டிய ஒரு வெள்ளை மாது இறங்கினாள். எழும்பிப் பார்க்கவும் மறந்த ஸ்தம்பிதம் மங்களத்தில். அது சற்றுத் தள்ளியிருந்த கனகவல்லியிலும்.

முற்றத்துக்கு தன் மனைவி கூடவர வந்த கனவான் வாசல்படி முன்னால் நின்று மங்களத்தை உற்றுப் பார்த்தார். பின், "அக்காள்..!" என்றார்.

குரல் காதில் விழுந்த மங்களம் சதிரம் பதறினாள். அது சின்னவன் லாசரஸ் அவளை அழைக்கும் முறைமையாய் இருந்தது. கனவான் மீண்டும், "அக்கா"ளென துடித்தெழுந்த மங்களம், "நீங்கள்... நீங்கள்... நீ... ஆர், தம்பி? நீ என்ர தம்பி லாசரஸெல்லே?" என்று சொல்லித் திணறினாள்.

"லாசரஸ்தானக்காள்" என்று படியேறி அவள் முன்னால் வந்துநின்றார்.

நீண்டகாலம் பிரிந்திருந்த சகோதரங்கள் ஒன்றுகூடும் அந்தக் கணத்தை கண்கலங்கக் கண்டபடி நின்றுகொண்டிருந்தாள் வெள்ளைக்காரி.

அண்ணன் அரியரத்தினம் கொழும்பில் வர்த்தகம் தொடங்கியிருப்பதும், தம்பி லாசரஸ் மிஷனரியில் படித்து இங்கிலாந்துச் சீமைக்குப்போய் மேலும் பெரிய படிப்புப் படித்து அங்கேயே குடியேற்ற நாடுகளின் கீழ்த்திசை அலுவலகத்தில் உத்தியோகம் பார்ப்பதும் நினையாப்பிரகாரமாய் கோயிலில் சந்தித்த தூரத்து உறவினர் மூலம் முன்பே அவள் தெரிந்திருந்தாள். சூளுரைத்தபடி நாகாத்தை தன் பேரனைக் கரைசேர்த்திவிட்டாளென்று அன்று அடுக்களைக்கோடி அழுதுதான் தன் நெஞ்சுப் பொருமல் தணிவித்தாள். இன்று அந்த லாசரஸே வெள்ளைக்கார சதி சகிதமாய் அங்கே கனவானாய் வந்திருக்கிறான். சிவகடாட்சமும், முருகேசம்பிள்ளையும் தம்தம் குடும்ப அடிகளை விலக்கியிருந்ததற்கு ஆதாரமாயிருந்தது எதுவென அவள் சிந்தைநொந்து அழாத நாள் இருக்கவில்லை. அதனாலேயே கோயில்களும் விரதங்களும்கூட அவளில் பெரிய ஆர்வத்தை உண்டாக்காதிருந்தன கொஞ்சக் காலம். பின் எல்லாம் வழமையாகிவிட்டது. ஆனால் இன்று அந்த விட்ட கணு தன் உதிர உறவுகாண இங்கிலாந்திலிருந்து ஓடிவந்திருக்கிறது. கண்ணீர் வழிய நின்றவளை லாசரஸும் மனைவியும் தேற்றினர்.

தேநீர்ப் பரிசாரகமும் குடும்பரீதியான உசாவுகைகளும் முடிய லாசரஸும் மனைவியும் கிளம்பத் தயாராகினர். அப்போது லாசரஸ் கேட்க மனைவி தன் கைப்பையிலிருந்து ஒரு கட்டுக் காகிதங்களை எடுத்து அவரிடம் தந்தாள். அதை தன் தமக்கையிடம் நீட்டிய லாசரஸ் சொன்னார்: "பெத்தப்பு ஒரு ஞாபகத்துக்கெண்டாலும் என்ரை பேரில ஒரு துண்டுக் காணிகூட எழுதிவைக்கேல்லை, அக்காள். இருந்த சொத்துகளும் கடைசியில கோயிலுக்கெண்டும், இப்பிடியும் அப்பிடியாயும் கரைஞ்சழிஞ்சு போயிட்டுது. ஆனா அந்த வீட்டைக் கடைசி மட்டும் பெத்தப்பு காத்து வைச்சிட்டார். தனக்குப் பின்னால உனக்கெண்டு எழுதி வைச்ச அந்த வீடும் வளவும் இப்பவும் நல்லமாதிரித்தான் இருக்கு. இந்தா, அதுகின்ர உறுதிதான் இது."

"எனக்கேனப்பன் இனி இதெல்லாம்? பெத்தப்பு ஆச்சிக்குக் குடுத்து, ஆச்சியிட்டயிருந்து இது எனக்கு வந்திருந்தா அது வேற விஷயம்..! இப்ப..? வேண்டாம், நீ அண்ணைக்கே குடுத்திடு இதை."

"அண்ணையும் சொல்லியிட்டுது, உனக்கெண்டு எழுதிவைச்ச வீடும் வளவும் உன்னிட்டத்தான் இருக்கவேணுமெண்டு. உனக்கு வேண்டாட்டியென்ன, இஞ்ச கனகவல்லி இருக்கு, அதுவின்ர பிள்ளையளிருக்கு, அலையாருக்கும் குடுத்திடு."

தன் பெயர் பிரஸ்தாபமாவது கண்டு கனகவல்லி சிரித்தாலும் அவர்கள் எதைப்பற்றிக் கதைத்தார்களென்பதை அவள் கவனியாதே இருந்திருந்தாள்.

லாசரஸூம் மனைவியும் சொல்லிக்கொண்டு அயல் சிறுவர்களெல்லாம் கத்தியபடி பின்னோட காரிலேறிச் சென்ற சிறிதுநேரத்தில் முற்றத்தில் நின்றபடியே கையிலிருந்த உறுதியைப் பிரித்துப் பார்த்தாள் மங்களம். எழுத்தை அதுவரை காலமும் கைவிட்டிருந்ததின் இழப்பு அப்போது தெரிந்து நொந்தாள். கனகவல்லி வந்து பார்த்தாள். அறியாத மொழியில்போல் தமிழில் கையால் எழுதப்பட்டிருந்த உறுதிப் பத்திரமாயிருந்தது அது. 'உ'வும் 'ட'வும் 'ச'வுமே பக்கங்கள் முழுக்க இருப்பதாய்த் தோன்றியது. எழுத்துக்கூட்டி கண்டுபிடித்த சிவகடாட்சமென்ற பெயர் ஒரு வரி முழுவதற்குமாய் நீண்டிருந்தது அவளுக்கு வியப்பாயிருந்தது. கொண்டுபோய் பெட்டகத்துள்ளே வைக்கும்படி தாய் சொல்ல உள்ளே எடுத்துச்சென்றாள் கனகவல்லி.

திடீரென மங்களத்தை நோய் பாயில் சுருட்டிப் போட்டு விட்டது. ஊர்ப் பரிகாரி வந்து பார்த்து மருந்து கொடுத்தார். ஏதோ கொஞ்சம் சுகம் தெரிந்துவந்தது. எல்லாப் பருவகால மாற்றங்களையும் தாங்கக்கூடிய மாதிரித்தான் அவளது உடம்பு அதுவரை இருந்துவந்தது. ஒருநாள் அடிவளவுள் நின்றபோது வெய்யில் நன்றாகத் தலையில் சுட்டுவிட்டது. தலை சுற்றுவதுபோல் தோன்றத்தான் அந்த இடத்தைவிட்டு அகன்றிருந்தாள். அடுத்தநாள் அதுவே மறுபடியும் மங்களத்தைப் பாயில் சரிய வைத்துவிட்டது. இரண்டு நாட்களில் கண்களெல்லாம் மஞ்சள் பத்தி நடக்கமுடியாதளவுக்குப் பலஹீனமும் அடைந்து விட்டாள். அப்போதே வந்த நோயாகவன்றி அவளை விழுத்த வருஷக் கணக்காய் அவளுள் காத்திருந்த நோயாய் அது தென்பட்டது. நாளாக ஆக பரிகாரியின் மருந்தில் குணப்படுமென்ற நம்பிக்கை பரிகாரிக்கே அறுந்துபோனது. செந்தூரம், சூரணமென்று எதுதான் கொடுக்கவில்லை அவர்? அதற்கு மேலே அவரிடம் வைத்தியம் இல்லை. மெல்லமெல்லமாக இங்கிலிஷ் வைத்தியசாலைக்குப் போக அறிவுறுத்தினார். தனது அந்திமத்தை நீட்ட காலனை மறுக்கும் தன் உறுதியைத் தவிர வேறில்லை என்பது மங்களத்துக்கு உறுதியாகிற்று.

தன் முடிவு தன்னை வெகுசமீபத்தில் நெருங்கிவிட்டமை மங்களத்துக்குத் தெரிந்தது. கண்ணுக்கெட்டிய தூரத்தில் யமன் நின்றுகொண்டிருப்பதும் கண்டாள். அவ்வப்போது "வா ... வா"வென அழைப்பதுபோலும் தென்பட்டது. ஆனால் அவளால் அந்த முடிவுக்குத் தன்னை ஒப்புக்கொடுத்துவிட முடியாது. அவள்மீது ஒரு சுமை இறங்கியிருக்கிறது. கணவனையும் பிள்ளைகளையும் பிரிந்தும், சுயம் மறந்துமிருக்கிற ஒரு ஆத்மாவின் சுமையது. அதை அந்தப்படியே போட்டுவிட்டுப் போதல் எங்ஙனம் அவளால் கூடும்? கனகவல்லி கொஞ்சமேனும் சுவாதீனம் அடைந்து, கொஞ்சமேனும் பிரக்ஞையின் வெளி காணும்போது அவளால் கூட்டைவிட்டுப் பறக்கும் குருவிபோல் மிக இலகுவாக யாக்கையைக் கழற்றிவிட்டு தன் ஆன்ம யாத்திரையைத் தொடங்கமுடியும். ஒரு நம்பிக்கையின் சிறு கீற்றுக்காய் மங்களம் காலனை மறுத்துக்கொண்டிருந்தாள்.

கணேசமூர்த்தி அவ்வப்போது ஊரின் வழி தெருவிலே காணப்பட்டான். எப்போதாவது அயல் வீட்டுப் பெண்களுடன் பேசநேர்கிறபோதில் கனகவல்லி அறிந்துகொண்டாள், சுருட்டுத் தொழிலுக்கு போய்வந்துகொண்டிருந்தவன் அப்போது காங்கேசன்துறையிலிருந்து சாவகச்சேரிவரை போடப்பட்டுக் கொண்டிருந்த ரயில்பாதைத் திட்டத்தில் வேலை செய்து கொண்டிருந்தாக. இனி தாய்வீட்டிலேயே தங்கப்போவதாகவும் தெரிந்தது. அவளுக்கு அதில் கரிசனமெதுவுமில்லை.

ஆனால் மங்களத்தால் அவ்வாறு இருந்துவிட முடியவில்லை. கனகவல்லிக்குள் சுரங்கொண்டிருந்த ஊற்றொன்று பீரிட்டு மேலேவரச் சீறுகிறதோ? கனகவல்லி தன் உணர்வுகளை உள்ளடக்கி ஒரு மூடல்பெட்டியாய் இருந்திருந்தாலும், ஒருகாலத்தில் கணேசமூர்த்தியின் ஆசையைத் தெளிவாக மங்களத்தால் அறியமுடிந்திருந்தது. அவளால் என்ன செய்துவிடமுடியும், 'நல்ல குடி ... நல்ல படிப்புள்ளவனுக்குத்தான் கனகு' என்று எப்போதும் எச்சரிக்கைபோல் சொல்லிக்கொண்டிருந்த மனிசனுக்கு முன்னால்? அது அவள் நினைப்புப்போல் நடந்திருந்தால் இன்றைக்கு கனகவல்லியின் நிலைமை அவ்வாறு ஆகாமலும் இருந்திருக்கலாமோவென்று அப்போது நினைத்தாள்.

மங்களத்தின் முடக்கத்திலேற்பட்ட தனிமை கனகவல்லியின் பிரக்ஞையை ஓரளவு மீட்டுவிட்டிருந்தது என்றே தோன்றியது. ஒரு நிர்ப்பந்தத்தின் மாற்றம்தான் அது. தன் மனக்குமுறல்களையும் தவனங்களையும் ஏக்கங்களையும் வெறுப்புகளையும் கனவுகளையும் இரவில் வாழவும், தூங்கியும் சமைத்தும் துணிதுவைத்துமாக பகலில் இயங்கவும் அவள் பழகிக்கொண்டாள்.

பௌர்ணமிகளை வெறுப்பதும், அமாவாசைகளை விரும்புவதும் மெதுமெதுவாக அந்தப் படிநிலைமாற்ற காலத்தில்தான் நிகழ்ந்தது. மங்களத்தைப் பொறுத்தவரை தூக்கமும் விழிப்பும் இயல்புநிலையில் இருந்தன. கடக்கக் கடினமான தடத்தில் வாழ்க்கைக்கான பயணமிருக்கிறதென்று அப்போதுதான் தெரிகிறது அவளுக்கு. துன்பங்களும் இன்பங்களும் துக்கங்களும் சந்தோஷங்களும் நிறைவுகளும் ஏக்கங்களுமாய் தடைகள் தடமெங்கும் பரவியிருப்பதைக் காண்கிறாள். வினை விதைத்தவர் வினையறுப்பவர் ஆகுகையில் அது சோகமில்லை. ஆனால் வினைப்பலனாலன்றி விதிப்பலனால் எய்தும் மனிதர்களின் வாழ்க்கை மகத்தான சோகமானது. கனகவல்லி என்ன செய்தாள் கீழ்மேலாக தன் வாழ்க்கை தடம்புரண்டு போகும்படிக்கு? அவள் தன் மனம் கடந்து, மெய் மறந்துவாழும்படியாக அதைச் சிதைத்ததில் இயற்கையின் தர்மமெங்கே இருக்கிறது?

காதலும் போதையும் செய்கிற இரவுகளில் அசையும் இருளை தூரத்து வேலியோரத்தில் காணத் துவங்குகிறாள் கனகவல்லி. அசையும் இருளை இருளின் நிழலென்று எண்ணிக்கொண்டாள். அது சிலவேளைகளில் நடப்பதும் காண்கிறாள். பின் சமீபமாய் முற்றத்து வாழை மரத்தோரத்தில் அந்த நிழல் தெரிகிறது. வெகுநேரம் அவ்விடத்திலேயே நிலைத்துநிற்கும் நிழல் ஒருபோது மெல்ல அசைந்தசைந்து திறந்த கதவினூடாக அறைக்குள் புகுந்து தன்னை நெருங்கிவருவது அவளுக்குப் புலனாகிறது. நிழல் தன் பார்வையால் அவள் மேனியெங்கும் ஒரு பரவசத்தைப் பரத்துகிறது. அது விடும் மூச்சில் இழைந்த கந்தம் நாசியிலேறி போதையாய் அவளது அந்தப் பரவசத்தை மேலும் பொங்கியெழ வைக்கிறது. அவள் கண்மூடிக் கிடந்து நெளிகிறாள். சிறிதுநேரத்தில் தன் மாயக்கரத்தால் அது அவளுடலை மெல்லெனத் தடவத் தொடங்குகிறது. அது அவளுடலின் மேடுகள், பள்ளங்கள், சமதளங்களில் மெல்லிறகுகொண்டு அளைந்த இன்பத்தைச் செய்கிறது. அவள் இன்னுமின்னும் அதை வேணும்போல் இணங்கிக் கிடக்கிறாள். அங்கங்களில் தீப்பிடிக்கிறது. வெறிபிடித்தவளாய் முகிலைப் பிடிப்பதுபோல் நிழலைப் பற்றி வலித்திழுக்கிறாள். மூடிக் கவிந்த நிழல் அவளுள் அசைந்து தன் வீறு தணிக்கிறது. அவள் தீ அணைகிறாள்.

நிழல் திடம்கொண்டு அசைந்துவந்து அவ்வப்போது அவளுடம்பை உயிர்ப்பித்து அடங்கச் செய்யும் விந்தையைப் புரிந்துகொண்டே இருந்தது. கயிறறுந்ததுபோல் பிடிப்பறுந்த வாழ்க்கையில் விழுந்த அத்தொடுப்பு அவளின் பறப்புவிசையை

எதார்த்தத்தில் நிலைநிறுத்தியது. பௌர்ணமிகள் அவளுக்கு வெறுப்பாகின. அமாவாசைகளை எதிர்பார்த்திருக்கத் தொடங்கினாள். சில அமாவாசைகளில் நிழலின் அசைவு தோன்றாமலே போயிடினும் நிழலுக்கான காத்திருப்பை அவள் செய்துகொண்டே இருந்தாள்.

ஒருநாள் அமாவாசைக் கால இரவு முடிந்தபொழுதில் மங்களம் துயிலுணர்ந்து சிறுநீர் உபாதை கழிக்க திண்ணையிலிருந்து இறங்கிவந்தாள். கீழ்வானில் வெளிச்சம் விரிந்தெழுந்து கொண்டிருந்தது. கோடியில் உபாதை கழித்து முற்றத்துக்கு வந்தவள் இன்னும் சற்று வெளிச்சமேறப்போல் சிறிதுநேரம் காத்துநின்றாள். அந்த மென்காலைக் குளிர்காற்று அவளுள் வலுவேற்றிக்கொண்டிருந்தது. நிலம் நன்கு வெளிக்க, அவசரமாகத் தண்ணிவாளி வைக்குமிடத்தையடைந்து கீழே உற்றுநோக்கினாள். தெளிவான இரண்டு மூன்று பாதச் சுவடுகள் ஈரமண்ணுள் அழுந்திக் கிடந்தன. தான் நினைத்தது சரிதானென எண்ணினாள். அவை அவ்வப்போது கேட்கும் சத்தத்தின் சுவடுகாள்தானென நிச்சயமாக்கினாள். திண்ணைக்கு நடந்தவள் மறுபடி திரும்பிச் சென்று எட்டத்துச் சொரி மணலைக் காலால் எற்றி அச்சுவடுகளை அழித்தாள்.

வாழ்வதற்கான தன் மகளின் வெளி விரிந்துவிட்ட நிச்சயம் அத் தாய்க்குத் தெரிந்ததா? அவளது சிதைவின் மூலத்தை எவ்வளவு யோசித்தும்தான் மங்களத்தால் கண்டுகொள்ள முடியவில்லை. அந்தத் திறனை நோயும் சஞ்சலமும் அவளிடத்திலிருந்து அகற்றியிருந்தன. தன் சிறுவயதுக் காலத்து நிகழ்வுகள் கொண்டு அதை ஊகித்தறியும் சாதுர்யத்தை அவளை வளர்த்த தாத்தா அவளிடமிருந்து ஆச்சாரம், பண்பாடு என்ற கொடுநகங்கள்கொண்டு நுள்ளியெறிந்திருந்தார். ஆனால் அந்த நிலைமையிலிருந்தும் தன் மகள் மீளக்கூடிய உபாயத்தை அவளது முதுமை ஞானத்தின் வாழ்தலறம்பற்றிய புரிதல் மங்களத்துக்கு முற்தரிசனம் கொடுத்திருந்தது. அப்போது தன் நம்பிக்கையின் கீற்றுகள் ஓங்கி ஒளிரத் தொடங்குவதை தன் மனக் கண்ணில் அவள் கண்டாள்.

இனி காலனோடு ஒரு யுத்தம் மங்களத்துக்கு அவசியமில்லை. காலன் வந்து கூப்பிட்டால் சரியென்று கூடிப் போய்விடலாம். சிரமத்துடன் திண்ணை சென்று பாயிலே மெதுவாகச் சரிந்தாள்.

வெளி மேலும் விடிந்துகொண்டிருந்தது.

அத்தியாயம்
IV
(1880 – 1905)

1

1880இன் தை மாதத்து 14ஆம் நாள். காலைச் சூரியன் விரைவாக உச்சிநோக்கி நகர ஆரம்பித்திருந்தது. எங்கும் வெப்பத்தின் வியாபகம். ஓடையென முதுகுப்பீலியில் வியர்வை வழிந்தது. தேவனின் ஆசீர்வாதத்துக்குப்போல் உள்ளே கெழுமிக்கொண்டிருந்த எதிர்பார்ப்பில் முன்பனிக்கால வெய்யில் பொருளாய்த் தோன்றவில்லை அவர்களுக்கு.

தூரத்தே புள்ளியாய்த் தெரிந்துகொண்டிருந்த சங்கடம் தன் பயணிகளோடு மெதுமெதுவாய் வந்து துறையேறியது. கூடாரத் தோணியிலிருந்து வெளிவந்த இரு வெள்ளை மாதர்களைக் கண்டதும் கைகளை வீசியும் கரவொலி எழுப்பியும் ஆரவாரித்தது கரையில் நின்றிருந்த பத்துப் பதினைந்து பேரடங்கிய சிறுகூட்டம்.

மேரி லீச், மார்க்கறெற் லீச் ஆகிய இரண்டு அமெரிக்க இளம் யுவதிகளும் அந்த வரவேற்பை ஏற்றுக்கொண்டு, தயாராக நின்றிருந்த வண்டியிலே ஏறச்சென்றனர். பக்கத்துக்கு மூவராக வண்டியை இழுத்துச் செல்வதற்குத் தயாராய் நின்றிருந்த ஆறு வண்டியிழுப்பிகளைக் கண்டதும் அவர்கள் அதிர்ந்தார்கள். அந்த அதிர்வு பௌதீகமானது போலிருந்தது. ஆபிரிக்க ஆசிய நாடுகளின் பொருளாதார நிலைமைகளை, அவற்றின் அரசியல் நிலவரங்களை, கலாச்சார நெளிவுசுழிவுகளை, மக்களின் பழக்கவழக்கங்களை பட்டப்படிப்பின் பின்னான அவர்களது மதபோதகப் பயிற்சி,

குறிப்பாக மிஷனரியாகச் செல்வதற்கான பயிற்சி, தெளிவாகவே புகட்டியிருந்தது. ஆயினும் ஏறக்குறைய ஒரு நூற்றாண்டு கால இங்கிலாந்தின் ஆட்சியில்கூட இன்னும் அதுபோன்ற மனித அவலங்கள் இலங்கையில் இடம்பெற்றிருந்ததை அவர்களால் சுலபத்தில் உள்வாங்கிக்கொள்ள முடியவில்லை.

வண்டி நகரத் தொடங்கியது.

இன்னும் இறுக்கமான மனநிலையிலேயே மேரி இருந்துகொண்டிருப்பதை மார்க்கறெற் கண்டாள். கொழும்புத் துறைமுகத்தில் வந்து இறங்கியவுடன் தன் அடிமனத்துக் கலக்கத்தை மேரி சொல்லியிருந்தது அப்போது அவளுக்கு ஞாபகமாகிற்று. இந்தியாவின் தென்பகுதியிலுள்ள தோமஸ் மலையில் புனித தோமஸுக்கே மரணத்தை ஏற்படுத்துமளவிருந்த காட்டுமிராண்டித்தனம், இலங்கையில், குறிப்பாகத் தாம் பணிமேற்கொள்ளச் செல்லும் யாழ்ப்பாணத்தில், இருக்குமோவென ஒரு திகிலுடன் கேட்டிருந்தாள். அது சாத்தியத்தின்மீதெழுந்த பயம்தான். கீழ்த்திசை நாடுகளான இலங்கை, இந்தியா, பர்மா, சீனம் முதலிய நாடுகளில் ஆங்கிலேயரின் ஆட்சியினால் விளையும் நன்மைகளின் விகிதாசாரத்தை மிகைப்படுத்திக் காட்ட, ஏற்கனவே அந்நாடுகளின் மக்கள் காட்டுமிராண்டித்தனமானவர்களாக இருந்தனரென சொல்லவேண்டியிருந்த தேவையின் காரணமாய் எழுதப்பட்ட ஆங்கில நூல்களின்மூலம் அந்தப் பயம் மேரியிடத்தில் மட்டுமில்லை, பல்வேறு மிஷனரிகளிடத்திலுமே ஏற்பட்டிருந்தது.

பயமளவு இல்லாவிடினும் அப்படியொரு எண்ணம் தனக்குள்ளேயே குதிர்ந்துகொண்டிருந்த மார்க்கறெற் அக் கேள்வியில் திடுக்கிட்டாள். ஆயினும், ‘அது ஆயிரத்தெண்ணூறு ஆண்டுகளுக்கு முந்திய நிகழ்வு, மேரி. அதை நாம் இத்தனை நூற்றாண்டுகள் கழித்து நினைத்துப் பார்க்கத் தேவையில்லை’யென அவளை அமைதிப்படுத்தச் செய்திருந்தாள். அது தன்னையே ஒருவகையில் தணிவிப்பதாய் அமைந்த மொழியென்பதை மார்க்கறெற் பின்னர் உணர்ந்தாள். அடங்கியிருந்த அந்தப் பயவுணர்வு மேலும் ஆழமாகும்படிக்கே வடபகுதியில் ஏற்பட்ட சூழ்நிலைக் காட்சியிருந்தது. அவர்களை வரவேற்கத் துறைக்கு வந்திருந்தவர்களில் பெரும்பாலானவர்கள் காலணிகளற்ற பாதங்களுடன், துண்டுமட்டும் உடுத்திய மனிதர்களாகவே இருந்தனர். மாடுகளுக்குப் பதிலாக வண்டியை மனிதர்களே இழுத்துச் செல்லும் பயணமுறையே நடைமுறையிலுமிருந்தது. அவை அங்கு நிலவிய நாகரிகத்தின்அடிநிலையின் தீவிரத்தைக் காண்பித்து மேரியை மேலும் சஞ்சலமடைய வைத்துவிட்டதை மார்க்கறெற் ஊகித்தாள்.

பாதையோரத்தில் நெடுத்து வளர்ந்த புளி, ஆல், வேம்புகளென நிறைய மரங்கள் நின்றிருந்தன. மக்கியும் கல்லும் பாவிய தெருவில் ஒரு நடை வியாபாரி தன் கூடையை நிழல் மரத்தின்கீழ் வைத்துவிட்டு ஓய்வெடுத்துக்கொண்டிருந்தான். முன்னால் ஒரு பாரவண்டி, துறைமுகத்திலிருந்தாயிருக்கும், சென்றுகொண்டிருந்தது. கடந்து செல்கையில் மார்க்கறெற் பார்த்தாள், மாடுகளை அவற்றின் வேகத்தில் செல்லவிட்டு பின்பக்கப் பொதிகளில் சாய்ந்தபடி ஓட்டி தூங்கிக்கொண்டிருந்தான்.

வண்டியிழுப்பிகள் மிகவும் அனுபவம் வாய்ந்தவர் களாயிருப்பது தெரிந்தது மார்க்கறெற்றுக்கு. சீரான வேகத்தில், குண்டுகுழிகளை அவதானமாய் விலகியோடிக் கொண்டிருந் தார்கள். உடலை பெருமளவு வருத்தாத வண்டிப் பயணமாயிருந்தது அது.

வழிநெடுக இரு பக்கங்களிலும் வயல்கள், தோட்டங்கள். கதிரறுத்த நெற்பூமி காய்ந்து கிடந்தாலும் சூடுவைத்த கதிர்களிலிருந்தும், போர்குவித்த வைக்கோலிலிருந்தும் வாசமெழுந்து ஒரு இதத்தைச் செய்துகொண்டிருந்தது. பசிய தோட்டங்களில் அவர்கள் அறியாத் தானியப் பயிர்கள் செழித்து வளர்ந்திருந்தன. நீண்ட இலைகளையுடைய செழித்த பயிர்கள் வரிசை வரிசையாய் நின்றிருந்தன. இனிய காட்சிகளிலும், நாசியை நிறைத்த வாசங்களிலும் பயணம் இனிமையாயிருந்தது பயணிகள் இருவருக்கும்.

யாழ்ப்பாணத்துக்கும் உடுப்பிட்டி மிஷனரி வீட்டுக்குமான இடைத்தூரம் பதினாறு கட்டைகள். அந்த வேகத்தில் செல்பவர்கள் இடையே நின்று ஆறுதலெடுப்பதுவோ, வண்டியிழுப்பிகள் மாறிக்கொள்வதோ நிகழலாமென நினைத்திருந்த பயணிகளின் எண்ணத்துக்கு மாறாக, இழுப்பிகள் தொடர்ந்து சீரான வேகத்தில் சென்றுகொண்டேயிருந்தனர். ஒருபொழுது அவர்களில் ஒருவன் வண்டிக்கு முன்னாக ஓடினான். அவர்கள் பெரும்பாலும் நெருங்கி வந்துவிட்டதை மிஷனரி வீட்டில் தெரிவிக்கச் சென்றதாக மற்றவர்கள் பிறகு சொன்னார்கள்.

யாழ்ப்பாணத்திலிருந்து புறப்பட்டுச் சுமார் இரண்டரை மணிநேரத்தில் அவர்கள் மிஷனரி வீட்டை அடைந்தபோது அங்கே உடுப்பிட்டியையும், மானிப்பாயையும் உடுவிலையும் அயல் கிராமங்களையும் சேர்ந்த நிறையப்பேர் அவர்களை வரவேற்க நின்றுகொண்டிருந்தது மேரியையும் மார்க்கறெற்றையும் வியக்க வைத்தது. மிஷனரியிலும், அவர்கள் தொண்டிலும், கிறித்துவத்திலும் அத்தனை அன்பும், நம்பிக்கையுமா அந்த

மக்களுக்கென்று ஒரு எண்ணச் சிலிர்ப்பு மெய்யெங்கும் ஓடி அதிர்ந்தது.

பாதிரியார் டபிள்யு. டபிள்யு. ஹேவ்லான்டும், அவருக்கு உதவியாய் பணியாற்றும் அவரது பாரியாரும், செல்வி எலிசா அக்நியூவும்கூட அங்கே நின்றிருந்தனர். தளராத தொண்டுகள்மூலம் தங்கள் நினைவுகளை அந்த மண்ணில் விதைத்திருப்பவர்கள் அவர்கள். முன்னவர்கள் தொடர்ந்தேர்ச்சியாக முப்பத்துநான்கு ஆண்டுகளையும், பின்னவர் நாற்பது ஆண்டுகளையும் தங்கள் சேவையில் அங்கே கழித்திருந்தார்கள். அவர்களை அங்கே தங்கவைத்திருப்பது வேதபோதக் கடப்பாடு மட்டுமில்லை, அந்த மக்களின் அன்பும், அவர்களுக்கான தேவையின் உணர்தலுமே ஆகுமென்பது இருவருக்கும் புரிதலானது. அவ்வளவு களங்கமற்ற முகப்பொலிவுகொண்ட அந்த மக்கள் காட்டுமிராண்டிகளாய் இருப்பது சாத்தியமே இல்லையென்ற தெளிவு மேரியை நிதானமடையச் செய்து இயல்புநிலைக்குக் கொண்டுவந்தது. மார்க்றெற்றும்கூட அக்காட்சியில் தன் மனம் மேலும் லேசானதை உணர்ந்தாள்.

விறாந்தையெங்கும் மாலைகளும் தோரணங்களும் தொங்கிக்கொண்டிருந்தன. அமெரிக்க மிஷனின் பெண்கள்பள்ளி மாணவிகள் ஒரு புறமாயும், ஆண்கள் பள்ளியின் மாணவர்கள் மறுபுறமாயும் நின்று புதிய வருகையாளர்களை வரவேற்கும் பாடல்களைப் பாடினர். தங்கள் மொழியிலும், இசையிலும் எழுப்பிய அந்தப் பாடல்களைக் கேட்டு, சூழநின்றிருந்த அவர்களின் பெற்றோரும் உறவினரும் பரவசத்தில் கண்கலங்கினர்.

தங்களுக்கு அளிக்கப்பட்டுவரும் சேவைகள் அடிப்படையில் காருண்யத்தில் மய்யங்கொண்டவை என்பது அவர்களுக்குத் தெரிந்திருந்தது. எண்ணாயிரம் கடல்மைல்கள் பயணம்செய்தும், கடல் பயங்கரங்களைக் கடந்தும் அந்த மிஷனரிகள் அங்கே வந்திருந்தார்கள். நுளம்புக் கடியால் அவர்களும்தான் துன்பமுற்றார்கள். அவர்களும்தான் மலேரியா நெருப்புக்காய்ச்சல் வாந்திபேதி போன்ற நோய்களில் விழுந்தெழுந்தார்கள். சிலர் இயலாதவர்களாகி இங்கிலாந்தோ, அமெரிக்காவோ ஓடி தமது மரணத்தைப் பிறந்த மண்ணில் தழுவினார்கள். பெறுமதியாய் அவர்களிடமிருந்தவை அந்தக் கண்ணீர்த் துளிகள் மட்டுமே.

மிக்க மனநெகிழ்வுடன் அந்த வரவேற்பு விழா முடிவுற்றது.

மாணவ மாணவியரும் சிறுவரும் தங்கள் பெற்றோருடனும், உடன் வந்திருந்த பெரியவர்களுடனும் மெல்ல வீடு திரும்பிக்கொண்டிருந்தனர். சண்முகம் தான் கூடிவந்திருந்த தன்

புதிய கிறித்துவ நண்பன் அப்பாசாமியுடன் அந்த இடத்தைவிட்டுப் பிரிய மனமின்றி இன்னமும் நின்றுகொண்டிருந்தான். ஒரு நிறத்தின் பிடிப்பும், வடிவத்தின் பிடிப்பும், முக லட்சணத்தின் பிடிப்புமாக மூன்று மயங்குநிலைகள் அவனை அந்த இடத்தில் அசையமுடியாது நிறுத்தியிருந்தன. உடல் முழுதும் மூடிய வெண்ணுடைக்குள் அவனது பார்வை துளைத்துச் சென்றுகொண்டிருந்தது. தூய்மையின் அழகையெல்லாம் ஸ்பரிசித்தது. அங்கிங்கு நகர முடியாதிருந்தவனை காரணமறியா நண்பன், "வா, இனிப் போவம்" எனக் கூறி கைப்பிடியில் அழைத்துச் சென்றான்.

சண்முகம் வீடுசென்று சேர்கிறவரையில் செல்லத்துரை வெளியூரிலிருந்து திரும்பியிருந்தார். ஒழுங்கைகளிலும் கற்பாதைகளிலுமாய் ஓடியே வந்திருந்தும் இருட்டுவதற்குள் வீடு வரமுடியாது போனமைக்காக சண்முகத்துக்கு அச்சமாயிருந்தது.

செல்லத்துரை முற்றத்தில் அமர்ந்திருந்தார். சூரியன் மரக்கூடலுள் விழுந்திருந்தது. இருள் தன் கதிர்களைக் கிழக்கிலிருந்து படரவிட்டிருந்தது. இருளின் அடியில் நிலா காலித்துக்கொண்டிருந்தது. கந்தன் இறக்கிவைத்துப்போன முட்டியை எடுத்துவந்து முன்னால் வைத்துக்கொண்டு, அதற்கென்று செதுக்கிவைத்திருந்த குண்டுத் தேங்காய்ச் சிரட்டையில் கள்ளை ஊற்றிக் குடித்துக்கொண்டிருந்தவாறு நிமிர்ந்து சண்முகத்தைப் பார்த்தார். பின் திரும்பி எட்ட நின்றிருந்த சண்முகத்தின் தாயாரைக் கேட்டார், "ஏனப்பா, எங்க போயிட்டு வாறார் உன்ர மோன்?" என்று.

"எங்கனயும் நிண்டு விளையாடிப்போட்டு வந்திருப்பான். நீர் உம்மட வேலையைப் பாரும்" என்றாள் அவள் அமைதியான குரலில். "மிஷனறி வீட்டில இண்டைக்கு எதோ விசேஷமாம். அதுக்குத்தான் போட்டு வாறாரோ எண்டு நெச்சன். என்ர குணம் தெரியுமெல்லோ? அந்தப் பக்கம் தலைவைச்சுப் படுக்கக்குடாதெண்டு சொல்லிவைச்சிருக்கிறன். போற வாறது தெரிஞ்சுதோ, கண்ட இடத்தில கழுத்தை முறிச்சுப் போட்டுடுவன்" என்றார்.

கேட்ட சண்முகம் எதிர்ப்பேச்சுப் பேசாமல் தலைகுனிந்தபடி அப்பால் நகர்ந்தான். 'நான் போகத்தான் போவன், வெள்ளைக்காறியளைப் பாக்கத்தான் பாப்பன், வேதப் பள்ளிக்குடத்தில படிக்கத்தான் செய்வன், எங்க கழுத்த முறிச்சுப்போடு பாப்ப'மென்று மனம் உறுமியது. சாப்பிட்டு வந்து அறைக்குள் படுத்த சண்முகத்துக்குத் தூக்கம் வரவில்லை. அது

அவன் வழக்கமாய்த் தூங்கச்செல்கிற நேரமுமல்ல. செல்லத்துரை அந்த மூட்டத்திலிருந்தால் தாயார் அதைத்தான் சொல்லுவாள், 'நேரமாகுதெல்லே, போய்ப் படு சம்முக'மென்று. மட்டுமில்லை. அன்று அவன் இரண்டு இளம் வெள்ளைக்காரிகளைக் கண்டு வந்திருக்கிறான். அதுபற்றி நினைக்கவும் அவனுக்கு இருளும் தனிமையுமான ஓரிடம் தேவைப்பட்டது.

ஆசை வயத்தில் செல்லத்துரையின் பேச்சை மீறி நினைத் தாலும், அவ்வாறு தன்னால் சொல்லவோ, செய்யவோ முடியாதென்பது சண்முகத்துக்கு நன்றாகத் தெரியும். சென்ற ஆண்டு அவனது தந்தை இறந்துபோக அவரது நண்பராய் அவ்வப்போது வீட்டுக்கு வந்து போய்க்கொண்டிருந்த செல்லத்துரை நிரந்தரமாக அங்கே தங்கிக்கொண்டார். ஊரெல்லாம் முதலில் பேச்சானது, 'சிநேகிதமெண்டா இப்பிடியெல்லோ இழவுகாக்கிற சிநேகிதமாய் இருக்கவேணு'மென்று. அந்தியேட்டி முடிந்த பிறகும் செல்லத்துரை அங்கிருந்து போகவில்லை. பிறகு ஊரறிந்தது எல்லாம்.

செல்லத்துரை அங்கேயே தங்க ஆரம்பித்தவுடனேயே அவனது கூட்டாளிகள் ஜாடைமாடையாகச் சொல்லியிருந்தார்கள், 'செல்லத்துரைதான் உன்ர கொம்மாவுக்காக கொப்புவை நெருப்பில தள்ளிச் சாக்கொண்டிருப்பான், சண்முகா. எதுக்கும் நீ கவனமாய் இருந்துகொள்'ளென. அவன் தவிர்க்க முடியாத எச்சரிக்கை அது. திருவிழாவுக்குக் கூடிச்சென்ற சங்கரன்பிள்ளை, செல்லத்துரை இருவரில் சங்கரன்பிள்ளையே அங்கேற்பட்ட தீவிபத்தில் சிக்கி மாண்டார். செல்லத்துரை உடலில் எந்தத் தீக்காயமுமின்றித் தப்பியிருந்ததை அவன் யோசிக்கவே வேண்டும்.

போன ஆண்டில்தான் நடந்தது அந்த மாபெரும் தீவிபத்து.

வடமாகாணமே அச்செய்தி கேட்டு உறைந்துபோயிருந்தது.

அன்று 1879 வைகாசி 3ஆம் தேதி.

கரவெட்டி வெல்லனில் பிள்ளையார் கோவில் திருவிழா. திருவிழாக் காண பெருந்தொகையாய்க் கூடியிருந்தனர் மக்கள். சுவாமி வீதிவலம் வரத் தொடங்குகிற நேரத்தில், சூலவிளக்கிலிருந்து பற்றிய தீயில் பந்தல் முளாசி எரியத் தொடங்கியது. வெளியில்நின்று உள்ளே எழுந்த களேபரக் குரல் கேட்டவர்கள், வழக்கம்போல ஏதோ தகராறென நினைத்து, அது வெளியே பரவாதபடியிருக்க முட்டாள்தனமாக வாசல் கதவையடைத்து தாழிட்டுவிட்டார்கள். மக்கள் சிதறி இங்குமங்கும் தறிகெட்டு ஓடியபடி இருந்தனர். பிள்ளைகள், முதியோர், பெண்களென்று பலர் மிதிபட்டுச்

செத்துப்போனார்கள். சிறிதுநேரத்தில் மடைப்பள்ளிப் பக்கமிருந்த வாசலோர பந்தலும் தீப்பிடிக்க, மக்கள் வெளியேறவிருந்த இறுதி வாசலும் அடைபட்டுப்போனது. கடைசியில் தீவிபரம் தெரிந்து பெருவாசல் திறக்கப்பட்டாலும் தீயை அணைக்கும் மார்க்கம் எதுவுமே இருக்கவில்லை. தண்ணீரூற்றி அணைக்கச் சிலர் முயன்றனர். செயங்கொள்ளவில்லை. குழந்தைகளோடு பெண்களும், முதியோரும், இளையோருமாய் நாற்பது சடலங்கள் கரிக்கட்டையாய் எஞ்சின தீ எரிந்துமுடிந்தபோது. அதில் சண்முகத்தின் தந்தை சங்கரன்பிள்ளை ஒருவர். ஆஸ்பத்திரி யிலும், நாயன்மார்கட்டு வைத்தியசாலையிலும் இறந்தோரின் எண்ணிக்கை, சம்பவம் நடந்த இடத்தைவிட அதிகம். மொத்தமாக நூறுபேர்வரை அத்தீவிபத்தில் மாண்டதாக அப்போதைய பத்திரிகையொன்று செய்தி வெளியிட்டிருந்தது.

கரிக்கட்டையான சங்கரன்பிள்ளையின் உடலை வீட்டுக்குக் கொண்டுவரவும் செல்லத்துரை விடவில்லை. அது அவரின் மனைவி, பிள்ளைகளின் மனத்தை வெகுவாகப் பாதிக்குமென வண்டியை நேரே மயானத்துக்கே விடச் சொல்லிவிட்டார். கிரியைகள் அங்கேயே நடந்தன. சண்முகம் கொள்ளிவைத்தான். ஆனாலும் திருவிழாவுக்குச் சென்ற தந்தையின் முகத்தை மறுபடி பார்க்கும் சந்தர்ப்பம் கிடைக்காமலே.

சண்முகத்தின் நெஞ்சில் விழுந்த அந்த ஐயம் பெரும்பாலும் அகலாமலே ஒரு தணலாய் இருந்துவந்தது அன்றளவும். அதை அவ்வப்போது ஊதிப் பெருக்கிக்கொண்டிருந்தார்கள் நண்பர்கள்.

செல்லத்துரைக்கு அளவான வளர்த்தி. வயதறியாத் தேகம். அது இன்னும் எத்தனை ஆண்டுகளுக்கும், எத்தனை நூற்றாண்டுகளுக்கும் அவ்வாறுதான் இருக்குமென்பதைப்போல் அதனுள் ஒரு வைரம் உறைந்திருந்தது. கட்டிய குடுமியும், முறுக்கிய மீசையுமாக அந்த உருவம் எவரிடத்திலும் ஒரு அச்சத்தை மூட்டிக்கொண்டிருந்தது. முட்ட வருகிற மாட்டை சட்டென விலகி மூக்கணாங்கயிற்றையோ, வாலையோ பிடித்து அதைத் திணறடித்து விரட்ட செல்லத்துரையால் முடியும். காலையில் ஒரு நையாண்டி முறுவல் எதற்கென்று தெரியாமலே முகத்தில் விழுந்திருக்கத்தான் செல்லத்துரை நித்திரைவிட்டு எழும்புவார். மதியத்துக்கு மேலே கள் போதை அவரின் அந்த நையாண்டி முறுவலை மறைத்துவிடும். இரவின் போதை அவரை கடூரமானவராக ஆக்குகிறது. அது எகிறுவதும் அடங்கியிருப்பதும் அவரை எதிர்கொள்பவரின் சாமர்த்தியத்தைப் பொறுத்தது. சண்முகத்துக்கு அந்த முரட்டு வலிமையின் பயம் இருந்தது.

சொல்வதை மட்டுமில்லை, சொல்லாததையும் செய்கிற மனுசர்.

சண்முகம் செல்லத்துரையிலிருந்து நினைவை விலக்கி அந்த நெடிய மூத்த இளம் வெள்ளைக்காரியை நினைத்தான். புதிதாக வந்த இருவரும் சகோதரிகள் என்றிருந்தார்கள். அந்த நெடுமியே மூத்தவளாக இருக்கவேண்டும். இளையவள் கட்டை. மட்டுமில்லை, லட்சணமும் அக்காளில் பாதிகூட இல்லாதவள். அவளது வெண்ணுடையில் மூடுண்டு கிடந்த மிதப்புகளே அத்தனை அம்சமாயிருந்தால், தனிமேனிக் கோலத்தில் அவை எவ்வளவு தூக்கலாயிருக்கும்! தாயார் மயிலாச்சிக்கும் பெரிய அழகான தனங்கள்தான். பக்கத்து வளவில் வசிக்கும் பெத்தாச்சிக்கேகூட அந்த மெலிந்த உடம்புக்குப் பெரிதான தனங்களே இருந்தன. ஆனாலும் அவன் அவற்றில் ஆதூரம் கொள்வதில்லை. எப்போதும் திறந்தபடியே அசைந்துகொண்டு கிடக்கும் தனங்களில் யாருக்குத்தான் வசீகரம் பிறந்துவிடும்? மூடுண்டவை அவன் கனவுகள். கனவுகளே அவன் இரவுகள்.

அவனுக்கு அந்த வெள்ளை உலகத்துக்குச் செல்ல தீராத ஆசையானது போன வருஷத்திலிருந்துதான். போத்துக்கீசியரதும் ஒல்லாந்தரதும் ஏறக்குறைய முந்நூறு ஆண்டுகால ஆட்சியில் வடபகுதியின் பெரும்பெரும் கோயில்களெல்லாம் இடித்தழிக்கப் பட்டிருந்தன. ஒரு சைவப் புனருத்தாரண வேகம் ஆறுமுகநாவலர் காலத்திலிருந்து மேலோங்கி கோயில்களின் கட்டுமானமும், சைவ சமயப் பிரச்சாரமும் நடைபெற்றுக்கொண்டிருந்த காலம் வடக்கிலங்கை வரலாற்றில் முக்கியமானது. கல்வியையும் மருத்துவப் பணியையும் முன்னிறுத்தி கிறித்துவம் தன் விருத்தியை மேற்கொண்டிருந்ததில் சமூகத்தின் கீழ்நிலை மக்கள் ஆர்வமாய் மதம் மாறிக்கொண்டிருக்க, மேல்நிலைச் சமூகம் தனது பொருளாதார சமூகநலன் கருதி அதைச் செய்துகொண்டிருந்தது. மிஷனரிப் பள்ளிகளின் வெற்றிகரம் சைவர்களிடத்தில் கல்வியின் முக்கியத்துவத்தை அறியவைக்க, சைவப் பாடசாலைகள் வடபகுதியெங்கும் உதயமாகின. திண்ணைப் பள்ளியில் எழுத்தறிதல் மட்டுமே ஆதாரக் கல்வியாயிருந்த நிலைமாறி, சிறுவர்கள் பள்ளிகளில் சென்று படித்தல் தொடங்கியது அதன் பிறகுதான். அதில் மிஷனரிகளின் தொண்டு அளவிடற்கரியதாய் இருந்தது. சாதி பேதமற்ற கல்வி போதனையும், பெண் பிள்ளைகளின் கல்வி கவனமெடுக்கப்பட்டமையும், அவர்களது வறுமை நிலையை நிவர்த்திசெய்யும்படியான தொழில்சார் கல்வி புகட்டியமையும் மிஷனரிகளின் தனித்துவமான சேவையென்பதில் எவருக்கும் சந்தேகம் இருக்கவில்லை. தங்குமிடமும், உணவும்கூட

அளித்து வறிய, சமூகத்தளத்தில் பின்தள்ளப்பட்டிருந்த குடும்பப் பிள்ளைகள் கற்பிக்கப்பட்டார்கள். 1867இலிருந்து இயங்கிவந்த வட்டுக்கோட்டை யாழ்ப்பாணக் கல்லூரி கிறித்துவ சமூகத்தினால் ஸ்தாபிக்கப்பட்ட அத்தரத்திலான முதல் கல்லூரியாக இருந்ததில் சைவ உலகம் ஒரு மயக்க அடியையே பெற்றிருந்தது. அதுவே தம் ஆதிபத்தியத்தைக் குலைக்கும் செய்கையாகக் கணிக்கப் பட்டதில் கிறித்துவத்துக்கெதிரான ஒரு மனநிலை சாதியும், மேனிலையும் கருதிய சமூகத்தில், குறிப்பாகக் கிராமப்புற நிலபுலன் உடைமையாளரிடத்தில் உண்டாகியிருந்தது.

செல்லத்துரை பெரும் நிலச்சொந்தக்காரனாக இருந்தார். தன் வசமிருந்த காணிகளின் தொகையை முற்றாக அறிந்திருக்காத அளவுக்குச் சொத்திருந்தது. வயலும் தென்னந் தோப்புகளும், வாழைத் தோட்டங்களும் அவருக்குப் பரம்பரையாய் வந்தவை. எல்லை சுட்டிக்காட்டப்பட்ட பெருநிலங்கள் ராஜகாரியத்துக்கான நிவந்தமாய் அவரது முன்னோருக்கு பட்டயங்கள்மூலம் கிடைத் திருந்தன. செல்லத்துரையின் தாய்மாமன் வடிவேலு நிலங்களைப் பராமரித்துக்கொள்ள, செல்லத்துரை வண்டிச் சவாரிகளிலும் போரடிகளிலும் பெருமளவு நேரத்தை ஒட்டம்கட்டு திடலில் பந்தயங்களிலும் ஈடுபடுவதையே தொழிலாக வாழ்ந்துகொண் டிருந்தார். அவர் செல்லும் வடக்கன் மாடுகள் பூட்டிய பன்னிரண்டு சுற்று அலங்கார வண்டியைக் காணவே ஊர் வழியெங்கும் நிறைந்து நிற்கும். ஆண்டுக்கோரிருமுறை கும்பகோணம் சென்று தூத்துக்குடியிலிருந்து தலைமன்னார் வழியாக வடக்கன் மாடுகளைக் கொண்டுவந்து வளர்த்து விற்கும் வர்த்தகமும் அவர் செய்துவந்தார். அதுவும் ஒரு விளையாட்டாகவே இருந்தது அவருக்கு. கும்பகோணத்தில் அவருக்கு ஒரு வைப்பாட்டி இருந்தாளென்று ஊரிலே பேச்சு. அதுபற்றிக் கேட்ட நண்பர்களுக்குக்கூட உண்மையை செல்லத்துரை எப்போதும் சொல்லியதில்லை. ‘ஏலுமெண்டா நீயுமொண்டை வைச்சிரன்!’ என்பது ஒரு பதிலாகவா இருந்தது.

செல்லத்துரை வெளியூர் செல்லும் தருணங்களில் ஊரில் சண்முகத்தின் கொடி ஏறுவது வழக்கம். தன் வளர்ப்புத் தந்தைபோலவே அடங்கா விடலையாய்த் திரிந்தான் அவன். பனங்கள்ளு குடிக்கவும், சில வயது மூத்தோருடன் தசையாடல்பற்றிய கதைகள் பேசவுமாக அவன் வயதைமீறி வளர்ந்துகொண்டிருந்தான். என்றாலும் செல்லத்துரை வரும் நாள் தெரிய, சண்முகத்தின் கொடி கீழே மெல்ல இறங்கத் தொடங்கிவிடும். அவன் சந்நதம்கொண்டு கொடியிறக்கிற நாள் பயங்கரமானது. அவனைக் கெடுத்ததே சிவமண்ணன்தானென்று

சொன்னாலும் பொருந்தும். சிவமண்ணை நிலபுலன்காரனில்லை. கூலிவேலை செய்தான். பெரும்பாலான நாட்களிலும் வேலையில்லாமலேதான் ஊர்சுற்றிக்கொண்டு திரிந்தான். திருமணமாகி ஆறு மாதங்களுக்குள் பெண்சாதி வீட்டைவிட்டு ஓடியிருந்தாள். மேற்கொண்டு ஆறு மாதங்களில் தேடாத இடமெல்லாம் தேடி அவளை அழைத்துவந்து வீட்டில் தங்கவைத்த மறுநாள் அவளை பூவரசம் கம்படியால் பலரும் காண ஊரைவிட்டே ஓடவைத்தான். அவள் வாழ்நாளில் ஆண்சுகத்தை இனி விரும்பமாட்டாளென்று தான் அதற்காய்ச் செய்த சூத்திரத்தை தன் அணுக்கமான கூட்டாளிகளுக்கு அவன் கூறியிருக்கிறான். சண்முகத்துக்கும் அந்தக் கதை தெரியும். தாய் வீட்டில் வசித்துவந்த சிவம் பெண்சாதி ஊர் மறந்திருந்தாள். எப்போதாவது வழி தெருவில் அவள் இடாப்பி இடாப்பி நடப்பதை அதற்குக் காரணமான கதை தெரிந்தவர்கள் கண்டு சிரிப்பதும், ‘பண்டி மயிர் குத்தட்டும் . . . நல்லாய்க் குத்தட்டும்’ என சத்தம்போடுவதும் பொறுக்கேலாமல்தான் அவளது ஊர் துறப்பு இருந்தது. தன் குடும்ப அழிவை மாற்றிப்போட்ட சிவத்தின் வெற்றியது. தனியாக வசிக்கும் பெண்களும், கள்ளருந்தும் பெண்களும் எப்போதும் அவன் நோட்டத்தில் இருந்துகொண்டேயிருப்பர். இரவில் கள்ளருந்திச் தூங்கச் செல்லும் பெண்களில் தன் காமவெறியைத் தணிப்பிக்கும் கலையில் வல்லவனாயிருந்தான் அவன். கணவனென்று நினைத்து விட்டுக்கொடுத்த பூரணம், உச்சமேறும்பொழுதில்தான் தெரிந்தாள் அது தன் புருஷனில்லையென்று. அப்போது அவளுக்கு திடீரென்று யோசனையில்பட்டது, இனி சத்தம்போட்டு அவனைக் காட்டிக் கொடுப்பதிலும் எந்தப் பயனுமில்லையென்பது. அவள் சுகத்தை அனுபவித்துக்கொண்டு கண்மூடிக் கிடந்திருந்தாள். அத்தர் மணக்க கொய்யகம் மறுத்து சேலைகட்டி திருவிழாவில் திரியும் ஆடம்பரக்காரிகளை மடக்கும் வித்தையும் அவன் அறிந்திருந்தான். அவற்றையெல்லாம் போதமாகச் சொல்லியிருந்தான் சண்முகத்துக்கு. அதன் ஆரம்பப் படிச் சுகங்களில் திளைத்துக்கொண்டிருந்தான் சண்முகம்.

இந்த நிலையில்தான் அவனது வீட்டின் கிழக்குப்புறமாக ஒரு கட்டை தூரத்தில் புதிதாக மிஷனரி முளைத்தது. சில முதிய வெள்ளைக்காரிகள் அங்கே வேலைசெய்வது வெகு ரசனையை ஏற்படுத்தியது சண்முகத்துக்கு. கருநிற அழகுகள் கண்டிருந்தவனுக்கு வெள்ளையழகுகள் தீராப் பசியை ஊட்டின. சிவமண்ணை அந்தநேரத்தில் அவனுக்கு செய்த உபதேசம் அவனது ஆவ்லைப் பூர்த்திசெய்யும்போலவே தோன்றியது. ‘படி . . . நல்லாய்ப் படி . . . வேதம் படி, சண்முகம். அவங்கள்

உன்னை இந்தியாவுக்கு அனுப்புவாங்கள். பிறகும் படி. அப்ப அவங்கள் உன்னை இங்கிலாந்துக்கு அனுப்புவாங்கள். அதுதான் வெள்ளைப் பொம்பிளையள் இருக்கிற தேசம். அங்கயிருந்துதான் இந்தப் பொம்பிளையெல்லாம் இஞ்ச வாறதுகள். அங்கயிருந்தா நீ எப்பிடியெல்லாம் அனுபவிக்கலாம்! படி சண்முகா, வேதம் படி!'யென்று சொல்லியிருந்தான். சைவப் பள்ளிக்கூடத்தில் ஐந்தாம் வகுப்புப் படித்துக்கொண்டிருந்த சண்முகம் மிஷனரி பள்ளியில் சேர்ந்து வேதம் படிக்க விரும்பியதன் மூலம் இதுதான். இதுபற்றி தாயாருக்கு அவன் சொன்னது பின்னர் வளர்ப்புத் தந்தை செல்லத்துரைக்குத் தெரிந்து மறுப்பு மட்டுமில்லை, இறுதியான எச்சரிக்கையும் சண்முகத்துக்குக் கிடைத்தது. சண்முகம் எவ்வாறும் நினைத்துக்கொள்ளலாம், ஆனால் நடந்துவிட முடியாது. செல்லத்துரை இருக்கும்வரை அது முடியவே முடியாதுதென்பது சண்முகத்துக்கும் தெரிந்தேயிருந்தது.

செல்லத்துரையின் அவ்வாண்டுக்கான கும்பகோணப் பயணம் நெருங்கிக்கொண்டிருந்தது. பங்குனி உத்தரத்துக்கு மேல் புறப்பட்டாரென்றால், ஆடியில் காற்றெழும்பும் முன்னம் திரும்பிவருவார். தவறினால் காற்றடங்க புரட்டாதியில் புறப்பட்டு அடை மழைக்குமுதல் வீடு வந்து சேர்வார். செல்லத்துரை புறப்பட பின்னாலேயே சண்முகத்தின் திருவிழாக் கொடியும் ஏறிவிடும். போனமுறை அவனது கொடியிறங்கும் நாளில் அவன் கன்னமிட்ட வீட்டுப் பெண் அவனது கைபட்ட வேளையில் அசையாமலே கிடந்திருந்தாள். இன்னுமின்னுமெனக் கேட்பதுபோலிருந்தது அவளது அசைவின்மை. இதற்கு மேலும் வேணும் என்பதுபோல் தூக்கத்தில் புரளும் பாசாங்கில் குறுக்குக் கட்டை அவிழ்த்தும் விட்டாள். சண்முகத்துக்கு என்ன செய்வதென்று தெரியாமல் போய்விட்டது. வெளியே கேட்ட அரவத்திலும், தொடர்ந்த நாய்க் குரைப்பிலும் உஷாராகி தன் திடநிலையை அடைந்துகொண்டு யார் கண்ணிலும் படாமல் அங்கிருந்து வெளியேறினான்.

இருளில் மறைவது பெரிய கலை. இருளோடு இருளாவதென்பது அதன் அர்த்தம். அசைவறுக்கத் தெரிந்து தன்னில் மறைபவரை இருள் காட்டிக்கொடுப்பதேயில்லை. அசைவறுத்திருத்தல்பற்றி சண்முகம் நிறையக் கற்றுக்கொண்டிருக்கிறான். இருளைத் துளைக்காத கரியனாய் இருந்தமை அவனுக்கு எப்போதும் கூடுதல் அனுகூலம்.

செல்லத்துரை கும்பகோணம் புறப்படுகிற நாள் வந்தது.

அன்றைய காலையில் இரவுப் போதை முறியாத நிலையிலேயே எழும்பியிருந்தார் அவர். திடுக்கிட்டு அவரருகிலிருந்து

கந்தில் பாவை

எழும்பிய மயிலாச்சி, அவசரமாக சேலையை ஒழுங்குபடுத்தி மாறாடியை விரித்து மார்பை மறைத்துக்கொண்டிருந்தாள். சற்றப்பால் சண்முகம் கிணற்றடியைநோக்கிப் போய்க்கொண்டிருந்தான். தாயின் அலங்கோலம் கண்டிருப்பான் என்றே செல்லத்துரைக்குத் தோன்றியது. தாயாக இருந்தவகையில் அவருக்குக் கவலையில்லை.

தன்னளவுக்கு அந்த பதின்மூன்று வயதிலேயே சண்முகம் வளர்ந்திருப்பதைக் கண்டார் அவர். அது சங்கரன்பிள்ளையின் வளர்த்திதான். சங்கரன்பிள்ளை செல்லத்துரையைவிட நான்கு விரற்கடை உயரம். சண்முகத்தின் உயரம் மொத்தம் வலிமையெல்லாம் அவன் தந்தைபோலவே. நண்பன் சங்கரன் உயிரோடிருக்கும்போது அவர் அங்கே வந்து போயிருக்கிறார். அங்கே சாப்பிட்டிருக்கிறார். மயிலாச்சி குனிந்து பரிமாறும்போது அவள் நெஞ்சுப் பொலிவு கண்டிருக்கிறார். தொட்டுப் பார்க்க நினைக்காவிட்டாலும், அந்த ஆகிருதி அவருக்கு மிகவும் பிடித்திருந்தது. நெடுத்து வளர்ந்து திமிர்த்த உடம்பில் மயிலாய் ஒரு சாயலுமிருந்தது. அது நாட்டியக்காரிகளுக்கானது. நடனம் தெரியாத நாட்டியக்காரியாய் அவள் பல சமயங்களில் அவரது மனமேடையில் ஆடியிருக்கிறாள். சங்கரனின் பிரதியாய் அவன் அவரை அப்போது எச்சரிக்கத் தொடங்கியிருந்தான். அவன் கேட்டபடி மிஷனரியில் படிக்க விட்டிருந்தால், அந்த உயரத்துக்கும் மொத்தத்துக்கும் வலிமைக்கும் அவர் அஞ்சியிருக்கத் தேவையில்லை. அது ஒரு மேலதிக தெம்பையே அவருக்கு அளித்திருக்கும். ஆனால் மதத்தை உதறி எறிந்துவிட்டு எப்படி அவனை வேதம்படிக்க அவரால் அனுப்பிவிட முடியும்? ஊர் என்ன சொல்லும்? உறவுகள் எப்படி மதிக்கும்?

குளித்துவிட்டு வந்த செல்லத்துரை அடுப்படிக்குள்ளிருந்து மயிலாச்சியோடு கொஞ்சநேரம் குசுகுசுத்தார். பின் வெளியே வந்து, “சம்முகம், நான் திரும்பிவர இந்தமுறை கூடினநாள் ஆகும். சும்மா ஊரைச் சுத்திக்கொண்டு திரியாத. அம்மானுக்கும் ஏலாத காலமாய்ப் போச்சு. அவரால தனிய அந்த மாடுகளையும் தோப்புகளையும் பாக்கேலாது. கூடமாட நிண்டு கேக்கிற உதவியளச் செய்துகுடு. நீ கண்ணை முழிச்சிராட்டி அக்கம் பக்கத்துச் சனம் விழுகிற தேங்காயளை பொறுக்கிக்கொண்டு போயிடும். வாழைத் தோப்பிலயும் ஒரு கண் வைச்சிரு. அந்தப் பழநிக்கோயில் தோப்பில அடிக்கடி தேங்காய் களவுபோறதாய்க் கேள்வி. ஆளைக் கண்டுபிடிச்சிடு போதும். நீ ஒண்டும் கதைக்கவேண்டாம். நான் வந்து பாத்துக்கொள்ளுறன்” என சண்முகத்தைக் கூப்பிட்டு அறிவுறுத்தினார்.

மறுபேச்சில்லாமல் கேட்டுக்கொண்டு நின்றான் சண்முகம்.

செல்லத்துரை படலையைத் திறந்துகொண்டு கைப்பையுடன் பாதையில் இறங்கினார். அன்றைக்கு பளீரென்றிருந்த அவரது வேட்டி, சால்வைகளின் வெண்மை வேலி நீளத்துக்கும் அசைந்து போய்க்கொண்டிருந்தது. மயிலாச்சி அந்த உருவம் கண்ணில் மறையும்வரை நின்று பார்த்துவிட்டுத் திரும்பினாள். சண்முகம் அவளின் முகத்தில் ஓடிய மெல்லிய துயரத்தைக் கண்டான். தந்தை இருக்கும்போதே இவள் செல்லத்துரையோடு படுக்கப் போயிருப்பாளோ? எண்ண எரிச்சலாக வந்தது. அவனது பார்வையைச் சந்தித்தவள் காலையில் தன் அலங்கோலத்தை அவன் கண்டிருக்கக்கூடிய சாத்தியம் நினைத்தாள். அது அவளை உடனடியாக அங்கிருந்து அடுப்படிக்குள் நகர வைத்தது.

2

செல்லத்துரை வீட்டிலில்லாத நாட்களை சுயாதீனமாக, ஆனாலும் முன்புபோல் விட்டேத்தியாகவன்றி, பொறுப்புகளின் பிரக்ஞை உயிர்ப்புப் பெற்ற இளைஞனாக சண்முகம் கழித்துக்கொண்டிருந்தான். அந்நாட்களில் அவனது படுக்கையின் இருட்கனவுகள் குறைந்தும், குறித்தினவுகள் அடங்கியும் இருந்ததாய்த் தோன்றியது. தன்னிலிருந்து அவன் அந்நியனாகியிருந்த அந்த நிலைமையிலும், அவனது மாற்றம் மயிலாச்சிக்கு மிகவும் பிடித்தமாயிருந்தது.

ஒருநாள் அதிகாலைமுற்றும் புலர்ந்துவிடாத ஒருபொழுதில், பின்னாலே பாட்டி வீட்டில் புதிய குரல்களும் குழந்தையொன்றின் சிணுக்கமும் அழுகையும் சிரிப்பும் மாறிமாறிக் கேட்டுக் கொண்டிருந்தன. பக்கத்தில் இல்லாதிருந்தாலும் நாகாத்தை பாட்டி முறையானவள்தான் சண்முகத்துக்கு. அவனது தகப்பன் சங்கரன் பிள்ளையின் தாயவள். இருந்தும் அந்த வீட்டோடு, ஓரளவு ஊரோடும்கூட, கதை பேச்சை முறித்திருந்தாள். செல்லத்துரை அங்கே வந்து தங்க ஆரம்பித்த வுடனேயே மயிலாச்சியோ, சண்முகமோ தான் உயிரோடிருக்கும்வரை அந்த வளவுக்குள் காலடி வைக்கக்கூடாதென கூறுபோட்டவள் அவள். அதை அறிந்து செல்லத்துரை பிறகு எல்லை வேலி போட்டார். அங்கே உறவினர் யாரோ வந்திருக்கிறார்களென்று சண்முகத்துக்குத் தெரிந்தது. வந்திருக்கும் அந்த உறவினர்கள் யாரென்று

அறிய ஓர் உந்துதலெழுந்தாலும் எழும்பப் பஞ்சிப்பட்டு படுத்திருந்தான். பார்த்திருந்தாலும் பலகாலம் பழகாதிருந்த அந்தச் சொந்தங்களை யார் எவரென்று அவனாலும் அறிந்திருக்க முடிவது சாத்தியமில்லாமலே இருந்திருக்கும்.

மயிலாச்சி வெளியில் திண்ணையிலேயே படுக்கிறாள் இப்போதும். அதுதான் தனக்கு நெஞ்சின் இறுக்கத்தைத் தளர்த்துகிறது என்கிறாள். உள்ளே படுக்கத்தான் அவள் பயந்தாள். காலடியில் நாய் படுக்கிறது. அது செல்லத்துரை இல்லாத நாட்களிலும்தான் அப்படி. அது அதனுடைய இடம். குட்டியாக இருக்கையில் பிடித்துவந்து வளர்க்கத் தொடங்கினாராம் அந்த நாயை. குறிசுட்டு, நலம்போட்டு வேட்டைக்கென அவர் பழக்கப்படுத்தி வைத்திருந்த நாய். வீமாவென்று அதற்குப் பெயர் வைத்திருந்தார். அவர் அங்கே வந்தபோது கூடவந்த நாயுமது.

சண்முகம் எதிர்ப்பக்கத்தில் படுக்கிறான். காவோலை விழுந்தாலும் சத்த அதிர்வு அவனது தூக்கத்தைக் குறுக்கிடுகிறது. பருத்தித்துறைக் கடல் சிலவேளை மூசிமூசி இரையும். அதையும் அவனால் கிரகிக்க முடிகிறது. எல்லாம் எண்ண தான் உண்மையிலேயே வளர்ந்துவிட்டதான எண்ணமொன்று சண்முகத்தின் மனத்துள் ஓடியது. விற்றதுபோக மீதி நெல் மூடைகளும், எடுத்துவைத்த விதைநெல் மூடைகளும் வீட்டறைக்குள்ளும், பக்க விறாந்தையின் கோர்க்காலியிலும் அடுக்கி வைக்கப்பட்டிருக்கிறது. பரணில் மூடைகளில் கட்டியிருந்தது காவலும் கவனமும் தேவையற்ற பழைய ஓலைச்சுவடிகள். அவை யாருக்காவது தேவைப்படலாம் என்றுதான் சாக்கிலே கட்டிவைத்தது. எல்லாவற்றையும் காக்க வேண்டிய பொறுப்பு அப்பு வரும்வரை தன்னில் விழுந்துள்ளதாய் அவன் கருதினான். 'பாலன் பஞ்சம் பத்து வருஷ'மென்று அவன் காதில்விழவே பல தடவைகள் அவர் கூறியிருக்கிறார்.

சண்முகம் பாயில் இன்னும் படுத்தேயிருக்கிறான். ஆச்சி அடுப்படிக்குள் அடுப்பூதுவது தெரிகிறது. அடுப்படிக் கூரைக்கூடாக மென்நீலப்புகை சுழன்றுசுழன்று ஈரக்காற்றில் பதுங்கி மேலெழுகிறது. அடுப்படிப் பக்கமாயிருந்த தண்ணிவாளி வைக்குமிடத்தில் நின்ற செம்பரத்தை என்றுமில்லாதவாறு பூத்துக்கொட்டியிருப்பது கண்ணில் படுகிறது. உதித்த சூரியனின் ரச்மிகள் நிலத்தில் விழுத்தியிருந்த சாய்நிழல்கள் மண்ணில் மெல்ல நகர்கின்றன. கண்டறியாதனவெல்லாம் கண்டுகொண்டு பாயில் கிடக்கிறான் அவன். 'இன்னும் எழும்பேல்லயோ?' என்று ஆச்சி கேட்கிறாளில்லை. எட்டிப் பார்த்துவிட்டு மீண்டும் திரும்பிவிடுகிறாள். அப்போது மெல்லென அந்த இயல்பான

காலைச் சத்தங்களை அடக்கிக்கொண்டு பக்கத்து வீட்டிலிருந்து ஒரு குரல் இசையாய்ப் பெருகுகிறது.

கூத்துக் கூத்துக் குமரப்பா
குரக்கனைக் கொட்டிக்கொண்டு
உமலைத் தா
கொட்டிக் கிழங்குக்கு பெட்டியெடுக்க
கோவிச்சுக்கொண்டாராம் பண்டாரம்,
அவிச்சுரிச்சு முன்னால வைக்க
சிரிச்சுக்கொண்டாராம் பண்டாரம்
கூத்துக் கூத்துக் குமரப்பா
கும்மாளம் கொட்டுதாம் எங்கட பிள்ளை.

பாட்டு மறுபடி தொடங்குகிறது. அழுத குழந்தை சிரிக்கிறது. கூடவிருந்தபெண்ணும், தாயாராக இருக்கலாம், சிரிக்கிறாள்.

ஒரு புதிய உலகத்தில்போல் எழுந்துவருகிறான் சண்முகம். அவனுக்கு அது என்றும் மறக்கமுடியாத இனிய காலையாகத் தெரிகிறது. ஒரு காலையின் அந்தளவு ரம்யத்தை, அதில் அந்தளவு இனிமைசெய்த குரலை அவன் அத்தனை வருஷகாலத்தில் கண்டதோ, கேட்டதோயில்லைபோல் இருக்கிறது. இனி எத்தனை வருஷத்துக்கும் காண, கேட்க முடியாததுபோலும் தோன்றுகிறது.

அவன் முகம் கழுவிவிட்டு வர ஆச்சி காய்ச்சிய பால்க்கஞ்சியைச் சட்டியில் ஊற்றி வைத்தாள். பணிவிலையும் எடுத்துக் கொடுத்தாள். ஆவி பறந்துகொண்டிருந்த கஞ்சியை ஊதி ஊதிக் கிள்ளிக் குடித்தான். பின் துண்டை எடுத்துத் தோளில் போட்டுக்கொண்டு நடந்தான். எட்டிப்பார்த்த மயிலாச்சி நினைத்தாள் அவன் செல்லும் திசையும் பதனமும்கொண்டு அவன் தோப்புப் பார்க்கப் போகிறானென.

மறுநாள் காலையிலும் அந்த இனிமை தளும்பவே சண்முகத்துக்கு கண் விழித்திருந்தது. அன்று கிணற்றடி சென்றுவந்து கூழ் குடித்துவிட்டுக் கிளம்பத் தயாரானான். புதுக்குரலின் பாடலொலித்தது,

சாளை சாளை குண்டாளம்
சாளை கொட்டுமாம் சப்பாணி
சப்பாணி சப்பாணி முத்துப்பிள்ளை
எப்ப வருவான் சப்பாணி
கோட்டியும் பூத்து குளமும் நிரம்ப
அப்ப வருவான் சப்பாணி.

அந்த இனிமை மனத்துள் கொப்புளிக்கச் சென்று ஒழுங்கையில் ஏற பின்னால் “கூ... கூய்..!” என்று அழைத்துக் கேட்டது. திரும்பிப் பார்க்க சிநேகிதன் அப்பாசாமி வந்து

கொண்டிருப்பது தெரிந்தது. அவன் சட்டை அணிந்து, வெள்ளை வேஷ்டியுடன் இடமிழுத்து பின்னிய பின்னல் தொங்க கம்பீரமாய் வந்துகொண்டிருந்தான். நீண்டநாட்கள் சந்தித்திராத தன் நண்பனைக் காணத் தாமதித்தான் சண்முகம்.

அப்பாசாமி வர இருவரும் பேசிக்கொண்டே நடந்தனர்.

"நீ வேதப் பள்ளிக்குடம் வரப்போறதே இல்லையோ, சண்முகம்?"

"மூண்டு வருஷமாச்சு, அப்பாசாமி, நான் பள்ளிக்குப் போகாம விட்டு. இனி எங்கயும் டாப்பில என்ர பேர பதிய மாட்டினமாமே?"

"சைவப் பள்ளிக்குடத்திலதான் அப்பிடி. நீ மிஷன் பள்ளிக்கு வரலாம்."

"அப்புவை நினைச்சாத்தான் பயமாயிருக்கு."

சண்முகத்தின் பிரச்னையை அப்பாசாமி உணர்ந்தான். மேலே சண்முகத்துக்கு ஆறுதல் என்ன சொல்வதென்று அவனுக்குப் புரியில்லை. "நீ பள்ளிக்கு வராட்டியும் ஞாயிற்றுக்கிழமையளில சேர்ச்சுக்கு வரலாம், சண்முகம். காலமை வரலாம், இல்லாட்டி பின்னேரம் வரலாம். உன்ர கொப்பர் வீட்டில இல்லத்தான, வாற ஞாயிற்றுக்கிழமை காலமை வாவன், ரண்டுபேரும் சேந்தே போவம்" என்றான் சிறிதுநேரத்தின் பின்.

"நாயிற்றுக்கிழமை எப்ப வருகுது?"

"நாளைக்கு வெள்ளி... நாளையிண்டைக்கு சனி... அடுத்த நாள்."

"மூண்டாம் நாளா? சரி வாறன்."

அப்பாசாமி சென்ற பின் சண்முகம் தோப்புக்குச் சென்றான். மரமேறிகள் வந்திருந்தனர். செல்லத்துரையின் மாமா வடிவேலு கூடநின்றிருந்தார். இன்னும் சிறிதுநேரத்தில் தேங்காய் பிடுங்குகை ஆரம்பித்துவிடுமென்று வெற்றிலைபோட்டு இயனக்கூடுகளெடுத்திருந்த அவரவரின் நிலைகளும் தெரிவித்தன.

'தேங்காயளப் பிடுங்கி உரிச்சுச் கட்டிவைக்க அப்பு சொல்லியிருக்கும்போல' என்று எண்ணிக்கொண்டு, அங்கிங்கு நடந்து பராக்குப் பார்த்துக்கொண்டிருந்தான். மாமாவுக்கிருந்த அந்தரத்தைக் கண்ட சண்முகத்துக்கு அது புதினமாயிருந்தது. அவனை ஏதாவது சொல்லி அங்கிருந்து அனுப்ப அவர் விரும்புகிறார்போலவும் தோன்றியது. ஏன்? 'பாப்ப'மென்று

நினைத்துக்கொண்டு தோப்பு மூலையில் நின்ற மாமரத்தை நோக்கி நடந்தான்.

தேங்காய்கள் தொப் . . . தொப்பென்று விழத் துவங்கின. குலைகளாய் ஒருபோதும், பழுத்த ஓலைகளாய் ஒருபோதுமாய். சண்முகத்தின் ஞாபகம்வர திரும்பிப் பார்த்தார் வடிவேலு. அவன் தோப்பில் இல்லை. 'தறுதலைப் புள்ளை, எங்கனயாச்சும் ஊர்சுத்தப் போயிருக்கு'மென்று ஆசுவாசம் கொண்டார்.

மாமரத்தில் ஏறியிருந்த சண்முகத்துக்கு பக்கத்துக் கதிரேசு வீடு வேலிக்கு மேலால் தெரிந்தது. கதிரேசுவின் மனைவி கால்களை இடாப்பி வைத்துக்கொண்டு திண்ணையில் அமர்ந்திருந்தாள் ஒரு மரக் குற்றியில். காலிடுக்கில் இருந்தது, கயிறு சுற்றிய மத்து நின்றிருந்த வாயகன்ற மண்குண்டான். அவள் தயிர்கடையப் போகிறாளென்பது சண்முகத்துக்குப் புரிந்தது. தயிர்கடைந்து வெண்ணெய் எடுப்பதும், அதையுருக்கி நெய்யாக்குவதும், உருக்கிய நெய்யை, ஊரூராய்த் திரிந்து பறண சாமான் வாங்கும் இரண்டு மூன்றுபேர் சேர்த்துக்கொண்டுவந்து கொடுக்கும் போத்தலில் அடைத்து விற்பதும் அந்த வீட்டில் நடப்பது அவனுக்குத் தெரியும். அதை கதிரேசுவின் பெண்சாதியே செய்துவந்தாளென்பதும் அவனுக்குத் தெரிந்திருந்தது. ஆனால் அவள் தயிர் கடைவதை மட்டும் அவன் என்றும் கண்டதேயில்லை.

தான் தவறவிட்ட அந்தக் காட்சியை மறைவிலிருந்து கண்டபோதுதான் சண்முகத்துக்கு நினைப்பில் உறைப்பாகியது, தான் எவ்வளவு காட்சி ரஸங்களை அவ்வளவு காலத்தில் தவற விட்டிருந்தானென்பது.

பெண் தயிர்கடையும் காட்சி அற்புதமானது, அது களிபேருவகை செய்வதென்பதை அனுபவபூர்வமாய் அன்று கண்டுணர்ந்தான் சண்முகம். தயிர்க் குண்டானில் மத்தை வைத்து சர் . . . சர்ரென அதன் சுற்றுக் கயிற்றை முன்னும் பின்னுமாய் அசைந்து இழுக்கையில், அவளது இடுப்பின் மேலுள்ள அங்கமெல்லாம் ஒத்திசைவுகொண்டு வலமும் இடமுமாக முன்பின்னாய்ப் போய்வருகிறது. குண்டிகுத்திய இருப்பு நடுஅச்சாக இருந்து அடிப்பாகத்தைத் திருப்புகிறது. மேலிருந்து காணும் அந்தக் காட்சியால், அவளின் முழு அசைவுகளையுமே ஒரு கூம்பு வடிவத்துள் கண்டுவிட முடியும். அவன் பெண்கள் உலக்கை போடும்போது வியர்த்துக் கொட்டும் அந்த உடம்புகளிலிருந்து துள்ளும் தனபாரங்களில் ரஸனை கண்டிருக்கிறான். ஆனால் அதுவொன்றும் தயிர்கடையும் பெண்ணின் உடலசைவில் கிளரும் இன்பத்துக்கு நிகரில்லையென்று அப்போது துணிந்தான்.

கதிரேசுவின் மனைவி நடுத்தர வயதை அடைந்தவள். தாயைவிடவே அவளுக்கு வயது அதிகம். ஆனால் அவளது உடம்பு அந்தளவு வயதை அடையாதது. அது இன்னும் தன் லாவண்யங்களைத் தக்கவைத்திருந்தது. எவ்வளவு நேரம் சண்முகம் அந்தக் காட்சியின்பத்தில் மூழ்கியிருந்தானோ? அடிவளவில் நின்ற கதிரேசு முற்றத்துக்கு வர அவன் பார்வையை விலக்கினான்.

சண்முகம் மாங்காய் பிடுங்கிச் சப்பினான். உப்பிருந்தால் இன்னும் நல்லாயிருக்கும் என்றிருந்தது.

அவன் மாமரத்திலிருந்து கீழே இறங்கிவர எங்கிருந்தோ திடீரெனத் தோன்றியதுபோலிருந்த அவனது பிரசன்னம் கண்ட வடிவேலு திடுக்கிட்டமாதிரி இருந்தது. ஆனாலும் அவர் ஒன்றும் கேட்கவில்லை. பொச்சுக் கும்பியருகில் ஒருவன் பொறுக்கிக் குவித்த தேங்காய்களை உரித்துப் போட்டுக்கொண்டிருந்தான். நீண்டநேரமாக உரித்துப் போட்டுக்கொண்டிருந்ததுபோல்தான் தோன்றியது. இன்னும் ஒரு சாக்கும் நிறையாத தேங்காய்களே கீழே கிடப்பது கண்டு சண்முகம் ஆச்சரியப்பட்டான்.

நீண்டநாட்களுக்குப் பிறகு அன்று தாயாரை அழைத்து கேட்டான்: “அப்பு தேங்காய் புடுங்கி உரிச்சுவைக்கச் சொன்னாரோ மாமன்காறனிட்ட?”

“டேய், உப்பிடியே அந்தாளைச் சொல்லுறது மரியாத யில்லாம?”

“அந்தாளுக்கென்ன மரியாதை? கள்ளப் பயல்.”

“ஏன்ரா, என்னடா செய்துது அந்தாள்?”

“அதைவிட்டுட்டு நான் கேட்டதுக்குச் சொல்லு. அப்பு சொல்லியிட்டுப் போனதோ?”

“தேங்காயள் பழுக்கத் துவங்கியிட்டுது, பிடுங்கவேணுமெண்டு கதைச்சது மட்டும்தான். வேற என்னிட்ட ஒண்டும் சொல்லேல்ல.”

“ம் . . . தேங்காய் மரத்தில பழுத்திட்டா புடுங்கத்தான் வேணும். புடுங்கினா உரிச்சு கட்டத்தான் வேணும். கட்டினா சந்தைக்குக் கொண்டுபோகவும்தான் வேணும். இந்தமுறை சந்தைக்கு நானும் போறன், ஆச்சி.”

“இதென்ன புதினாணயமா?”

“சும்மாதான்” என்றுவிட்டு அப்பால் நகர்ந்தான் சண்முகம். பிறகு ஏதோ நினைத்துக்கொண்டவன்போல் திரும்பிவந்து

அடுத்தவீட்டுச் சங்கதி கேட்டான்: "ஆச்சி, பக்கத்து வீட்டில ஆராம் வந்திருக்கினம்?"

"பெத்தாவின்ர பேத்தி, உனக்கு கொக்கா முறைதான், பண்டத்தரிப்பிலயிருந்து வந்திருக்கிறா. அடுத்த கிழமை வேதக்கோயில்ல பூசை துடங்குதெல்லே, அதுக்குத்தான் வந்திருப்பாபோல" என்றாள் மயிலாச்சி.

சண்முகம் திரும்பினான். பிய்ந்த வேலிக்கு மேலாகத் தெரிந்தது அன்றைய வெள்ளிக்கிழமையில் அடிவளவு வேப்பமரத்தின் கீழ் நட்டுவைத்த சாமிக் கல்லுக்கு பெத்தாச்சி விளக்கேற்றிவிட்டுச் செல்வது. "அப்பர் வந்தோடன உவயள் வேதக்கோயில் பூசைக்கு வந்தது அறிஞ்சு சீறாமலிருந்தாச் சரி" என்றுவிட்டு இலுப்பையடிச் சந்திக்கு நடந்தான். அந்த இடத்தில் இளவட்டங்கள் கூடுகிற நேரமது.

அப்போது கூடையோடும் கொக்கையோடும் பண்டாரம் சிரித்துக்கொண்டு உள்ளே வந்தது. பண்டாரத்தினது சிரிப்பு தனியே வந்தனத்துக்கானதல்ல, செம்பரத்தையிலும் கனகாம்பரத்திலும் இருவாட்சியிலும் முல்லையிலும் மல்லிகையிலும் பூப்பறிப்பதற் கான அனுமதிகேட்கும் கெஞ்சுதலுடனும் கூடியது. உள்ளே யிருந்தாலும் வாசல்படலை திறந்து யாராவது வருவது தெரியும்படியான அமைப்பு அடுப்படிக்கிருந்தது. பண்டாரம் வருவதைக் கண்ட மயிலாச்சி வழக்கம்போல் முகமனான ஒரு முறுவலைக் காட்டிவிட்டுப் பேசாதிருந்தாள். அவரும் வழக்கமாய் வெள்ளிகளில் வருபவர்தான் அந்த நைந்த சிரிப்போடு.

சமீப காலமாய்ப் புரியாதவிதமாகவே மகன் நடந்து கொண்டிருப்பது கண்டிருந்தவள் அவனது விசாரணையிலும் நடத்தையிலும் மேலும் புதிரடைந்தாள். பின்னர் உணர்ந்தாள், அப்போது அவன் இளந்தாரியாகிவிட்டானென்பதை. சண்முகம் செல்லும் திசையைப் பார்த்தாள். வெயிலேறிய அவ்வேளையில் ஒரு சின்னச் சங்கரன்பிள்ளைபோல சண்முகம் ஒரு ஒளி மூழ்கிய இருளாய்ப் போய்க்கொண்டிருந்தான். சின்னவயதில் பக்கமாய்த் தொங்கிக்கொண்டிருந்த தலைப்பின்னல் அப்போது பின்னால் தொங்குவது நினைப்புவந்தது. இனிமேல் பின்னாலும் சடையாய்த் தொங்காமல்போய் அது குடுமியாக இறுகலாம். அவளுக்கென்ன தெரியும்?

3

செல்லத்துரை கும்பகோணம் சென்று மூன்றாம் மாதம் துவங்கியிருந்தது. மழை வரப் போவதன் அறிகுறிகள் வானெங்கும் பரந்திருந்தன. மேகங்கள் எஞ்சிய தண்ணீரைக் கொட்டிவிடுகிற காலம் அது. இந்தப் பெயல் தவறினால் இனி ஐப்பசிக்குத்தான்.

ஒருநாள் மாலை சூரியன் விழ சில நாழிகைகள் முன்னதாக வாசல் படலையில் எழுந்த திமிலோகத்தில் வீடு பெருக்கிக்கொண்டிருந்த மயிலாச்சி வெளியேவந்து பார்த்தாள். அவள் எதிர்பார்த்திருந்தபடியே வேலிகளுக்கு மேலால் தெரிந்த உயர்ந்த திமில்கொண்ட நான்கு மாடுகளோடு செல்லத்துரை நின்றிருந்தது தெரிந்தது. கூட இரண்டு கூலிகள். தலைமன்னாரிலிருந்து அமர்த்தியிருப்பார். வாசலுக்கு வர முயன்றவளைக் கையமர்த்திவிட்டு செல்லத்துரையே வந்து வண்டிப் படலையைத் திறந்துவிட்டு முன்னே நின்ற சோடி மாடுகளை உள்ளே நடத்திவந்தார். மற்றைய சோடியை பின்னேநின்ற வேலையாட்கள் இழுத்துவந்தனர். நான்கும் நான்கு முழ உயர வடக்கன் மாடுகள். அவற்றின் திமில் அதற்குமேலே ஒரு முழமிருந்தது. ஒரு சோடி வெள்ளை, மற்றது செங்காரி. மாடுகளின் ஆகிருதியில் ஒரு வியப்பும், அவற்றின் ஒன்றரை முழக் கொம்புகளில் ஒரு பயமும் கலந்துமேவ மயிலாச்சி அவற்றைப் பார்த்துக்கொண்டு நின்றாள். மாடுகளுக்குத் தண்ணி காட்டிவிட்டுத் தொழுவத்தில் கட்டியவர் விரைந்து வந்து, "கைவேலையை முடிச்சிட்டு கெதியெண்டு வந்து எதாச்சும் சமை. நானும் மத்தியானத்துக்குச்

சாப்பிடேல்லை, வந்தவங்களும் சாப்பிடேல்லை. எங்க சம்முகம்?" என்று பரபரத்தார்.

"தோப்புக்குப் போயிருப்பான்" என்றுவிட்டுப் பெருக்கி முடிப்பதில் கவனமானாள் மயிலாச்சி. இந்தநேரத்துக்கு தோப்புக்கு ஏனென்று கேட்க நினைத்தவர் விட்டுவிட்டு வேலையாட்களை அழைத்துப் போய் கிணற்றடியிலே தண்ணீர் அள்ளி ஊற்றி முகமலம்பிக் குடிக்கவும் செய்துவிட்டு வந்தார். அந்தளவில் மயிலாச்சி சமையல் வேலை ஆரம்பித்திருந்தாள்.

குண்டிகுத்தி முற்றத்தில் அமர்ந்து வெற்றிலைபோடத் தொடங்கியிருந்தனர் கூலியாட்கள். "தேங்காயெதாவது திருவித் தரட்டோ? விறகு பிளந்து போடட்டுமோ?" என்று அடுப்படிக்கு வந்து கேட்டார் செல்லத்துரை. "ஓண்டும்வேண்டாம் . . . நீர் அங்கால போயிரும். இந்தா நான் கறி அடுப்பில வைக்கப் போறன், அடுத்த அடுப்பில உலை கொதிச்சோடன அரிசி போடுறதுதான். இந்தாண்டு சமையல் முடிஞ்சிடும்" என்றாள் மயிலாச்சி. திண்ணைக்கு வந்தவர் கடல்வழிப் புதினங்களை வேலையாட்களோடு பரிமாறிக்கொண்டிருந்தார்.

சிறிதுநேரத்தில் சமையல் முடிய பின்வளவில் வடலியோலை வெட்டிவந்து இரண்டு தட்டுவங்கள் செய்தார் செல்லத்துரை. வேலையாட்கள் சாப்பிட்டு சிறிதாறி வெற்றிலை போட்டுக்கொண்டு புறப்படத் தயாராகினர். அந்தப் பருவகாலத்து நீண்டபயணத்துக்கு இரவுதான் தோது. நிலாக் காய்ந்தால் இன்னும் சிறப்பு. வேலையாட்கள் சத்தத்தை வாங்கிக்கொண்டு நடையைக் கட்டினர்.

எல்லாம் முடிந்த ஆசுவாசத்தில் முற்றத்தில் வந்தமர்ந்தார் செல்லத்துரை. கூட மயிலாச்சியும் சேர்ந்துகொண்டாள். சிறிதுநேரம் காற்றுவழியில் செவி திருப்பியிருந்தவர், "எங்கயிருந்து இந்த மேளச் சத்தம்?" என்றார் செல்லத்துரை? என்றுவிட்டு பதில் அவசியமில்லை என்பதுபோல் வெற்றிலைச் சரையில் கவனம் குவித்தார்.

"வைகாசியில வேறெங்கயிருந்து? துர்க்கையம்மன் கோயில்ல யிருந்துதான்" என்றாள் மயிலாச்சி.

"அந்தளவு தூரத்திலயிருந்தோ . . ?"

"ஏன் கேக்காது? பருத்துறையிலயிருந்து மாரிக்க கடல் இரையிறது காத்துவாக்கில இஞ்ச கேக்கிறதுதான?"

"மெய்தான் . . !"

துர்க்கையம்மன் கோவில் தெல்லிப்பளையில் இருந்தது. அங்கிருந்து மூன்று கல் தூரம். காற்று வளத்துக்கு நாதஸ்வர இசை இழுபட்டு வந்து மரக்கூடலுள் தடங்கிக் கிடப்பதுபோல் நின்றொலித்துக்கொண்டிருந்தது.

தகப்பன் அந்த நாளளவில் திரும்பிவரக்கூடுமென்று தாய் சொல்லிக்கொண்டிருந்தது சண்முகத்துக்கு ஞாபகமாயே இருந்திருப்பினும், உதவிக்கரங்களில் ஒன்றாய் குடையும் நீர்க் கெண்டியும் எடுத்துக்கொண்டு இளம் மிஷனரிப் பெண்களின் பின்னால் வெளிக்கிட்ட பிறகு, திரும்புகை அவன் கையில் இருக்கவில்லை. மனம் வெண்மை மோகத்தில் நீந்த அவ்வப்போது முயன்றாலும் வெண்மையையும் அங்க அமைப்பையும், அழகையும் மேவி அவர்களின் ஊர்மக்களோடான உபதேசப் பேச்சுகளில் தெறிக்கும் கருத்துக்களை அவன் உள்வாங்கத் தொடங்கியிருந்தான்.

இனி வேதப் பள்ளிக்கூடத்திலும் படிப்பு சரிப்பட்டு வராதென்றாலும், அவர்கள் பேசும் வேற்றுமொழி நாக்கின் தமிழைக் கேட்டுக்கேட்டு அவனுக்கே அந்தப் புதியதான சொற்களில் ஒரு மோகம் பிறந்திருந்தது. பாவம் – புண்ணியமென்ற இரு எதிர்நிலைச் சொற்களை மட்டுமே அதுவரை அறிந்திருந்தவன், மன்னிப்பு, கருணை, விசுவாசம், அன்பு, ஆசீர்வாதம் என்ற மதமார்த்த சொற்களைக் கேட்கவாரம்பித்திருந்தான். சுவிசேஷம், பைபிள், புதிய ஏற்பாடு, பழைய ஏற்பாடு என்பன பற்றியும்கூட அவனால் அறிய முடிந்திருந்தது. அப்பரென்றும் சுந்தரரென்றும் திருஞானசம்பந்தரென்றும் மாணிக்கவாசகரென்றும் கேட்டுக்கொண்டிருந்தவன் மனத்தில் மத்தேயு, யோவான், டொமினிக், பீற்றரென்று புனிதர்களின் பெயர்கள் பதியவாரம்பித்திருந்தன. தேவனென்றும் கிறிஸ்துவென்றும் அவனே அவ்வப்போது சொல்லவும் ஆரம்பித்திருந்தான். சபாத்து நாட்களின் பள்ளிகளில் பிள்ளைகள், 'யேசுவைச் சேர் இன்றே / மீட்பார் உனை இன்றே / அன்பு கூர்வார் இன்றே / நம்பி வாறேன் இன்றே / அல்லேலூஜா! 'ஆமின்!' என்று பாடிய பாட்டைத் திரும்பத் திரும்பக் கேட்டதில் அவனுக்கு அது பாராயணமே ஆகியிருந்தது. தானே ஒரு கிருபையின் ஒளியில் வழிநடத்தப்படுவதாய் எண்ண அவன் ஆரம்பித்திருந்தான். அது அவனை அவனது அவசரங்களிலிருந்து விடுவித்தது. மட்டுமில்லை, ஆக்ரோஷங்களிலிருந்தும் மீட்டெடுத்தது. ஆயினும் குடும்ப திசையில் அவன் எண்ணவும் பயமுறவும் இன்னும் நிறைய விஷயங்கள் இருந்தன என்பதையும் அவன் ஞாபகமாயே இருந்தான்.

மிஷனரிகள் இருவரும் வீடு திரும்பியதும் அவசரமாக வீட்டுக்கோடினான் சண்முகம். இருட்டு இறுக விழுந்திருந்தது. அன்று நிலா ஏறாத வானமாய்க் கிடந்தது மேல்வெளி. ஒரு ஒற்றை ஒளிப் புள்ளி தூரத்தில் அவன் வரும்பொழுதிலேயே வீட்டில் எழுந்துகொண்டிருப்பது கண்டான். மேலே நடக்க, வீட்டிலெழுந்த பேச்சரவம் செல்லத்துரை வந்துவிட்டதைத் தெரிவித்தது. அவரளவு பெரிதாயிருந்திருப்பினும் அவரது வருகை அவனை லேசாக நடுங்கவைத்தது.

அவன் வர செல்லத்துரை சாந்தமாகவே கேட்டார்: "தம்பி, இந்தளவுநேரமாய் எங்க நிண்டிட்டு வாறீர்?"

சண்முகத்துக்குப் பதில் தயாராயிருந்தது. "தெல்லிப்பளைக்கு. துர்க்கையம்மன் கோயில்ல திருவிழா இண்டைக்கு."

"ம்..! எண்டாலும் வீட்டில ஆச்சி தனியவெல்லோ? இந்தளவுநேரமாய் நிண்டிட்டு வாறீர் ஒண்டையும் யோசிக்காம. சரி, ராத்திரியில அடிபாத்து நடக்க ஒரு சூளையாச்சும் கொளுத்தி வந்திருக்கலாமே! விசப்பூச்சி புழுக்களுக்கு அடி பாத்தெல்லோ நடக்கவேணும்? சரி... சரி, போய் சாப்பிட்டிட்டு படும்."

"நான் கோயில்ல சாப்பிட்டிட்டன்."

சண்முகம் அறைக்குள் நுழைந்தான்.

4

சண்முகம் திடீர் திடீரெனக் காணாமல் போகும் தினங்களின் இடைவெளிகள் ஒருபோது கவனமாகிய செல்லத்துரையின் மனத்தில் சந்தேக மொன்று வந்துவிழுந்தது. அவற்றுக்கிடையே ஒரு சீர் இருந்ததை அவர் எண்ணினார். குறிப்பாக ஞாயிறுகளில் அவன் காணாமல்போவது தவறாமல் நடந்திருந்தது. ஞாயிறுகளில் தேவாலயங்களிலும், மிஷனரிப் பாடசாலைகளின் மாலை வகுப்புகள் நடைபெறும் இடங்களிலும் அவ்வப்போது மறைந்துநின்று நோட்டமிட்டார். அவரின் கண்களில் சண்முகம் தட்டுப்படவேயில்லை. ஆயினும் அச்சந்தேகம் அவரது மனத்தில் நிலையாய்க் கிடந்துகொண்டிருந்தது.

அதை அக்கால உடைமையாளர் சமூக மனநிலையின் ஒரு வெட்டுமுகப் பார்வையாகக் கொள்ளமுடியும். ஆறுமுகநாவலர் காலமாகி வெகுகாலமில்லை. சைவக் குடிகள் தங்கள் மரபு களை மீட்டெடுத்துச் சைவத்தின் வழியில் செல்ல மிக்க தீர்மானத்துடன் பல்வேறு எத்தனங்களையும் செய்துகொண்டிருந்தன. அரசியல் நிர்ணய சபைத் தேர்தலில் பொன். இராமநாதனுக்கு ஆதரவாக பிரிட்டோவை எதிர்த்து ஆறுமுகநாவலர் பிரச்சாரம் செய்ததும், அதில் பிரிட்டோ தோற்று பொன். இராமநாதன் வென்றதும் சைவர்களிடையே புத்தெழுச்சியை ஏற்படுத்தியிருந்தது. புரிந்து கொள்ளக்கூடிய தளத்தில் இவை நடக்க, புரிதலில் லாத ஒரு தளத்தில் சில அவிவேக காரியங்களும் நடந்தன.

நாவலர் 1889இல் இல்லாமல்போன சூழ்நிலைமையைத் தமக்குச் சாதகமாக்கிக்கொண்டு கிறித்துவ மிஷனரிமார் உற்சாகமாகவும் உறுதியாகவும் தங்கள் மதமாற்ற முயற்சிகளில் ஈடுபடுகிறார்களென்ற பேச்சு கிராமப்புறங்களில் வலிதாக அடிபட்டது. புதிய புதிய மிஷனரிமார்களின் வருகையும் அதுகாரணமாயே என்று நினைத்தார்கள். செல்லத்துரை போன்றவர்களின் இதற்கான பிரதிபலிப்பு முரட்டுத்தனமாக இருந்தது. செல்லத்துரை சண்முகத்தை மட்டுமில்லை, அக்கம்பக்கத்திலும் அதுமாதிரியான நடவடிக்கைகளை வெகு கூர்மையாக அவதானித்து வந்தார்.

பெரிய சைவச்சுவாமி ஒருவர் அன்று மாலை மானிப்பாய்க் கோயில் வெளியொன்றில் பிரசங்கிக்கவிருப்பதாக ஒரு தம்பட்டக்காரன் காலையில் பிரசித்தம்செய்து போயிருந்தான். அதுபற்றிய செய்தி அன்று பகல் முழுவதுமே கிராமங்கள்தோறும் அடிபட்டுக்கொண்டிருந்தது.

பெரிய சுவாமி ஒருவர் மிகத்தீவிரமான கிறித்தவ எதிர்ப்பிரசாரமொன்றை மேற்கொண்டிருப்பதாகப் பரவலாக விருந்த பேச்சை செல்லத்துரையும் கேட்டிருந்தார். கதிரேசுவுக்கும் அது தெரிந்திருந்தது. இருவரும் அன்று இரவுப் பிரசங்கத்துக்குச் செல்வதென்று தீர்மானித்தனர். மாலையில் வண்டிகட்டி புறப்பட்டு இருள்விழுகிற நேரத்துக்கு முன்னால் இருவரும் மானிப்பாயை அடைந்தனர். பிள்ளையார் கோவில் சந்நிதியில் பிரசங்கத்துக்கான ஏற்பாடுகள் செய்யப்பட்டிருந்தன. நன்கு இருள்விழுந்த பின் தீப்பந்தங்களும் எண்ணெய் வாய்வு விளக்குகளும் கொளுத்திய வெளிச்சத்தில் பெரிய சுவாமியின் பிரசங்கம் ஆரம்பித்தது.

பெரிய சுவாமி பாதம்வரை நீண்ட சடை வளர்த்திருந்தார். முகமெங்கும் அடர்ந்து கிடந்தது தாடியும் மீசையும். நெற்றிக்குக் கீழே அனற்கட்டிகள்போல் கண்கள் சிவந்து ஜுவலித்துக் கொண்டிருந்தன. அவரது தோற்றமே அச்சத்தை வரவழைப்பதாக இருந்தது. அவரது பேச்சு ஆற்றொழுக்காய் இருந்தது. நாலு கட்டைச் சுதியில் பேசினார். அவர் நிறைய விஷயங்களைத் தெரிந்திருந்தாரென்று தெரிந்தது. தாம் இதுவரை கவனியாத, கவனித்திருந்தாலும் அக்கறைப்படாத விஷயங்கள்பற்றியதாக அவரது பேச்சிருந்ததை செல்லத்துரை கண்டார். தோற்ற பயங்கரமும், அவலட்சணமுமே செல்லத்துரையிடத்தில் முழு ஆகர்ஷத்தையும் ஏற்படுத்தப் போதுமானவையாக இருந்தன. ஏனெனில் அவர் தெரிந்த சிவனும் பித்தனாக இருந்தார், சுடலைப்பொடி பூசினார், நச்சரவை அணிந்திருந்தார்

தன்னைப் பயங்கரமும் அவலட்சணமும் கொண்ட வராகக் காட்ட. சுமார் முந்நூறு பேரளவிலான அந்தக் கூட்டத்தில் எல்லோருமே பெரியசுவாமியின் பேச்சைக் கவனித்துக்கொண்டு இருந்திருப்பினும், அவர் மட்டுமே அப்பேச்சிலும் தோற்றத்திலும் எழுச்சி பெற்றுக்கொண்டி ருந்தார்.

"வேதக் கடவுள் வலிமையற்ற ஒரு கடவுள். அதனால்தான் ஒரு தினத்தில் படைத்திருக்கவேண்டிய லோகத்தைப் படைக்க அவருக்கு ஆறு தினங்கள் ஆகியிருந்தன. அவ்வாறு படைக்கப்பட்ட லோகத்திலும் ஆதாமும் ஏவாளும் என்ற ஆணையும் பெண்ணையும் ஒரு சாத்தானோடு உறைய வைத்தது அக்கடவுளின் தீர்க்கதரிசனமின்மையையே காட்டுகிறது. அந்த இரண்டு மனிதர்களையும் சாத்தானோடு உறைய வைக்கும்போதே, சாதாரண மனிதர்கள் சாத்தானின் பேச்சில் வசப்படக்கூடிய சாத்தியத்தை அந்த வேதக் கடவுள் தெரிந்திருக்கவேண்டும். மேலும் வேதக்காரரின் சுவர்க்கம் உண்மையில் சுவர்க்கமேயில்லை. அது சைவத்தின் நரகத்தைவிட மோசமானது. அவர்களின் சுவர்க்கத்திலிருந்தே பாவ காரியங்கள் செய்த தேவதைகள் மண்ணில் வந்து விழுந்தன. அந்தளவுக்கு பாவம் செய்யக்கூடியதாகவும், மருள்கொள்ளக்கூடியதாகவும் இருக்கிறது வேதக்காரரின் சுவர்க்கம். அவர்கள் பலாச்சுளைபோல் தேனாகப் பேசுவார்கள். அதனால் தேளாகக் கடிக்கும் துன்பங்களே பெருகும். அவர்களின் ஏமாற்றுப் பேச்சுகளில் நாம் மயங்கி விழுந்துவிடக்கூடாது. மட்டுமில்லை, மற்றவர்கள் விழுந்துவிடும் அபாயத்திலிருந்தும் நாம் அவர்களைக் காபந்துசெய்யவேண்டும்."

நள்ளிரவுவரை அக்கண்டனப் பிரசங்கம் நீண்டுசென்றது. ஏறக்குறைய நான்கு மணி நேரத்துக்கு மேலே பேசியிருந்தார் பெரியசுவாமி.

அவர் மாமிசம் உப்பு உண்ணாதவரென்றும், தீண்டத்தகாதவர் மேனி தற்செயலாய்ப் படநேரிட்டாலும் தோய்ந்து மறுபடி தன் புனிதத்தைக் காப்பவரென்றும், வடமராட்சி, தென்மராட்சி, வலிகாமம், பச்சிலைப்பள்ளியென எட்டு மணியகாரப் பிரிவிலும் அலைந்து உபதேசங்களைச் செய்து வருகிறாரென்றும் கூட்டம் முடிந்து கலைந்துபோனவர்கள் கதைத்துக்கொண்டதையும் செல்லத்துரை கேட்டார். அது மதமார்த்த ஒரு வாழ்வுக்கான உந்துதலைக் கொடுத்தது அவருக்கு. கட்டிய குடுமியும், முறுக்கிய மீசையும், நான்கு முழ உயரமும் கொண்டு கௌபீனதாரியான ஒரு சைவச்சாமியாய்த் தன்னை உருவகித்துக்கொண்டு ஒரு வெறி நுழைந்தாலென வீறுடன் அவர் வண்டியைக் கட்டினார்.

கந்தில் பாவை

வழியில் வண்டிப் பயணம் சுகமாக இருந்தது. முன்னால் வண்டியில் சென்றுகொண்டிருந்த யாரோ இரண்டு பேர் பாடினார்கள். நிசப்தம் கொட்டியிருந்த வெளியில் காற்றுவளத்துக்குப் பாட்டு துல்லியமாய் வந்து செவியினில் விழுந்தது.

என்ன பிடிக்கிறாய் அந்தோனி – நானும்
எலிப் பிடிக்கிறன் கிஞ்ஞோரே!
பொத்தி பொத்திப் பிடி அந்தோனி – அது
பிட்டுப்போட் டோடுது கிஞ்ஞோரே!

மனநிலைக்கு உகந்த பாட்டாக இருந்தது. செல்லத்துரை விழுந்து விழுந்து சிரித்தபடி வண்டியை ஓட்டினார். கதிரேசுவும் சிரித்தார்.

விடிவெள்ளி பூத்திருந்தது அவரும் கதிரேசுவும் மறுபடி வீடுவந்து சேர்ந்தபொழுது.

ஒருநாள் தாழ்த்தப்பட்டோர் வாழும் சேரிப் பகுதியிலிருந்து ஒருவன் வெள்ளை வேஷ்டியும், கழுத்து மூடிய கறுப்பு ஜிப்பாவும் அணிந்துகொண்டு தெருவில் போய்க்கொண்டிருந்தான். அக்கம்பக்கத்தில் செல்லத்துரை விசாரித்தார். அவன் சேரியைச் சேர்ந்த கச்சப்பு என்றும், மிஷனரிப் பள்ளியில் படித்துக்கொண்டிருந்தானென்றும், அவ்வப்போது பொட்டளி வியாபாரம் செய்ததாகவும் சொன்னார்கள். ஒருநாள் கூட்டாளிகளோடு சந்தியில் நின்றிருந்தார் செல்லத்துரை. தூரத்தே கச்சப்பு வரக்கண்ட வடிவேலு, "முத்துவேல்ப்பிள்ளை ஐயா நடத்தின சைவப் பள்ளிக்குடத்தை மூடவைச்சது இவங்கள்தான?"என கொதிப்புடன் சொன்னார். அவர்களைப் போன்றவர்களால்தான் அப்போது விவசாயத்துக்கு கூலிகள் எடுப்பதும், எடுபிடிக்கு ஆள் பிடிப்பதும் கஷ்டமாகப் போய்க்கொண்டிருக்கின்றது என்றார் கூடநின்றிருந்த இன்னொருவர். இன்னொருவர், தங்கள் பரவணிக்கு காலகாலமாய் அடிமை வேலைசெய்ய குடும்பங்கள் இருந்தனவென்றும், இனி பண்ணை – அடிமை என்பதெல்லாம் வெகுகாலம் நீடிக்காதென்றும் மறுகினார். 'அதோட . . . பள்ளி போகமும் இல்லாமப் போச்சே!" என்று பிரலாபித்தார் சதாசிவம்.

எல்லாம் கேட்டு புழுங்கிக்கொண்டிருந்த செல்லத்துரை, "சும்மா சொல்லிக்கொண்டு நிக்கிறியள். விட்டிட்டு என்னத்தயெண்டாலும் செய்யுங்கோவனப்பா இதுக்கு" என நிதானமாகச் சொன்னார்.

“என்ன செய்யிறது? மிஷனறியில வெள்ளைக்காறங்கள் இருக்கிறாங்கள். ஆட்சி அவங்கட. பொலிசு அவங்கட. ஆர் என்ன செய்யேலும்?” பதில்கள் ஒரேமாதிரி இருந்தன.

“சரி, இதுக்கு மருந்து என்னிட்ட இருக்கு. ஆனா நாங்கள் எல்லாரும் சேந்துதான் குடுக்கவேணும்” என செல்லத்துரை சொல்ல எல்லாரும் சம்மதித்தனர். “அப்ப நாளைக்கு இந்த நேரத்துக்கு கொஞ்சம் முந்தியாய் வயல்கரைப் பக்கம் வாருங்கோ. நான் மருந்தோட வாறன்.”

மறுநாள் பொழுது கச்சப்புவுக்கு நல்லதாய் இருக்கவில்லை. காலையிலெழுந்து வெளிக்கிட்டு பாதையில் வரும்போது, வயற்கரையில் சிலர் கூடிநிற்பதை அவன் கண்டான். ஆனால் அது தன்னை அடித்துப்போட நின்ற கூட்டமென்று அவனுக்குத் தெரிந்திருக்கவில்லை. கச்சப்பு கிட்டவர அவனைப் பிடித்து செம்மையாக அடித்தார்கள். “பள்ளிக்கு நீ இனி படிக்கப் போப்படாது. ஊரைவிட்டோடு, இல்லாட்டி எங்களிட்ட உன்ர கொப்பன் கோச்சி மாதிரி உழுகிறதுக்கு வந்திடு”வென்று சொல்லிச்சொல்லி வெட்டிவைத்திருந்த கொய்யாக் கம்புகள் அத்தனையும் முறிந்துபோகும்வரை அடித்துத் தீர்த்தார்கள்.

கச்சப்பு இரவோடிரவாக ஊரைவிட்டே ஓடிவிட்டான்.

அதை விரும்பாதபோதும் சண்முகத்தினால் ஒன்றும்செய்ய முடியவில்லை. தனக்கே அதை ஒரு எச்சரிக்கைபோல அவன் எடுக்கவேண்டியதாயிற்று.

காலம் ஓடிக்கொண்டிருந்தது. செல்லத்துரை மேலும் இரண்டு தடவைகள் கும்பகோணம் போய் வந்துவிட்டார். மாடுகள் புதிதாய் வந்தன. பழையவை விற்கப்பட்டன. வயல் விளைந்தது. செல்வம் பெருகியது. கள்ளறைகள் நான்கு வைத்து ஒரு உடுப்புப்பெட்டி செய்வித்தார் செல்லத்துரை. ஊர்த் தட்டான் அழகான நகைகளாய்ச் செய்துகொடுக்க மயிலாச்சிக்குப் போட்டு அழகு பார்த்தார். அவற்றைப் பாதுகாப்பாக வைக்கச் செய்வித்ததுதான் அந்தக் கள்ளறைகள் கொண்ட உடுப்புப்பெட்டி. வீட்டறைக்குள் ஒரு காட்டின் இறுக்கத்தைச் சொல்லிக்கொண்டு கனதியாய் அமர்ந்திருந்தது அந்த முதிரை நிறப் பெட்டி. இப்போது சட்டைபோடத் தொடங்கியிருந்தாள் மயிலாச்சி. ‘செல்லத்துரை பொண்டில் சட்டைபோடத் துவங்கியிட்டா’ளென்று ஊரெல்லாம் ஒரே பேச்சாயிருந்தது கொஞ்சநாளாக. சண்முகத்துக்கே வெட்கமாக இருந்தது கோயிலடி, இலுப்பையடியென்று இளைஞர்கள் கூடுமிடங்களுக்குச் செல்ல. பெரிசுகளும் கேலி செய்தன.

சுத்திச் சுத்தி சுப்பற்ர கொல்லைக்குள்ள என்றதுபோல் அக்காலத்தில் வீட்டுச் சுற்றாடலிலேயே அவனது ஊசாட்டம் இருந்துகொண்டிருந்தது. அதை செல்லத்துரை அவதானித்தாரோ இல்லையோ, மயிலாச்சி அவதானித்தாள். நேரில் கண்டால் முகத்தில் பதிந்து, அடுத்தபடியாக மார்பில்தான் இறங்குகிறது அவன் பார்வை. முன்பில்லாத ஈர்ப்பை இப்போது அவளது மூடிய தனங்களில் கண்டான் சண்முகம். அவனது பார்வையில் தன்னுடலைத் துளைக்கும் விசை கண்டு அவளுக்கு அவலமெழுந்தது. அவனது கண்படாத இடங்களில் அவள் புகல்காணத் தொடங்கினாள்.

ஒருநாள் அதிகாலை வெளியே வண்டிகட்டிச் சென்ற செல்லத்துரை வீடுதிரும்ப மாலையாகிவிட்டது. அப்போது சண்முகம் வீட்டிலே நின்றிருந்தான். அவர் பின்பு மயிலாச்சியை அழைத்துப் பேசியபோதுதான் அவர் எங்கே, எதற்காகப் போயிருந்தாரென்பது அவனுக்குத் தெரியவந்தது. “அது பெரிய கவுரமான குடும்ப”மென்றார். “வெள்ளைக்காறரோட செய்யிற பெரிய உத்தியோகம் தேப்பனுக்கு” என்றார். நான்கு மாமன்களுக்கு ஒரே மருமகள், அதுவும் கோர்ட்டிலே வழக்குப் பேசுகிற புரக்கிராஸியாய் ஒரு மாமன் இருக்கிறாரென்று குடும்பக் கியாதி சொன்னார். பின் அந்தக் குடும்பத்தில்தான் சண்முகத்துக்குப் பெண் பார்த்திருப்பதாக செல்லத்துரை சொன்னபோது இருவராலுமே அதிர்ச்சியடையாமல் இருக்க முடியவில்லை. சண்முகத்தின் அதிர்ச்சி இதில் அதிகமாகவிருந்தது. அதை ஒருவகையில் யேசுவின் ரட்சகத்தில் வாழ்வை நடாத்த எண்ணியிருந்த தன் கனவுகளது அந்திமமாக அவன் கண்டு துடித்தான்.

செல்லத்துரை தீர்மானித்துவிட்டார், இனி எந்தத் தடையும் அந்தத் தீர்மானத்துக்கு வருவதை அவர் அனுமதித்துவிட மாட்டாரென்பது அவனுக்குத் தெரியும். அவனது கனவுகளை அவனுக்கொரு நல்ல வாழ்வு அமைந்ததின் பின்பு மட்டுமே சாத்தியமாக்கவும், அவரது விருப்பங்களை மறுதலிக்கவும் முடியுமென்று விஷயம் தெரிந்த சிவமண்ணை மறுநாள் விளக்கினான். அவனது வெள்ளைத்தோல் தினவுகளுக்கும் அந்த பணக்காரத் திருமணமே வாய்ப்பாகுமென்றும் எடுத்துரைத்தான். அவ்வாறான தினவுகளை அடக்கி நாட்களாகியிருந்தாலும், தேவகிருபையில் வாழும் தன் விருப்பத்திற்கு அந்தத் திருமணம் வழிசமைக்குமென்று நம்பியதால் அடங்கிக்கொண்டு மேலே நடப்பனவற்றைக் காணத் தயாரானான் சண்முகம்.

பெண்பார்த்தல் வைபவம் சிறப்பாக நடந்தது. பெண்ணுக்கு பதின்மூன்று வயதென்றார்கள். பொன்னிறமாயிருந்தது அவள் மேனி. நடுத்தர வளர்த்தியான தேகம். அம்ச அமைவு அளவாயிருந்தது. அவள் கண்களில் ஒரு காந்தமிருந்து தன்னை ஈர்ப்பதுபோலிருந்தது சண்முகத்துக்கு. நிறைந்த பெரிய விழிகள் மீன்கள்போல் துள்ளின. கூந்தல் பின்னால் நீளமாய்த் தொங்கியது. 'அறுபத்துநாலு பாகமம்மா' எனக் கூவவேண்டும்போலிருந்தது அவனுக்கு.

அவன் சம்மதிப்பதற்கு அதற்குமேல் எதுவும் தேவையிருக்க வில்லை.

திருமணத்துக்கு நாள் குறித்தார்கள். பட்டு வேட்டி சால்வை சேலைகள் வாங்கப்பட்டன. செய்நகைகள் எடுத்தார்கள். பங்குனி மாதத்து நன்னாளில் சண்முகத்துக்கும் பொன்னரியத்துக்கும் திருமணம் நடந்தது. குதிரை வண்டியில் ஒரு வெள்ளைக்கார நீதவானும், அவரது மனைவியும் திருமணத்துக்கு வந்திருந்தனர். இன்னும் அப்புக்காத்துகளும் பிரக்கிராசிமார்களும் நொத்தாரிஸுகளும் அதிகம்பேர் வந்திருந்தனர்.

சண்முகம் தன் விடுதலைக்கான முதலடியை எடுத்துவைத்து விட்டதாக நினைத்தான். ஆனாலும் மணமகன் வீட்டிலேயே பெண்வந்து வாழவேண்டுமென்கிற நடைமுறை அவனது அந்த விமுக்தியில் ஒரு தடையாக வந்துவிழுந்தது. அது விலகுவதற்குமொரு சமயம் வருமென சண்முகம் காத்திருக்க வேண்டியதாயிற்று.

போகத்தின் சுவை அவனை நிழலாகத் தொடர்ந்து கொண்டிருந்தது. போகசுவை அவனைத் தொடர்வதாகவும், ஒருபோது அவனே அதைத் தொடர்வதாகவுமென அது ஒரு தோற்றமாயை விளையாட்டைச் செய்துகொண்டிருந்தது. போகமாகவே அவள் இருந்தாள். அவன் தாம்பத்திய வாழ்க்கையில் பூரணம் கண்டான். அவனெழுச்சிக்கு ஈடு கொடுத்தது மட்டுமில்லை, தானே எழுச்சியுள்ளவளாகவும் இருந்தாள் பொன்னரியம். அவள் கண்களால் சிரித்துக் கவரவும் தெரிந்திருந்தாள். இமைகள் மூடியுள்ளபோது மட்டுமே அவை மௌனம் கொண்டிருந்ததை அவன் கண்டான். நித்திரையிலும் ஒரு அணைப்பின் சுகம் கேட்டு அவளது உடல் தகிப்புக் கொண்டிருந்தது.

செல்லத்துரை ஓரளவு அமைதியாகிவிட்டார் அப்போது.

அம்மாளாச்சியைக் குடும்ப தெய்வமாய்க் கொண்டிருந்த பொன்னரியம் விசேஷ தினங்களில் கோவிலுக்குப் போனாள்.

தினசரி வீட்டில் வழிபாடாற்றினாள். அதைவிட முக்கியமாகத் தினசரி குளித்தாள். அப்படி ஆசாரமாக இருந்தவள் இரவென்று வந்துவிட்டால் ரதீகரமெடுத்துப் பாயில் அமளியே செய்து விடுகிறாள்.

பகல் அவளின் ஒருபுறத்தை மிகநேர்த்தியாய்க் காட்டியது. அன்பாயும் ஆதரவாயும் பிச்சையேற்க வருவோரை அவள் ஆதரித்தது சண்முகத்துக்கு பெரும் மனநிறைவைத் தந்தது. நெல்லுக் கூடைகளிலிருந்து மரப்பறையால் அள்ளியள்ளிக் கொடுத்தாள். பசியென்று வந்தோரை வயிறு குளிர்வித்து அனுப்பினாள். தேவகருணையை எதிர்பார்த்திருந்தவன், மனிதர்மீது பொன்னரியம் காட்டிய இரக்கத்தை வெகுவாகச் சிலாகித்தான். அவன் உள்ளிருந்த தேவ ஒளி அப்போதும் பிரகாசித்துக்கொண்டே இருந்தது.

காலம் தன்னியல்பில் நாளெனும் இதழ்களை ஒவ்வொன்றாய்க் கழற்றிக்கொண்டிருந்தது.

5

பொன்னரியம் கர்ப்பமாகியிருந்தாள். தகவல் நடந்துசென்று சேர்ந்த மறுநாள் அழைத்துப் போக வீட்டுக்கு வந்துவிட்டார் சிவகடாட்சம். "நாங்கள் பாக்கமாட்டமோ? எங்களுக்கும் மோள்மாதிரித்தான?"யென்று அவரின் ஆவலை அந்தரத்தில் விட்டுவிட்டார் செல்லத்துரை.

பத்தொன்பதாம் நூற்றாண்டின் ஆரம்பம்போல் அதன் இறுதிப் பகுதி இருக்கவில்லையெனினும், ஒரு கர்ப்பவதி வீட்டில் சிசுவின் சத்தம் மட்டுமே கேட்குமென்ற நிச்சயம் பெரும்பாலும் இல்லாதிருந்த காலமது. குழந்தையோ தாயோ அல்லது இருவருமோ மரணித்துப் பெருவோலம் எழுந்த வீடுகள் நிறைய இருந்தன அங்கே. தொடர்ந்து தொடர்ந்து வந்துகொண்டிருந்த கொள்ளை நோயும், அதன் பின் 1876இல் தொடங்கி உக்கிரம் தணிந்திருந்தாலும் அன்றளவும் தொடர்ந்து கொண்டிருந்த தாதுவருஷ பஞ்சமும் மக்களின் வாழ்நிலையைப் புரட்டிப்போட்டதோடு, மனித விருட்சத்தின் விருத்திக் கணுக்களையும் உடைத்துப் போட்டுக்கொண்டிருந்தன. கர்ப்பம்... ஒரு பயமாய்க் கர்ப்பிணி உட்பட அவள் குடும்பம் முழுவதிலும் உறைந்திருந்தது. சாவு – வாழ்வுப் பிரச்சினையாக அது இருந்தது. சிவகடாட்சத்தின் கவலையை அந்தவகையில் செல்லத்துரை உணர்ந்திருக்கவில்லை. வாயோதியாக எதையும் சொல்லிவிடக்கூடாது என்பதற்காக சிவகடாட்சமும் அதை விரித்துரைக்க விரும்பவில்லை. அவர் தாங்கலான மனத்துடன் திரும்பிச் சென்றார். ஆறு மாதங்கள் சென்றபின்னால்

மறுபடி வந்து செல்லத்துரையைச் சம்மதிக்கவைத்து பொன்னரியத்தை வீட்டுக்குக் கூட்டிப்போனார்.

தாய் ரத்தினாம்பாள் இறந்தபோது பொன்னரியத்துக்கு வயது ஆறு. நிறைமாதத்தில் குழந்தையைப் பெற்றெடுக்க முடியாத அவலத்தில் நடந்த இரட்டை மரணம் அது. அத்தனை வசதியிருந்தும் அது நடந்ததிலிருந்துதான் சிவகடாட்சம் உடைந்தார். அப்போது மானிப்பாயில் ஒரு பெண்கள் மருத்துவமனை மிஷனரியால் நிர்வகிக்கப்பட்டு வந்தது. ஆனாலும் அதை நாடுபவர்கள் பெரும்பாலும் கிறித்துவ ஈடுபாடுடையவர்களாகவே இருந்தனர்.

சிவகடாட்சத்தின் பரம்பரையில் பிள்ளைப் பேறுகள் அனைத்தும் திட்டமிட்ட முறையில் அவரவரின் வீடுகளிலேயே நடந்துவந்தன. குழந்தை பிறக்கும் நேரத்தில் வாழைமரத்தை அடியோடு வெட்டி, அது விடும் குருத்திலிருந்து குழந்தை பிறந்த நேரத்தைக் கணித்து ஜாதகம் எழுதப்பட்ட காலத்தில் அதுவே வசதியாக இருந்தது. டக்... டக்கென்று சுவரில் அடித்துக்கொண்டிருக்கிற ஜேர்மன் கடிகாரம் அன்றைக்கு சிவகடாட்சம் வீட்டில் இருந்திருக்கவில்லை. அதன் தேவையும் பெரிதாக உணரப்படாதே இருந்தது. சூரியன் தரையில் நீட்டியும் குறுக்கியும் விழுத்திய நிழல் அவர்களுக்கு நேரம் சொன்னது. மாரிகாலத்தில் வெளிச்சத்தின் அளவு அந்தக் கணிப்பைச் செய்தது. பேரக்குழந்தையின் பிறப்பைத் துல்லியமாகக் கணிக்க அவரெடுத்த முயற்சியின் விளைவே அந்தக் கடிகாரம்.

ரத்தினாம்பாளின் மரணத்தை விதியினதாய் ஏற்க சிவகடாட்சம் பிடிவாதமாய் மறுத்தார். அவர் சொல்லிவைத்திருந்த மருத்துவச்சி வந்த வண்டி குடைசாய்ந்து அவளும் காயம்பட்டதால் ஏற்பட்ட ஒருநாள் தாமதத்தின் விளைவே தாய் – சேய் மரணம் என்றார். அவர் விதியின் நம்பிக்கை வட்டத்திற்கு வெளியிலேயே நின்றிருந்தார், ஒரு நிறைந்த சிவபக்தனாகவிருந்தும். அது திட்டமிடலின் கூறு என்றே ஆங்கிலேயர் பழக்கத்தில் அவர் அடித்துச் சொன்னார்.

ரத்தினாம்பாள் தன்னோடு கூடவிருந்து குழந்தையை வளர்க்கிறாள் என்பதே பொன்னரியம் திருமணமாகும்வரை அவரது நம்பிக்கையாகவிருந்தது. அதற்குமேல் அவள் சொல்லாமல் வெளியேறிப்போன ஒரு வெற்றிடத்தில் அவர் அப்போது வாழ்ந்துகொண்டிருந்தார். மகளின் பிரசவத்தின் நன்மை தின்மையை இருந்து காணமுடியாமலே ரத்தினாம்பாள் போனாளென்று அவர் எண்ணினார். அது

அவரைப் பயமுறுத்தியது. அதனால்தான் செய்திகேட்ட நாளிலிருந்து சகலதையும் அவர் திட்டமிட்டார். பெரும்பாலும் தொழில்நிமித்தம் தவிர்ந்த வேலைகளை ஒதுக்கி மகளுடன் கூடவே இருந்துகொண்டிருந்தார் சிவகடாட்சம்.

பொன்னரியம் தந்தை வீடு வந்து ஏறக்குறைய இரண்டு வாரங்களாகியிருந்தன. மதில்சூழ்ந்த அந்தப் பெரிய வீட்டில்தான் அவள் பிறந்தது வளர்ந்தது எல்லாமேயாயிருந்தும், அந்த இரண்டு வாரங்களைக் கழிப்பதே சிரமமாகப் போய்விட்டிருந்தது அவளுக்கு. தாயை இழந்த பின்னரும்கூட அவள்மீது அன்பு கொட்டச் சிறிதுகாலம் பெத்தாச்சி இருந்தாள், தேவைகளை நிறைவேற்ற சரசு இருந்தாள். அயலிலுள்ள சைவப் பிரகாச வித்தியாசாலையில் அவளது படிப்பு இருந்த காலத்தில் சின்னச் சின்ன தோழிகள் அயலிலே இருந்தார்கள். நெருங்கிய தோழியாய் ஸ்ரீசிவகுருநாத சர்மாவின் மகள் நீலோற்பலம் இருந்தாள். ஐந்தாம் வகுப்புக்குமேல் பெண்பிள்ளைக்கு படிப்பு வேண்டாம், அதுவே அதிகமென்று சொல்லிவிட்டார் தந்தை. ஒருவித தனிமைக்குள்ளேதான் திருமணம் ஆகும்வரை அவளது காலம் பின்னால் அங்கே கழிந்திருந்தது. அவளோடு உள்ளுறவு கொண்டிருந்தவை அவளே வளர்த்த மல்லிகையும் இருவாட்சியும் செம்பரத்தையும் சூரியகாந்தியும் கனகாம்பரமும் வாசலின் கொன்றையும்தான். பூக்களால் அவை பேசின. அதிலும் ஒருவகையான நிம்மதியை அவள் அடைந்திருந்தாள். ஆனால் பேற்றுக்கு வந்திருந்த அத்தனை நாட்களில் அந்தளவு நிம்மதியைக்கூட அவளால் அடையமுடியாமல் போய்விட்டது.

அவளுக்கு அவள் வாழப்போன கந்தரோடையின் வற்றாக்கை மிகவும் பிடித்திருந்தது. இலஞ்சி நிறைந்த பின்புற வேலியும் புன்னையும் வேம்பும் நாவலும் கடுக்காய்மரமும் இலுப்பையும் கொய்யாவும் பனையும் வடலிகளும் நிறைந்த அந்தக் கூடல்வளவில் அவள் தனிமையே கண்டதில்லை. உச்சிவேளையிலும் அவள் தனியாக அந்தக் மரக்கூடலுக்குள் இச்சைப்படி நடந்து திரிந்திருக்கிறாள். உடுவில் வீட்டில் அவளது பூமரங்கள் பூக்களால் சிரித்தன. இருண்ட நிழல் விழுத்தியிருக்கும் புன்னையின் கீழ் போனாளானால், 'நேற்று நீ வரவில்லையே! நீண்டநேரமாய் எதிர்பார்த்துக்கொண்டிருந்தேன்? இதிலும் என்னை ஏமாற்றிக்கொண்டுதான் இருக்கிறா'யென்று புன்னை கேட்கும். அவளும், 'நானென்ன சின்னப்பெட்டையே வந்து இஞ்ச புன்னைக்காய் பொறுக்கி விளையாட?' எனச் சிரிப்பாள். 'இதிலுமுன்னை ஏமாத்தியிட்டதாய்ச் சொன்னியே, நானுன்னை

கந்தில் பாவை 215

வேறயெதில ஏமாத்தின?'னென்ற அவளது கேள்விக்கு, 'நான் சொல்லமாட்டன். நீயோ உன்ர புருஷனில தீரா மய்யல்ல விழுந்து கிடக்கிறாய். இனி நான் சொல்லி ஒண்டும் நடக்கப் போறதில்லை'யென புன்னை பதிலிறுக்கும். அவளும் கெக்கட்டம்போட்டுச் சிரித்தபடி, 'புருசனில மய்யலாய்க் கிடக்கிறதில என்ன பிழை?'யெனக் கேட்டபடி அப்பால் எழுந்து நிதானமாய் நடந்துசெல்வாள். அந்தப் பதனமான நடை, 'ஏன், விருப்பமெண்டா என்னை பிடிச்சிழுத்து வைச்சுக் கதையன்' என்று அதற்குக் கொடுக்கும் அவகாசமாய்த் தோன்றும்.

அவ்வகை உரையாடல்களை அவள் திரும்ப என்றும் நினைப்பதில்லை. ஒரு திரை விழுந்து நடந்தவைகளை மறைத்ததுபோல் அவளும் எல்லாம் மறந்துபோவாள். இருந்தும் மனமெங்கும் படர்ந்திருக்கும் சுகம் அன்று பூராவும் ஒரு அபூர்வ ஒளியாக அவளது முகத்தில் பொலிந்திருக்கும். களவுச் சுகம் போலொரு பரவசத்தில் அவள் மிதந்துகொண்டிருப்பாள். அச்சுவை அடுத்தமுறையும் அவளை அந்த இடத்துக்கு தன்பாட்டில் இழுத்துக்கொண்டு போய்விடும். அவளும் சண்முகத்தையும் மறந்து, மயிலாச்சியையும் மறந்து, வேலியூடாய்த் துளைத்துவந்து எப்போதும் அன்புக் கிரணங்களைப் பொழியும் பெத்தாவையும் மறந்து அங்கே இழுபட்டுவிடுவாள். சிலவேளை சண்முகம் கண்டு கேட்டிருக்கிறான், 'கட்டக்கடு மத்தியானத்தில என்னத்துக்கு அடிவளவெல்லாம் திரியிறா?' யென. 'நிழல்தான அங்க'யென அவளும் சிரித்துச் சொல்லி அந்தப் பேச்சை அந்தளவில் முடிக்கப் பார்ப்பாள். 'அதில நிண்டு மரத்தோட பேசுறதை இஞ்ச நிண்டு மனிசரோட பேசலாமெல்லே?' என அவன் தொடர்ந்து கேட்பான். 'நானெங்க கதைக்கிறன். இல்லையெண்ணாமல் எதையாவது சொல்லிப் புறுபுறுத்திருப்பன்.'

வற்றாக்கையின் வசதி அங்கேயில்லை. பெத்தாச்சியால் நடக்கவும் முடியாதிருந்தது இப்போது. தூரத்துச் சொந்தக்காரி அரசாணி வந்து வீட்டிலே தங்கிநிற்கிறாள் அவளது பிள்ளைப் பேற்றைக் கவனிக்க. அவளுக்கு சுற்றுவட்டாரத்திலே பெரும்பேர் இருந்தது, சுகப்பேறு செய்விக்க வல்ல மருத்துவச்சியென்று. வீட்டிலேயே தங்கிநின்று அவள் கண்டிப்பாய்ப் பேறு பார்க்க வேண்டுமென்று சிவகடாட்சம் சொன்ன பிறகு அவளுக்கு மறுக்க என்ன இருக்கிறது? பொன்னரியம் வருவதற்கிருந்த முதல் நாளே அவள் அங்கே வந்துவிட்டாள்.

சரசுவதி இப்போது இல்லை. குடும்பம் பெருகிக்கொண்டிருக்கிற நிலையில் இனி அங்கேயிருந்து வாழேலாதென்று புருஷன்

கூப்பிட கூடிக்கொண்டு பஞ்சமஞ்சி கிராஞ்சி போய்விட்டாள். வெளிவேலைக்கு முருகன் இருந்தான். இத்தனை ஏற்பாடுகள் இருந்தும் பேற்றை முடித்துக்கொண்டு இனி வற்றாக்கை எப்போது போகமுடியுமோவென்று பொன்னரியம் ஏக்கம் கொண்டிருந்தாள்.

வற்றாக்கையில் சண்முகத்துக்கும் தனிமைதான். பொன்னரியம் இருட்டுத் தொடங்கும்போதெல்லாம் அவனுக்கு ஞாபகமாகிக்கொண்டிருந்தாள்.

தனக்குள்ளே பேசுபவளாய் அவள் அந்தப் புன்னையின்கீழ் நிரம்பிய மணலில் முழங்கால் குத்தி காய்களைப் பொறுக்கியபடி இருப்பதை பலவேளைகளில் அவன் கண்டிருக்கிறான். அவனால் எதையும் தீர்மானிக்க முடிந்திருக்கவில்லை. மாதத்தின் மூன்றுநாள் விலக்கத்தைக்கூட ஒரு வன்முறையில்போலவே செய்வாள். மூன்று நாளுக்கு, நாளுக்கு இரண்டு வேளை வந்து வண்ணாத்தி மாற்றுத் துணி கொடுக்கவேண்டியிருந்தது. சேலை மாற்றினாலும் அடுப்படிப் பின்புறத்தைவிட்டு அரக்கவும் மாட்டாள். சாப்பாட்டைக்கூட மயிலாச்சி கொண்டுபோய்த்தான் கொடுக்கவேண்டும். படுக்கை அடுப்படித் திண்ணையில்.

அவைபற்றியெல்லாம் தான் அதிகம் யோசிக்கவிருந்த தென்பதை அவன் அறிந்துகொள்ளவில்லை. கூடல் இருந்ததோ இல்லையோ, காலையில் மழையாயினும், பனியாயினும் ஒரு தோயல், குறைந்தபட்சம் குளிப்பு, என்றும் அவளுக்குத் தவறியதில்லை. உடைமாற்றி அறையிலிருந்து வர முதல் பார்வைக்கு எவரையும் திடுக்கிட வைக்கும்படிக்கு அவள் நெற்றியில் தீட்சண்யமான மூன்று கோடுகளில் திருநீறும், பெரிய ரத்தநிற பொட்டும் துலங்கும். கேட்டால், 'நான் ஐயர்ப் பொம்பிளதான?'யென கூறிவிட்டு அப்பால் நகர்ந்துவிடுவாள். சண்முகம் அதையும் பெரிதாக எடுத்து யோசிக்கவில்லை. யோசிக்கிற அளவுக்கு அவளில் புதுமையைத்தவிர வேறெதையும் அவன் காணவில்லை. பகலில் எவ்வளவு பெரிய சாமியம்மாவாய் இருந்தாலும், பின்னேரத்தில் அவள் முகம் கழுவிவிட்டு ஒற்றைச் சிறு புள்ளிக் குங்குமத்தோடு விழிகள் சிரிக்க ஒரு சரஸாங்கியாகவே மாறிவிடுவதில் அவன் பின்னேன் எதையும் யோசிக்கவேண்டும்?

சித்திரைப் புதுவருஷம் பிறந்த பின்னால் செல்லத்துரை கும்பகோணம் செல்லத் தயாரானார். முன்பெல்லாம் அந்தளவு தளர்ச்சியுடன் அவர் இருந்ததில்லை. அவர் பயணம்பற்றிச் சொல்லும்போதுகூட இருந்த தளர்ச்சி சண்முகத்துக்கு

அதிசயமாகவிருந்தது. மனத்தில் இனம்புரியாத ஒரு அச்சம் கிளம்பியது. அதை தன் வளர்ப்புத் தந்தைமீதான ஒரு எச்சரிக்கையாகவே எண்ணினான் அவன். "அடுத்த வருஷம் போனாயென்ன, அப்பு?"

"போனமுறையும் போகேல்லை. இந்தமுறையும் போகாட்டிச் சரிவராது. கணக்கு வழக்கிருக்கு. நான் எண்ணுறன், இதுதான் என்ர கடைசித் தோணிப் பயணமெண்டு. என்னால இனி ஏலா."

இப்போதெல்லாம் அவனது கொடி அந்த சுயாதீனத்தில் ஏறுவதில்லை. அவனது உள்ளேயாய் அடங்கியிருக்கும் ரட்சக ஒளியை அவன் வெளியே பரவவிடுவது தொடங்கியிருந்தது. அவனே அந்த ஒளிப்புள்ளியை நோக்கிச் செல்ல அவாப் பிடித்திருந்தானா, அந்த ஒளிப்புள்ளி அவனைநோக்கி வந்து உள்ளே அடங்கியதா என்பது தெரியாத இயக்கம் அச்செயற்பாட்டில் இருந்தது.

ஒரு வெய்யில் சாய்ந்த பொழுதில் அயல்கிராமம் சென்றுவர லீச் சகோதரிகள் புறப்பட்டபோது சண்முகமும் கூடி வழித்துணைக்காய்ச் சென்றான். யேசு பீற்றருக்குச் சொன்ன வாசகத்தை தன்னைச் சூழநின்ற குடியானவரிடையே சகோதரி மார்க்கறெற் அன்றுதான் கூறினாள்.

"அன்பு எந்தக் கொடையைவிடவும், எந்தச் சேவையை விடவும் மகா ஐசுவர்யமானதென்று யேசுநாதர் ஒருநாள் பீற்றருக்குச் சொன்னார். அதுபோலதான், எங்களெல்லாருக்கும் இன்று சொல்லிக்கொண்டுமிருக்கிறார். 'உண்மையிலே என்மீது நீ அன்பு செலுத்துகிறாயானால் என் மந்தைகளைப் பராமரி. இந்தக் கூட்டத்தோடு இதுவரை சேர்ந்திராத இன்னும் கொஞ்சம் வெள்ளாடுகள் இருக்கின்றன. அவற்றையும் இவற்றோடு சேர்த்து நான் ஒரே மந்தையும், ஒரே மேய்ப்பனுமாக ஆக்க வேண்டியிருக்கிறது.' ஆம், ஒரே மந்தையும், ஒரே மேய்ப்பனும். அதனாலேதான் அந்த மந்தைகளாகிய உங்களைத் தேடி மேய்ப்பனிடம் சேர்ப்பிக்க நாங்கள் இப்போது இங்கே வந்திருக்கிறோம். மேய்ப்பனிடம் வாருங்கள்!" என்றாள் மார்க்கறெற்.

தங்கள் கடவுள்கள் போர் புரிந்தன, தங்கள் கடவுள்கள் அன்பு தவிர மற்றெல்லாம் செய்தன, அன்பு செய்யச் சொன்ன கடவுள் வெள்ளையர் கடவுளாகவே இருந்ததை அவர்கள் உணர்ந்ததை அவர்களது தேம்பியிருந்த முகங்கள் காட்டின.

அன்று வீடு திரும்புகிற வேளையில் இருட்டத் தொடங்கியிருந்தது. நிலா இல்லா வானத்தில் நட்சத்திரங்கள் மினுக்கிக்கொண்டிருந்தன. அப்போது கல்லொன்றில் இடறி

மார்க்கறெற் தடுமாறி விழப்போனாள். அவளின் காலிடறக் கண்ட சண்முகம், தீப்பந்தத்தை போட்டுவிட்டு அவளைத் தாங்கிப் பிடித்துக்கொண்டான். அவளது பொங்கிய இடது மார்பு அவனது நெஞ்சோடு அண்டியிருந்தது. அவளது வெண்முகத்திலிருந்து வீசிய மூச்சு அவனது முகத்தில் படிந்தது. ஒருகணம் அவள் நிமிர்ந்து அவன் கண்களை ஏறிட்டாள். தான் நுழையும் ஒரு ஊடுகாத்து எப்போதும் தொடர்ந்துகொண்டிருந்த சாத்தான், அவளின் மனத்திற்குள் புகுவதற்கு ஏற்ற சமயமாயிருந்த நொடி அது. மறுகணம் மார்க்கறெற் சுதாரித்து விலகி நிலைமையை மாற்றினாள்.

அவன் மனம் கொதித்துக்கொண்டிருந்தது. அது தேகத்தில் பரவும் முன்னம் அவர்கள் மிஷனரி வீடு வந்து சேர்ந்திருந்தனர். எலிசா அக்நியூ அப்போது விறாந்தையில் நின்றுகொண்டிருந்தார். லீச் சகோதரிகள் உள்ளே செல்ல சண்முகம் தனதில்லம் திரும்பினான். மார்க்கறெற்றின் தேகம் செய்த நெருப்பைமீறி அவனுள்ளத்தில் அவளூதிர்த்த அன்றைய வாசகங்கள் இதமான குளிர்த்தாரையாய்ப் பொழிந்துகொண்டிருந்தன. 'உண்மையில் நீ என்மீது அன்பு செலுத்துகிறாயானால் என் மந்தைகளைப் பராமரி.'

சண்முகத்துக்கு தோப்பைக் கவனிக்கும் வேலை செல்லத்துரை இல்லாத நிலையில் அதிகமாகவிருந்தது. வடிவேலு அவ்வப்போது நோய்நொடியென்று படுக்கையில் விழ ஆரம்பித்திருந்தார். இப்போது தன் திருமணமான பிள்ளைகளுக்காக வறுகியெடுக்கும் ஆர்வம் அவரிடம் அடங்கியிருந்தது. தன் கடைசிக் காலத்தை நினைக்க ஒவ்வொருவருக்கும் ஒரு சந்தர்ப்பம் வரும். அவருக்கும் அவ்வாறான ஒரு சந்தர்ப்பம் வந்திருக்கிறதென சண்முகம் எண்ணிக்கொண்டான்.

ஒருநாள் பொன்னரியத்துக்குக் குழந்தை பிறந்த செய்தியை வேலைக்காரன் முருகன் ஓடிவந்து தெரிவித்துப் போனான். மறுநாள் சண்முகம் உடுவில் போய்க் குழந்தையையும் தாயையும் பார்த்துவந்தான். பையன் பிறந்திருந்தான். சண்முகத்துக்குச் சந்தோஷம்தான். என்றாலும் குழந்தை வெள்ளையாய்ப் பிறக்கவில்லையென்று உள்ளே ஒரு குறை இருந்தது. ஆனாலும் தன்னொத்த கருமையிலில்லாமல் தாயின் கனகாம்பரப்பூ நிறத்தில் பிறந்ததை நினைத்துச் சமாதானமானான்.

குழந்தை பிறந்து முப்பத்தோராம் நாள் துடக்குக் கழித்தலுக்கு கதிரேசு, கதிரேசுவின் மனைவி, சதாசிவம் மனைவி, மயிலாச்சி, சண்முகம் எல்லோரும் உடுவில் போயிருந்தனர். சண்முகமே

வண்டி ஓட்டிச் சென்றான். எல்லா சடங்குகளும் முடிய பொன்னரியம் சண்முகத்திடம் சொல்லிவிட்டாள், தானும் கூடவருவதாக. வீட்டிலும் தந்தை பெரிதாக மறுத்துவிடவில்லை. “நீ போகத்தான் வேணுமிண்டா, சரி. ஆனா வீட்டுக்கு வந்த சண்முகம் ரண்டு நாளெண்டான்ன நிண்டிட்டுப் போகட்டுமன்” என்றார். “வீட்டில அப்புவும் இல்லை. நான் பிறகொருக்கா வந்து நிண்டுபோறன்” என்றான் அவன்.

எல்லோரும் வண்டியேறிப் புறப்பட்டனர். கதிரேசுவுக்கு பெரும் புளுகமாயிருந்தது. அவர் தன் வாழ்நாளிலேயே சாராயம் குடித்ததில்லை. அதுவும் சீமைச் சாராயம். தன் நண்பர்களுக்காக வாங்கிய சாராயத்தில் கதிரேசுவுக்கும் ஒரு கிளாஸ் ஊற்றிக் கொடுத்திருந்தார் சிவகடாட்சம். சீனக் கண்ணாடிக் கிளாஸைப் பிடித்தது ஒரு சுகமாய், சாராயம் இன்னொரு சுகமாய் இரட்டைச் சுகங்கள் அவருக்கு. வரும்போது கேட்டார் சண்முகத்திடம், “இந்தச் சாராயமெண்ட சாமானை இஞ்சயும் வாங்கலாமோ, சண்முகம்?” என.

“வாங்கலாம், அம்மான்.”

“விக்கிற இடமும் தெரியுமோ?”

‘தெரியும். இப்ப இஞ்ச எவளவும் வாங்கலாம்” என்ற சண்முகம், ‘கதிரேசம்மானுக்கு சாராயம் நல்லாய்த்தான் பிடிச்சுக்கொண்டுது’வென நினைத்துக்கொண்டான்.

“ம்!” என்றார் கதிரேசு.

பொன்னரியம் வீடு வந்து ஒரு கிழமையில் செல்லத்துரையும் திரும்பியிருந்தார். அந்தமுறை அவர் மாடுகள் கொண்டுவராதது சண்முகத்துக்கு மட்டுமில்லை, ஊருக்கே ஆச்சரியமாக இருந்தது. “ஏனப்பு..?” என்றிழுத்தான் சண்முகம். “கடல் சரியான மோசமாயிருந்திட்டுது, சம்முகம். கப்பல் கரையில நிண்டு ஆடின ஆட்டத்தில மாடுகள் ஏறமாட்டமெண்டிட்டுதுகள். திரும்பிக்கொண்டுபோய் வாங்கினவனிட்ட குடுத்திட்டு வந்திட்டன்” என்றார் சுரத்தில்லாமல்.

உடம்பு நலிவும், பயணக் களைப்பும் தெளிய அவருக்கு இரண்டு வாரங்களாகின. அந்த இரண்டு வாரத்தில் மனிசன் இருந்த இடத்தைவிட்டு ஒண்டு ரண்டுக்குத் தவிர வேறெதற்கும் அசையவில்லை. எந்நேரமும் சோகைபோட்டுச் சரிந்துசரிந்து கிடந்தார். இல்லாவிட்டால் பேய் பிடிச்சமாதிரி எங்கயோ உற்றுப் பார்த்துக்கொண்டு இருந்தார்.

'வர்றதே வருஷமொண்ணுக்கு. இந்தச் சீரில பத்துப் பவுண்தான் கொண்டுவந்தேன்னு சொல்லித் தர்றியேயா, ஒரு ராத்திரிக்கு நான் முந்தானை விரிச்சிருந்தா நீ சொல்லுற பவுண் கணக்கிலயே எவ்வளவு சம்பாதிச்சிருப்பேன்னு தெரியுமா உனக்கு? போ, இப்பிடி வந்த பக்கமாவே திரும்பிப் போயிடு. நான் கதவைச் சாத்தணும்' என்றிருந்தாள் வசந்தாமணி.

நெட்டை மரமாய் அந்த இடத்திலேயே நின்றுவிட்டார் செல்லத்துரை. 'வந்தநேரமெல்லாம் கொட்டிக்கொடுத்ததை மறந்து என்ன பேச்சுப் பேசியிட்டாள் இந்தத் தேவடியா'ளென்று மனம்முழுக்க உழைந்தது அவருக்கு. அவர் அங்கே இருந்தபோது எப்போதும் கூடவேயும், இல்லாதபோது மனத்திலேயுமாக அவளை வைத்திருந்தவர் அவர். வசந்தாமணி அங்கே அவரை வெளியேற்றினாள். புளுங்கிப் புளுங்கி வந்தவர் இங்கே முடிவாக அவளை வெளியேற்றினார். பேயோட்டிவிட்ட நிம்மதி அப்போது அவரிடத்தில் இறங்கியிருந்தது.

ஒருநாள் மாலை யாழ்ப்பாணம் கச்சேரி போயிருந்த சமயத்தில் வாங்கிவந்து மறைத்துவைத்திருந்த சாராயத்தை எடுத்துக்கொண்டு போய் கதிரேசு வீட்டில் வைத்து அவருடன் சேர்ந்து குடித்தான் சண்முகம். கள்ளுக் குடித்திருக்கிறான். பன்னிரண்டு வயதில் ஆரம்பித்தது அந்தப் பழக்கம். செத்தை பிரித்த காலங்களில் பிசாசாசை இருந்தாலும் அவன் தயங்க, மேலே உந்தித்தள்ளியது அவனுள்ளிறங்கியிருந்த கள்தான். வேலி பாய்கிற நேரங்களில் ஒரு கைகொடுத்து தூக்கிவிட்டதும் அதுதான். அது ஒருவிதமான போதை. அமர்ந்திருந்தால் எழுந்துநின்று தலையை மிதக்கச்செய்யும் வல்லபம் அதற்கிருந்தது. சாராயமோ இருந்தவனை எழுந்துநின்று சன்னதம் ஆடவைப்பது. உள்ளே அலுத்திருக்கும் மனத்தை உருவியிழுத்து வெளியே சுதந்திரமாய்ப் பறக்க விடுவது.

"இரு, கொல்லைக்குப் போட்டுவாறன்" என்றுவிட்டு கதிரேசு எழுந்து நடந்தார்.

நான்கு பிள்ளைகள் பெத்து, அதுகளையும் கரையேற்றிவிட்டு இருக்கிறவளை, அவள் கணவன் வெளிக்குப் போன சமயத்தில் கூப்பிட்டு முன்னால் அமர வைத்து, பேணியில் சாராயம் ஊற்றி 'கட்டாயம் நீ ருசியெண்டான்ன தெரிஞ்சிருக்கவேணும், மாமி' யென்று குடிக்கவைத்தது அவன் மட்டுமில்லை. 'கள்ளெல்லாம் குடிச்சுத்தானிருக்கிற'னென்று வாங்கிக் குடித்துவிட்டு முகத்தைச் சுழித்தவளை, சிரித்துக்கொண்டே நெஞ்சமுங்கக் கட்டிப்பிடித்து அவனைக் கொஞ்சவும், அதைஅனுபவித்துப்பெற அவளையும்

வைத்தது அவரவரின் அடங்கிக்கிடந்த வேட்கைகளில்லை. சாராயம் செய்தது.

திரும்பிவந்த கதிரேசு, "இனி எனக்குக் காணும்" என்று விட்டார். சண்முகத்துக்கும் அப்படியே தோன்றியது. பாதிச் சாராயம் இருந்த போத்தலை மூடி, 'தனியா எடுத்து அடிச்சிடாத'யென்று, ஒரு மூலையில் பதுக்கி வைத்துவிட்டு சண்முகம் வீட்டுக்கு வந்தான்.

திறந்திருந்த அறைக்குள் பொன்னரியம் படுத்திருந்தாள். சன்னல் மூடிக்கிடந்ததில் இருள் உள்ளே அடைந்திருந்தது. குழந்தையைக் குனிந்து சிறிதுநேரம் பார்த்துக்கொண்டிருந்தவன், பேசாமல் தன்னையும் பக்கத்தில் சரித்தான். அன்றைக்குத் தன்னால் இயலுமென்று எண்ணியிருந்தாள் பொன்னரியம். குழந்தை வயிற்றிலிருக்கும்போதுகூட, 'என்னைத் தேடேல்லையோ பாச்சி?'யென்று அவன் களவாய் அவளது நெஞ்சை ஒரு அமுக்கு அமுக்கிவிட்டுப் போகிறவன், ஒரு சொட்டு தேகவிழைச்சலைக்கூட காட்டாமல் படுத்ததை அதிசயத்தோடு பார்த்தபடி அருகே கிடந்திருந்தாள் அவள்.

அடுத்தநாள் காலையில் அக்கம்பக்கத்து குடிமனைகாரர் சிலர் செல்லத்துரையைச் சந்திக்க வந்திருந்தனர். "எல்லாம் முந்தின சங்கதிதான், செல்லத்துரை" என்று தொடங்கினார் சாம்பசிவம். சமூகத்தில் மோசமான மாற்றங்கள் ஏற்பட்டுக் கொண்டிருப்பதாகவும், அவற்றுக்கான மாற்றுக் காண்பதுபற்றி தாங்கள் பேசவந்ததாயும் சொன்னார் கார்திகேசு. போனதடவை அடிவாங்கிக்கொண்டு ஓடிய கச்சப்பு, மூண்டு வருசத்துக்குப் பிறகு திரும்பிவந்து பழையபடி வேதக்கோயிலுக்குப் போறதும், அவர்களின் பள்ளியில் படிக்கிறதுமான துணிச்சலைப்பற்றி அனைவரும் ஒத்தபடி பிரலாபித்தனர். "நீர் வாறதத்தான் பாத்துக்கொண்டு இந்தளவு நாளும் இருந்தனாங்கள்" என்று கூறிய சாம்பசிவம் அவரின் பதிலுக்குக் காத்திருந்தார்.

"எனக்கோ வயசுபோட்டுது. ஏலாவாளியும் ஆயிட்டன். மனமும் சரியில்லை. இனி எதுக்கும் சம்முகத்தோட கதையுங்கோ" என்று ஒதுங்கினார் செல்லத்துரை. நீண்டகாலம் தன் வயதிலிருந்து விடுபட்டிருந்தவர் அவர். இப்போது அது அவரை அமுக்கிப்பிடித்து தனக்குள் வைத்துக்கொண்டிருந்தது. மீற எண்ணினாலும் முடியாததாய் இருந்தது அவருக்கு.

கேட்ட சண்முகம், "நான் சொல்லுறதுக்கு இதில என்ன இருக்கு? அவன் வேதத்தை விரும்புறான். வேதக்கோயிலுக்குப் போறான். இதுக்கு ஆர் என்ன சொல்லேலும்?" என்றுகொண்டு

பேச்சைமுடித்துப் போகவிருந்தவனை வலிந்து அங்கே அமர வைத்தனர்.

அவர்களில் ஒரு பெரியவர், "சம்முகம், அவன் வேதத்தை விரும்பினாலும் சரி, சைவத்த விரும்பினாலும் சரி எங்களுக் கொண்டுமில்ல. சாதி சொல்லாத வேதத்தில சேந்துகொண்டு அவன் சாதியில்லாதமாதிரி எங்களையெல்லாம் மதிக்காம நடக்கிறதுதான் எங்களுக்கு வில்லங்கமாயிருக்கு. சாதி இல்லையெண்டு நீ பறைய வீட்டில போய் தண்ணி வாங்கிக் குடிச்சிடுவியோ? இல்லாட்டி கீழ்ச்சாதிக்காறனுக்கு செம்பில தண்ணி கொண்டுபோய்க் குடுத்திடுவியோ?" என்று மிக்க சாதுர்யமாய்க் கேட்டார்.

சண்முகம் தயங்கியது அவருக்கு வாய்ப்பாய்ப்போனது. "சாதியில்லயெண்டுகொண்டு எதையும் செய்திடேலாது, சம்முகம். நாளைக்கு இவங்கள் கோயிலுக்குள்ள வர வேணுமெண்டு நிப்பாங்கள். பிறகு கேணிக்குள்ள இறங்கித் தீர்த்தமெடுப்பாங்கள். பிறகொருநாளைக்கு வந்து எங்கட வீட்டுக் கிணத்திலயே தண்ணி அள்ளுவாங்கள். சாதியான சாதியில பிறந்திட்டு இதயெல்லாம் என்னெண்டு சம்முகம் நீ சும்மா பாத்துக்கொண்டிருப்பாய்? சாதியில்லையெண்டு அவங்கள் நிக்கிறதாலதான இண்டைக்கு பண்ணைவேலைக்கும் ஆளில்லாம இருக்கு. இதுக்கு என்ன செய்யிறது, சொல்லு, சம்முகம்?"

சண்முகம் யோசித்தான். மார்க்கறெற்றின் குரல் மனத்தில் ஒலித்தது: 'உலகத்திலுள்ளதெல்லாம் ஒரே உயிர். உயர்ந்தது – தாழ்ந்தது இல்லை. பண்ணை – அடிமை இல்லை. யேசுநாதரின் மந்தையில் ஒவ்வொரு ஆடும் சமானமானது.' அவன் மனத்துள்ளிருந்த ஒளி இருள் பிளந்து மேலெழுந்தது. சிறிதுநேரத்தின் பின் ஒரு அரயண்டத்தைப் பார்ப்பதுபோல் சண்முகம் அவர்களைப் பார்த்தான். மீண்டும் முதியவர் பதிலை வற்புறுத்த, சட்டென எழுந்த சண்முகம், "இதுக்கெல்லாம் ஒண்டும் செய்திடேலாது, பெரியப்பு. நாங்களெல்லாம் ஒரே கடவுளின்ர புள்ளையள்தான? வேதமெண்டான்ன சைவமெண்டான்ன, நம்பிக்கைவைச்சாப் போதாதோ? வெள்ளைக்காறன்ர காசு இனிக்கும், வேதம்தான் கசக்குதோ?" என்றுவிட்டு அப்பால் சென்றுவிட்டான்.

"பாத்தியே செல்லத்துரை, உன்ர மோன் என்ன சொல்லி யிட்டுப் போறானெண்டு?" என்று செல்லத்துரையின் பக்கம் திரும்பினார் சாம்பசிவம்.

“சரியாய் ஒரு வேதக்காறன்மாதிரியே கதைச்சிட்டுப் போறானே!” என்று முகஞ்சுளித்தார் ஒருவர்.

“அந்தப் பக்கத்தில ... உவரை நான் அடிக்கடி கண்டிருக்கிறன்” என்றார் இன்னொருவர்.

‘உவங்கள் வீண் கதையெல்லாம் கதைச்சு வேதத்தின்ர பக்கம் நிக்கிறதாய் என்ர குடும்பத்துக்குச் சீல்குத்தப் போகிறாங் களே!’ என்றெண்ணிய செல்லத்துரைக்கு, தன்னை அவர் களோடிணைப்பதைத் தவிர வேறுவழி தோன்றவில்லை. “அப்ப என்ன செய்யலாமெண்டிருக்கிறியள்?”

“எதாச்சும் செய்யவேணும், செல்லத்துரை. ஆனா ஒண்டு, அது போனமுறையைப்போல சறுக்கலாய் இருக்கக்குடாது.”

நாட்கள் சில ஆயின.

கச்சப்பு ஒருநாள் தன் நடைவியாபாரத்துக்குப் புறப்பட்ட சமயம் கூடிப்பேசியவர்களெல்லாம் ஒன்றுசேர்ந்து இடைவழியில் அவனை மறித்தனர். ஊரே திரண்டு வந்ததுபோல் திடீரென தன்னைச் சூழ்ந்தவர்களைக் கண்டு கச்சப்பு திடுக்கிட்டுப்போனான். கூட்டம், பழையபடி அவனையும் அவன் குடும்பத்தாரையும் வயல்கூலி வேலைக்கு வரவேண்டுமென்று கட்டாயப்படுத்தியது. கச்சப்புவுக்கு ஒத்துக்கொள்ள அதில் ஏதுமில்லை. அவனுக்கு அவன் தேவன் மேலேயிருந்து நம்பிக்கையும், தைரியமும் அளிக்கும் ஒளியை வீசிக்கொண்டிருந்தார். அவன் அச்சமேதுமின்றி மறுத்தான். உடனே அவனை அடித்து, அவனது வியாபாரப் பொட்டளியைப் பறித்து, வைத்திருந்த பணமெல்லாவற்றையும் பிடுங்கிய பின், அவனது கண்களைக் கட்டி பத்து மைல் தூரத்தில் ஏதென்று அவன் அறியாத ஒரு தொலையூரில் கொண்டுபோய் விட்டுவிட்டுவந்தார்கள்.

சில வாரங்களில் மீண்டும் ஊரில் அவன் பிரசன்னமானான்.

ஒன்றுக்கும் அடங்குகிறானில்லையே என்று பொங்கியவர்கள் அவன்மீது சட்டநடவடிக்கையெடுக்க கோர்ட்டிலே தமது பண்ணையில் வந்து அவன் களவெடுத்ததாக வழக்குப் போட்டார்கள்,

இந்த விஷயம் ஊர்க் கிறித்துவ சமூகத்தில் தெரியவர, சில கிறித்தவ உயர்குலத்தவர் தலையிட்டு இரண்டு பகுதிக்குமிடையே இணக்கம் ஏற்படுத்த முயற்சித்தனர். மிஷனரியின் செல்வாக்கை எடுத்துக்கூறி, மிஷனரி நினைத்தால் அவர்கள் கச்சப்புவைத் தாக்கிய குற்றத்துக்காகவும், பொய்யான புகாரளிப்புக்காகவும்

மறியல்போகவேண்டி நேரும் என விளக்கிக்கூற, வழக்குத் தவணையன்று நீதிமன்றம் போகாமல் விட்டார்கள். இது அவர்களைக் கணிசமான ஒரு தொகைக் குற்றப்பணத்தை நீதிமன்றத்தில் செலுத்தவேண்டியதாக்கியது.

தம்மைக் குற்றப்பணம் கட்டச் செய்துவிட்டானேயென்று பொங்கியெழுந்த அச் சமூகம், மறுபடி கச்சப்புவைப் பிடித்து அடித்து இழுத்துவந்து அவனுக்குத் தண்டனை அளித்தது. நெற்றியில் ஒரு கல்லை வைத்து அது விழுந்துவிடாதபடி உச்சி வெய்யிலைப் பார்த்துக்கொண்டு அவனை மூன்றுமணிநேரம் நிற்கவைத்துக் கொடுமைப்படுத்தியது. பழுத்து வெடிக்கத் தயாரான வெள்ளரிப்பழம்போல பொதுபொதுத்துக் கிடந்த முகத்தோடு கடைசியில் இறுதி எச்சரிக்கையுடன் கச்சப்புவைப் போகவிட்டது.

அவனோ தன் உள்ளொளியின் வழி நடத்தலில் மீண்டும் தேவாலயம் சென்று பிரார்த்தனை செய்துவரத் தொடங்கினான்.

பொறுக்கமுடியாதவர்கள் மறுபடி கூடி ஆலோசித்தனர். ஒருநாள் அவனைப் பிடித்து சாம்பசிவத்தின் தோட்டக் கொட்டிலுக்குக் கொண்டுபோய்விட்டனர். அங்கே கைகளையும் கால்களையும் கட்டியநிலையில் நிர்வாணியாய்ப் போட்டு விட்டார்கள். அழுதபடி குறண்டிக்கொண்டு தன் பிறந்தமேனி மறைத்துக்கிடந்தான் கச்சப்பு. அவனது பிருஷ்டங்களையே பார்த்தபடி மீசையை முறுக்கிக்கொண்டு நின்ற சாம்பசிவம், "ம் . . !" என்று முறுகினார். பின், "இஞ்ச சரியான ஆம்பிளயள் ஆரும் இருக்கிறியளோடா?" என்றவாறு பின்னால் நின்றிருந்த தடிக்கூட்டத்தைநோக்கித் திரும்பினார். "என்ன கேள்வியிது, அம்மான்?" என்று முன்னகர்ந்தான் ஓராள். "ஏனில்ல?"யென்று கேட்டான் இன்னோராள். "அப்புடியெண்டா, இந்த தோறை மோனை பொம்பிளயாக்கி விடுங்கோடா . . ." என அலறினார் சாம்பசிவம்.

பாதி மயக்கநிலையில் கிடந்த கச்சப்பு கேட்டுத் துடித்துக் கதறினான்.

இதற்கிடையில் கச்சப்பு கட்டிப்போடப்பட்டுள்ள விஷயத்தை ஊர்க் கிறித்தவர் ஒருவர் மார்க்கறெற்றை அழைத்துக் காண்பித்தார். அதை எப்படியோ சாம்பசிவம் கூட்டமும் கண்டுகொண்டது. சகோதரி மார்க்கறெற் அவசரமாய்க் கிளம்புவதைக் கண்டு சட்டநடவடிக்கை எடுப்பாரோ எனப் பயந்த அவர்கள், கல்லு முள்ளெல்லாம் அவனை இழுத்துச்சென்று துன்புறுத்திய பின் விட்டுவிட்டார்கள்.

இவ்விஷயம் குறித்து மார்க்கறெற் செய்த முறைப்பாட்டின்படி வழக்கு நீதிபதியிடம் சென்றது. அவர்களைக் கைதுசெய்யவும், சிறையிலடைக்கவும் ஆணை பிறப்பித்தார் நீதிபதி. வழக்கு விசாரணையில் தாம் குற்றவாளியென முடிவாகுமானால் நீண்டகாலம் சிறையிருக்க நேரும் என்பதுணர்ந்த உயர்சாதியினர் சமரசத்துக்கு முனைய, அதை ஊரின் அமைதியும் சமாதானமும் கருதி மிஷனரி ஒப்புக்கொண்டது. ஆயினும் அவ்விளைஞனின் இழப்புகளுக்கான ஒரு தொகையாக நூறு ரூபாய் நஷ்ட ஈடு கட்டவேண்டுமென்றும், இனிமேல் அவ்விளைஞன் விஷயத்தில் அவர்கள் தலையிடக்கூடாதென்றும் விதித்த நிபந்தனைகளை ஏற்றனர்.

வழக்கு கைவிடப்பட்டது.

அவன் பட்ட துன்பங்கள் அறிந்து அவனுக்காக வருந்திய சண்முகத்தின் மனம் அந்த முடிவினால் ஆறுதலடைந்தது.

6

செல்லத்துரையின் வளவில் நின்றிருந்த மாமரமொன்று தன் அடர்கிளை நீட்டிக் கதிரேசுவின் காணிக்குள் பரந்து நின்றிருந்தது. கிளை படர்ந்திருந்த இடத்துக்குக் கீழே இரண்டு ஆண்டுகளுக்கு முன்னர் இரண்டு தென்னம்பிள்ளைகளைக் குழிவெட்டி நட்டிருந்தார் கதிரேசு. அவை வைத்தபோதிருந்ததற்கு மேலே ஒரு அடி வளரவில்லை. ஆடு மாடு வாய்வைக்காமல் கூடடைத்துவிட்டும் தண்ணீரூற்றியும் அவை நராங்கலாய்ப் போய்க்கொண்டிருந்தன. அது கண்ட கதிரேசு ஒருநாள் குறுக்கு வேலியடியில் நின்ற செல்லத்துரையிடம் அந்த மாமரக் கிளையை வெட்டிவிட்டாலென்ன என மிக இங்கிதமாகக் கேட்டிருக்கிறார். செல்லத்துரை அந்தநேரத்தில் என்ன நிலையிலிருந்தாரோ தாறுமாறாக அவரைப் பேச, கதிரேசுவும் எதிர்த்து எதுவோ சொல்ல, கோபம் தாங்காத செல்லத்துரை வேலிபாய்ந்து போய் அவரை அடிக்கக் கையோங்கிவிடுகிறார்.

தன் மனைவி பார்த்துக்கொண்டிருக்கும்போதே செல்லத்துரை அடிக்கவந்ததும், 'விடுங்கோ அண்ணை, அந்தாள் தெரியாமல் எதோ சொல்லியிட்டுது' என்று அவளே நடுவில் வந்து தடுத்துக் காப்பாற்றியதும் கதிரேசுவிடம் பெரிய ரோஷத்தைக் கிளப்பிவிடுகிறது. தான் வழக்குப்போடப்போவதாக் கூறிக்கொண்டு முன்னிரவு முழுக்க கத்திக்கொண்டே இருந்தார் கதிரேசு.

மறுநாள் வெளியில் சந்தித்த சிநேகிதர்களிடையே முதல்நாள் நடந்த சம்பவத்தைப் பிரஸ்தாபித்து,

கோர்ட்டுக்கு கதிரேசு சென்றால் வழக்கின் சாதக பாதக பலன்கள் எப்படியிருக்குமென செல்லத்துரை விசாரித்தார்.

ஒரு நண்பர் சொன்னார்: "வழக்கு நிக்காது, செல்லத்துரை. நீ ஒண்டுக்கும் யோசியாத. முந்தி இந்தமாதிரி ஒரு வழக்கு மல்லாகம் கோட்டில நடந்தது. அடுத்த வளவுக்க நிண்ட தென்னையிலயிருந்து குரும்பையளும் பாளையளும் பழுத்தோலையளும் தன்ர வீட்டுக் கூரைக்கு மேல விழுறதாய்ப் போட்ட வழக்கொண்டு, வருஷக்கணக்காய் இழுபட்டு, கடைசியில ஒரு முடிவுக்கு வந்துது. வளத்த மரத்தைத் தறிக்கத் தேவையில்லை, வேணுமெண்டா அவன் தன்ர குடிலைப் பிடுங்கி வேறயிடத்தில கட்டட்டுமெண்டுதான் நீதவான் தீர்ப்பளிச்சவர். நீதவானை ஆரெண்டு நினைக்கிறாய்? எல்லாம் வெள்ளைக்காற நீதவான், செல்லத்துரை. அவன் தீர்ப்புச் சொன்னா சரியாத்தானே இருக்கும்?"

செல்லத்துரைக்கும் அது சரியானதாகவே தோன்றியது. அவரும் கதிரேசு எதுவென்றாலும் செய்யட்டுமென்று பேசாமல் விட்டுவிட்டார். ஒரு சந்துப் பேச்சை, சமரசத்தை எதிர்பார்த்திருந்த கதிரேசு செல்லத்துரையின் அசட்டையில் மேலும் கொதிப்படைந்து மல்லாகம் போய் ஒரு பிரக்கிராஸியை அணுகி வழக்குப் போட்டுவிட்டார்.

ஒருநாள் வழக்கு விசாரணைக்குக் குறிப்பிட்ட தினத்தில் வரச்சொல்லி தபால்கொண்டோடி வந்து செல்லத்துரைக்குக் கட்டளை கொடுத்துவிட்டுப் போனான். 'ஒரு அஞ்சு பரப்பு வீட்டுக் காணியையும், பத்துப் பரப்பு வயல் காணியையும் வைச்சிருக்கிற ஒரு பொறுக்கி, தோப்பும் துரவுமாய் இருக்கிற என்னில வழக்குப்போட்டு என்னைப் பரிசுகெடுத்தியிட்டானே?'யென்ற ரோஷம் அவரை நடுங்கவைத்தது. செல்லத்துரை உடனேயே மல்லாகம் ஓடினார் கட்டளைக் கடுதாசியுடன். சிவில் வழக்குக்கு பெயர்போன ஒரு பிரக்கிராஸியை அணுகி வழக்கின் விபரம் சொல்லி வெற்றி வாய்ப்புகள்பற்றி விசாரித்தார். அதுமாதிரி நூறு வழக்குகளைத் தான் நடத்தியிருப்பதாகவும், வளர்ப்புமரத்தினதும் நிழல்மரத்தினதும் விஷயங்கள் வேறுவேறு என்றும், தீர்ப்பு செல்லத்துரைக்குச் சாதகமாகவே அமையுமென்றும் நம்பிக்கை தெரிவித்தார் பிரக்கிராஸி.

அப்போது செல்லத்துரை கேட்டார்: "ஐயா, அதென்ன வளர்ப்புமரம் . . . நிழல்மரம் . . . எனக்கு ஒருக்கா விளங்கச் சொல்லவேணும்."

பிரக்கிராஸி விளக்கினார்: "அப்பன், வளர்ப்புமரம் எண்டிறது மா, பிலா, தென்னைமாதிரி நட்டு தண்ணியூத்தி

வளக்கிற மரங்கள. பின்னை நிழல்மரமெண்டிறது தானாய் வளருற பனை, வாகை, வேம்பு, நாவல், இலுப்பைமாதிரி மரங்கள. வைச்சு வளக்கிற மரம் தற்செயலாய் அடுத்த வளவுக்குள்ளை போயிட்டா, அதைத் தறிக்கச்சொல்ல சட்டமில்லை. அதுமாதிரி நிழல் மரமொண்டு அடுத்தாளின்ர வளவுக்க போட்டுதெண்டால் அதை தறிக்கச்சொல்லி கோட்டுக்குப் போகலாம். அப்பிடிப் போனா சட்டம் அதை தறிக்கத்தான் சொல்லும். விளங்குதோ, அப்பன். நீர் ஒண்டுக்கும் யோசியாமல் போம். தவணையிலண்டைக்கு கோட்டுக்குமட்டும் நேரத்தோட வந்திடும். வழக்கை வெண்டுதாற பொறுப்பு என்ர."

வழக்குத் தவணையிலன்று தனக்காக வாதாட அவரை அமர்த்திக்கொண்டு செல்லத்துரை வீடு வந்துவிட்டார்.

பிரக்கிராஸியைச் சந்திக்கும்வரை கொஞ்சம் அடக்கமாய் நடந்துகொண்டிருந்த செல்லத்துரை, அதற்குமேல் எழுப்பமாக நடந்துகொள்ள ஆரம்பித்துவிட்டார். கதிரேசுவைக் கண்டால் கீழே காறித் துப்புவதும், புடுக்கர் ... கிஞ்சித்தனம் பண்ணுறவன் ... அவன் . . . இவனென்று யாரையோபோல் திட்டுவதுமாக அவரது கலகம் பெரிதாகவிருந்தது. கதிரேசுவுக்கு ஒன்றும் செய்யமுடியவில்லை. எல்லாவற்றுக்கும் தவணை வரட்டுமென்று காத்திருந்தார்.

வழக்குநாள் வந்தது. வாதி பிரதிவாதி இருவருமே நீதாசனத்தார் சபையில் சமூகளித்திருந்தனர். அன்றைக்கு இரண்டாவது வழக்காக அவர்களுடையது விசாரணைக்கு எடுக்கப்பட்டது. வெள்ளைக்கார நீதிபதி வெள்ளைச் சுருள் தலையணியுடன் நீதாசனத்தில் அமர்ந்திருந்தார். கந்தரோடை மட்டுமல்ல, அயல் கிராமங்களுமே அந்த வழக்கு விசாரணை பார்க்க நீதிச்சபையில் அன்றைக்குக் கூடியிருந்தது.

இரண்டு பக்க நியாயங்களையும் கேட்டுத் தீர்ப்பு வழங்கத் தயாராவதற்கு நீதிபதிக்குத் தேவைப்பட்ட நேரம் ஒரேயொரு மணத்தியாலம்தான்.

விசாரணை முடிய நீதிபதி தீர்ப்பை இறகுப் பேனாவினால் மையைத் தொட்டு எழுதினார்.

எல்லோரும் முண்டியடித்தனர் சந்தடியில்லாமல்.

முன்பு அதே நீதிபதியின் முன்னிலையில் விசாரணை நடத்தப்பெற்ற தென்னைமர வழக்கொன்றினை ஆதாரம் காட்டி, வளர்ப்பு மரத்தைத் தறிக்கச் சொல்ல சட்டத்தில் இடமில்லையென செல்லத்துரையின் பிரக்கிராஸி இங்கிஷில் வாதம் செய்திருந்ததைக்

கண்டு, செல்லத்துரை வெண்டுவிட்டானென்று அவரின் நண்பர்களுக்கிடையில் நம்பிக்கை தளிர்த்திருந்தது. கதிரேசும் நண்பர்களும் ஏக்கம் பிடித்துத் தீர்ப்பைக் கேட்கத் தயாராய் நின்றிருந்தனர்.

தீர்ப்பு எழுதி முடிந்ததும் நீதவான் நிதானமாக அதை வாசித்தார்: "இதுபோல் நடந்த இன்னொரு வழக்கில் நான் வழங்கிய தீர்ப்பையே உதாரணம்காட்டி வழக்காளியின் பிரக்கிராஸியும் வாதிட்டிருந்தார். தென்னைமர விஷயத்தில் அது இப்போதும் சரியானதேயாகும். ஆனால் நிழல் மர விவகாரமும், வளர்ப்பு மர விவகாரமும் வேறுவேறுபோல், வளர்ப்பு மரங்களான மாமர விவகாரமும், தென்னை மர விவகாரமும்கூட வேறானவையே. இந்த மாமர வழக்கில் பிரதிவாதி கேட்டபடி மரத்தின் கிளையைத் தறிக்கத்தான் வேண்டும். ஏனெனில் மா வளர்ப்பு மரமேயானாலும், அதற்கு கிளை இருக்கிறவகையில், அதன் கிளையை வெட்டுவது மரத்தையே வெட்டுவதாக ஆகாது. அதனால் இந்தத் தீர்ப்பை ஏற்று மாமரக் கிளையை வாதி ஒரு வாரத்துள் வெட்டிவிடவேண்டுமென இத்தால் தீர்ப்பளிக்கிறேன்."

செல்லத்துரை அங்கேயே உடைந்து சிதறினார். அந்த மோட்டுப் பிரக்கிராஸி தென்னையையும் மாவையும் ஒன்றாய் நினைத்துவிட்டானேயென்று மனத்துக்குள்ளாகத் திட்டிக்கொண்டு நீதிமன்றத்தைவிட்டு வெளியேறினார். விறாந்தையில் நின்று கதிரேசு யாருடனோ சிரித்துக்கதைப்பது கண்டு கொதித்தவர், வேஷ்டி உரிந்து கோமணம் தெரிய நடப்பவர்போல் வெக்கறைப்பட்டுக்கொண்டே வீடு வந்துசேர்ந்தார்.

அதற்கு மேல் கனகாலம் உயிரோடிருக்கவில்லை செல்லத்துரை.

சொத்து முழுவதும் சண்முகத்தின் ஆர்ஜிதத்தில் வந்தது.

ஒருநாள் செல்லத்துரையின் மாமன் வடிவேலு தங்கியிருந்த குடில்போய் தோப்பைவிட்டு விரைவில் வெளியேறும்படி சொல்லிவிட்டு வந்தான் சண்முகம். அவரும் போக்கிட முள்ளவராய் இருந்ததில் சிலநாட்களிலே அங்கிருந்து வெளியேறிவிட்டார். போகும்போது அவர் செய்தது சண்முகத்தை வெகுவாக வெகுளவைத்தது. 'இந்தக் கொட்டில் கொப்பர் போட்டுத் தரேல்ல, நான் போட்டது. அதால அதை நானே புடுங்கிக்கொண்டு போற'னென்று பிடுங்கியவர், மரங்கள் கீற்றுகளை தோப்புக்கு வெளியிலுள்ள வெளியிடத்திலே போட்டுவிட்டுப் போய்விட்டார். ஊர்ச் சனம்தான் விறகுக்

கென்றும், வீட்டின் மற்றைய தேவைகளுக்கென்றும் பொறுக்கிக் கொண்டு போயிற்று. அதோடு ஒரு சனியன் தொலைந்ததென்று சண்முகம் தன்னைத் தேற்றிக்கொண்டு பேசாமலிருந்து விட்டான்.

இரண்டாவது குழந்தை மங்களநாயகி பிறந்த பின்னால் பொன்னரியம் முன்புபோல் காமம் கிளர்ந்தவளாயில்லை. குழந்தைகளோடு காலத்தைக் கழிக்கத் தொடங்கியிருந்தாள். நடுவளவெங்கும் நண்பகல்களில் அலைவதுகூட அவளிடத்தில் குறைந்திருந்தது. வீட்டு வேலைநேரம் தவிர்ந்த மற்றைய பொழுதில் அடுப்படிக்குப் பக்கமாய் மஞ்சளும் இஞ்சியும் வெற்றிலையும் பருவத்துக்கு பருவம் ராசவள்ளியும் வளர்க்கத் தொடங்கினாள். பூமரங்கள் வளர்த்துவந்தவளிடத்தில் அம்மாதிரி ஆசை வந்தது சண்முகத்துக்கு பெரிய வித்தியாசத்தைக் காட்டவில்லை.

லீச் சகோதரிகள் உடுப்பிட்டி மிஷனரியிலிருந்து வேறு மிஷனரி வேலைகளைச் செய்யவேண்டி அமெரிக்கா செல்லவிருந்தனர். அவர்கள் புறப்பாடு தெரிந்து சண்முகமும் சென்று அவர்களது பிரியாவிடையில் கலந்துகொண்டு வந்தான். சண்முகத்தின் வேதசமய ஈடுபாடு அப்போது வெளிவெளியாகவே இருந்தது. கச்சப்புவோடும் அப்பாசாமியோடும் பழக்கம் இறுக்கமாகியிருந்தது. செல்லத்துரை இல்லாதபோது அவனைக் கட்டுப்படுத்த ஆச்சியாலா, பெண்சாதியாலா யாரால் முடியப்போகிறது?

ஒரு ஆணும் ஒரு பெண்ணுமாக இரண்டு குழந்தைகளுக்கு ஏற்கனவே தாயாகியிருந்த பொன்னரியம் மேலும் ஒரு குழந்தைக்கு அப்போது தாயாகியிருந்தாள். மூன்றாவதாகப் பிறந்த அந்த ஆண்பிள்ளைக்கு அன்றைக்கு பெயர் வைக்கவிருந்தது. உடுவிலிலிருந்து உறவினர்கள், செல்லத்துரையின் இளைய சகோதரியின் வழியிலென்று சிலர் அன்றைக்கு வீடு வந்திருந்தார்கள். வாசலில் இரண்டு மூன்று மாட்டுவண்டிகள் நின்றுகொண்டிருந்தன, ஒரு பெரியதனத்தைச் சொல்லிக்கொண்டு. இரகசியமாய்ச் சிலர் சாராயம் அருந்தினார்கள். அதில் சிலர் போதைகொண்டு பரகசியமாய் தமாஸ்களில் ஈடுபட்டனர். சிலர் பகிரங்கமாய்க் கள்ளருந்தினார்கள். மறைவாக கேலிகளும் புறணிகளும் சொல்லிச் சிரித்தார்கள். எல்லாம் நல்ல விதமாக நடந்து இறுதியாகப் பெயர் வைக்கிற பொழுது வந்தது.

எல்லோரும் சண்முகத்தின் வாயிலிருந்து என்ன பெயர் வரப்போகிறதென்று காத்திருந்தார்கள். பொன்னரியத்துக்கும்

அதேயளவு ஆவல். அவன் அவளோடு வழக்கம்போல் அதுபற்றி ஆலோசித்திருக்கவில்லை.

சண்முகம் வாய்திறந்தான்: "லாசரஸ் ... லாசரஸ் ராசரத்தினம்!"

எல்லாரது ஆர்வமும் சடசடத்து வீழ்ந்தது.

'வேதப்பேரா வைக்கிறான் தன்ர புள்ளைக்கு?'

சிறிதுநேரத்தில் சபையின் உறைவு கலைத்து பொன்னரியத்தின் தந்தை சிரிக்க ஆரம்பித்தார். பின்னர், "இதுவும் இந்தக் காலத்துக்கேத்த ஒரு சரியான யோசினதான் கண்டியளோ. வெள்ளைக்காறன் தயவுக்கு வேதக்காறனாய் இருக்கிறது பெரிய வசதிதான?" என்று தன்னுடனிருந்த சிநேகிதர்களுக்குக் கூறினார். அவர்களும் "மெய் ... மெய்" என்றுகூறிச் சங்கடத்தோடு தலையாட்டினர்.

நிலைமை கட்டுக்கடங்கியது.

சில உறவினர் பந்தியைப் புறக்கணித்துச் சாப்பிடாமல் போய்விட்டதை பின்னர் சண்முகம் அறிந்தான். தனியே பொன்னரியம் நின்றிருந்தபோது போய், "ஆர் பந்திக்கு நில்லாமப் போன ஆக்கள்?" என மெதுவாய் வினவினான். பொன்னரியம் கேட்காததுபோல் அப்பால் நகர்ந்தாள்.

7

அன்று சண்முகத்தை யாழ்ப்பாணக் கச்சேரி தோம்பு அலுவலகத்துக்குச் செல்ல அயல் முதியவர் ஒருவர் வண்டி கேட்டிருந்தார். மறுக்க முடியாத மனிதராக இருந்ததால் சண்முகம் சம்மதித்தான். அவனே வண்டி ஓட்டவேண்டியுமிருந்தது. அதிகாலையில் புறப்பட்டால்கூட வேலைகளெல்லாம் முடித்துவர நள்ளிரவாகிவிடும். தாயாரிடம் மட்டுமில்லை, பொன்னரியத்தையும் அழைத்து, “நான் வரச் சாமமாயிடும். ராச் சாப்பாட்டை எடுத்து வை” என்றுவிட்டு வெளிக்கிட்டான்.

ஒரு நீண்ட பயணத்தின் திரும்புகையில் வழி நிறைந்த தனிமையும், விரிந்த வெளியும், வீசும் இதமான காற்றும் எப்படியோ அவனை எழுச்சிப்படுத்திவிடுகிறது. இரண்டொரு பாரவண்டிகளின் போக்குவரத்துத் தவிர சஞ்சாரம் அற்றிருக்கும் தெருவில், அவனுக்கு அவ்வேளையில் பாட்டு வரும். கள் போதையும் சற்றிருந்தால் வழிநெடுகப் பாட்டாகவே இருக்கும். எல்லாம் சிருங்காரப் பாட்டுக்கள். காத்தான் கூத்தில் காத்தவராயனின் ஆரியப்பூமாலைபற்றிய வர்ணிப்பு, அவளின் தோழிகளுடனான நந்தவன உலாத்துப் பாடல்கள் அவனுக்கு மனப்பாடமாகவே இருந்தன. ‘மஞ்சளெல்லோ மஞ்சள் மணக்குதடா . . . எனக்கு மதிமயக்கம் தம்பி கொள்ளுதடா . .’ என்று அவன் நீட்டி முழக்கும்போது, சிருங்காரவுணர்வு இல்லாதவருக்கே ஒரு மய்யலில் அக்கணமே விழத்

தோன்றும். 'எல்லாருடைய கூந்தலுமோ பெற்றவளே . . . ஒரு முழமாம் அம்மா இரு முழமாம்... என் ஆரியப்பூமாலை கூந்தலணை ... அறுபத்தி நாலு பாகமம்மா ...' என்னும்போது பொன்னரியத்தை அவன் ஒளி வடிவாய்க் கண்ணெதிரில் காண்பான். முதுகுப் பீலியின் மேலாய்க் கவிந்து, பிருஷ்டத்தின் கீழாய் இறங்கி, முழங்கால்வரை நீண்ட அவளது கூந்தலில் புரளும் கிளுகிளுப்பு அப்போது அவனில் கிளரும். அந்த உணர்வுடன் அவன் திரும்பும்போது சாப்பாடுகூட இல்லாமல் இருந்துவிடலாம், ஆனால் அவள் வேண்டியிருந்தது. சாப்பாட்டை எடுத்துவை என்ற குறிப்பின் உள்ளடக்கம் அதுதான்.

அவ்வாறு அவன் சொன்னபோது அவள் அவனைத் திரும்பிப் பார்த்தாள். ஒன்றும் சொல்லவில்லை. கடைசிப் பிள்ளை பிறந்த துடக்குக்கழித்து பெயர்வைத்த நாளின் பின் அவள் தன் உணர்ச்சியெல்லாம் ஒழித்துவைத்துவிட்டமாதிரி நடந்துகொள்வது காரணமாய், ஒரு குறிப்பான பார்வையை அவளில் எறிந்துகொண்டே அவன் சென்றிருந்தான்.

தோம்புக் கணக்குப்பிள்ளையை செல்லத்துரையின் காலத்திலிருந்தே அவனுக்குப் பழக்கமாகியிருந்தது. ஆயினும் அதற்கான விண்ணப்பத்தை அந்தப் பறங்கி றொசாரியோவிடமிருந்து எழுதி வாங்குவதற்கு மதியம்வரை காத்திருக்க வேண்டியதாயிற்று. கவர்ண்மன்ட் ஏசண்டருக்கு விண்ணப்பக் கடிதமெழுத கேட்ட ரூபாய் கொடுக்கத் தயாராய் ஏற்கனவே அங்கே மூன்றுபேர் நின்றிருந்த நிலையில் அவர்களைத் தாண்டிவர றொசாரியோவும் விரும்பவில்லை. தோம்பு விஷயங்கள் ஒருநாளில் முடித்துவிடக் கூடியவையுமல்ல. நாள் கணக்கில் இழுபட்டாகவேண்டும். இருந்தும் ஐந்து மணிக்கு முன்பாக ஆகவேண்டிய காரியங்களையெல்லாம் முடித்துக்கொண்டு சாப்பிட்டு வண்டியைக் கட்டுகிற நேரத்தில் இருள் நன்கு விழுந்திருந்தது. வண்டி லாம்பைக் கொளுத்தி வைத்துக்கொண்டுதான் வண்டியிலேறினான் சண்முகம்.

வேலைகளெல்லாம் முடித்தபின் பிள்ளைகளுக்கு உணவளித்துத் தானும் சாப்பிட்டுவிட்டு பொன்னரியம் படுக்கும்போது நடுச்சாமத்துக்கு ஒரு நாழிகை இருந்திருக்கலாம். வெளியே ஊதல் காற்றடித்தது. கூரையில் அது கிடுகுகளை மிதத்தி மிதத்திக் காற்றையும், நொருங்கிய கீற்றுத் துணுக்குகளையும் உள்ளே தூவியது. ஒரு சுடலைக் குருவி கிரீச்சிட்டுக் கத்தியபடி அவசரமாய்ப் பறந்துபோனது. எங்கோ ஒரு நாய் ஊளையிட்டு அழுதது. மாடுகள் தொழுவத்தில் மிரண்டடித்தன. பெரிதும் இயல்பறுத்த சூழ்நிலையல்ல அது. பொன்னரியம்

படுத்துக்கொண்டாள். மனம் விரும்பாத உடற்சுகங்களை உடல் விரும்பிப் புரண்டெழுந்தது. விருப்பமற்று மனமெடுத்த முயற்சியில் உடல் முழுவதும் அடங்க மறுத்தது.

நடுச் சாமத்துக்கு மேலே படலையைத் திறந்து சண்முகம் வண்டியை உள்ளே கொண்டுவந்தான். மாடுகளை அவிழ்த்துக் கட்டிவிட்டு, நின்று கால்களை உதைத்துக் கட்டையிலே ஒரு சுற்றுச் சுற்றிவந்து மதம் காட்டிய செங்காரியில் தட்டி, "இருஇரு, சினைக்காலம் வந்திட்டுதுதான. ஆரும் சினைக்குவிடக் கேக்க வருவினம். உனக்கும் வாசி வரும்" என சொல்லிபடி கிணற்றடி சென்றான். பட்டையில் தண்ணீர் இழுத்து கால்முகம் கழுவியபின் அறைக்கு வந்தான்.

நீண்ட பயணத்தின் அத்தனை களைப்பையும் அவன் அருந்தியிருந்த கள்ளு போக்கியிருந்தது. திண்ணையில் கிடந்த தாய், "வந்திட்டியே, சம்முகம்?" என்றபடி புரண்டு படுத்தாள். அது பதில்வேண்டிய கேள்வியல்ல. கேள்வியேயல்ல. அவன் அறைக் கதவைத் தட்டினான். கதவு தானாகத் திறந்தது. பொன்னரியம் பலகைபோட மறந்துவிட்டாள்போலுமென நினைத்துக்கொண்டு உள்ளே சென்று ஒட்டுக் குந்தின்மேல் தொத்துப்பத்தில் கிடந்த விளக்கை அரக்கிவைத்து திரியை விரலால் தூண்டினான்.

பிள்ளைகள் ஏறுமாறாய்ப் புரண்டு ஒன்றையொன்று இடித்தபடி தூங்கிக்கொண்டிருந்தன. ஓரமாய்ப் படுத்திருந்த பொன்னரியத்தில் பார்வையைப் பதிக்க கண்கள் திடுக்கிட்டு நிலைத்தன. சேலை மேலே ஒதுங்கிய நிலையில் கால்கள் விரியக்கிடந்தாள். சரிந்துகிடந்த மாறாடி நெஞ்சுப் பகுதியை வெளிக்கவைத்திருந்தது. மேல்முடிச்சு அவிழ்ந்த சட்டைக்கூடாக ஒரு முலை பிதுங்கி வெளியேவந்து கிடந்தது. அவளின் நெற்றிக் குங்குமம் அழுந்தி இழுபட்டிருந்தது. விளக்கு வெளிச்சம் முகத்தின் வியர்வைக் கசிவில் மினுமினுத்தது. அவள் அவ்வாறு கிடந்த கணங்களின் தோற்றப் பரிச்சயம் அவனை அதிரவைத்தது. அந்த முகத்தில் துலங்கும் திருப்தியின் ரேகைகள்கூட அவனுக்குப் பழக்கமானவை. அவள் அப்போது காமோற்சவம் முடிந்த மேடை. அவன் ஒன்றும் விளங்காமல் மலைத்துப்போய் அந்தப்படியே சிறிதுநேரம் நின்றிருந்தான்.

ஏதோ முனகியபடி புரண்ட பொன்னரியம், லேசான விழிப்படைந்து சண்முகம் முன்னால் நின்றுகொண்டிருப்பதைக் கண்டாள். அந்த பிரக்ஞையின் கணம் அவனை யாராக அவளுக்கு அடையாளம் காட்டியது? சண்முகமாகவா, அந்நியனாகவா?

கண்மூடியவளின் உடம்பில் மறுபடி அசைவில்லை. நீட்டி நிமிர்ந்து நிச்சலனத்தில் கிடந்தாள் பொன்னரியம்.

'பரத்தை, என்ன களைப்பிலயடி நித்திரை வந்துது?' என வெடித்துக் கிளம்பியது நெருப்பு அவனில். அது அவமானம். அவனது வேட்கை உதாசீனப்படுத்தப்படுவது சகிக்கக்கூடியதில்லை. சுமத்தப்படும் அந்தத் தோல்வி அவளின் வெற்றியென்பதின் அர்த்தமல்லவா? அவன் தான் ஆணாய் வெல்ல நினைத்தான். வெல்லுதலே மனத்தினது, உடம்பினதும்கூட, தணிதலுக்கான வழியாயிருந்தது.

சண்முகம் விளக்கை அணைத்தான். துண்டை உரிந்து கொடியில் எறிந்தான். கௌபீனத்தை அவிழ்த்தான். அப்படியே அவள்மேல் கவிழ்ந்தான். அவளது முனங்கல் காற்றிலேறி கூரையின் இடுக்குகளூடாக வெளியில் கலந்துகொண்டிருந்தது. மயிலாச்சி தூங்கிக்கொண்டிருந்தாள். சூழ விழித்திருந்த உயிர்கள் கேட்டன.

8

சண்முகம் திண்ணையிலிருந்து ஒரு உறுத்துப் பார்வையில் பொன்னரியத்தைப் பார்த்துக்கொண்டிருந்தான். அது கவனத்தில் பட்டிருந்தும் காட்டிக்கொள்ளாதவளாய் கிணற்றடியை அடுத்திருந்த கொடிவேலியைச் செப்பனிட்டுக்கொண்டிருந்தாள் அவள். முட்கிளுவை வேலியில் கட்டியிருந்த வரிச்சுகளில் அடர்ந்து படர்ந்திருந்தன வெற்றிலை, இஞ்சி, மஞ்சள், ராசவள்ளிக் கொடியாதியன. ராசவள்ளியின் துளிர்களெல்லாம் பலபடைச் செம்மையின் வர்ணம்காட்டி சிலிர்த்து நின்றன. அவற்றிடையே வெற்றிலையின் பசிய துளிர்கள் முகம்காட்டிச் சிரித்தன. இஞ்சிக் கொடித் துளிர் ஒரு மென்மஞ்சள் நிறத்தில் அவற்றினிடையே விகசித்து நின்றது. காலைச் சூரியன் சாய்ந்தடிக்கும் கிரணங்களில் மஞ்சள்கொடி பொலிந்து தோன்றியது. நெற்றிநிறைய நீறணிந்து நடுவில் பெரிய குங்குமப் பொட்டோடு வெற்றிலையை வெற்றிலையோடாகவும், ராசவள்ளியை ராசவள்ளியோடாகவும், அதுபோல் மற்றைய இஞ்சி, பீர்க்கம் கொடிகளை அதுஅதனோடாகவும் இணைந்தேறுகிறபடிக்கு தொங்கிய கொடிகளுக்கு வரிசை பிடித்து விட்டுக்கொண்டிருந்த பொன்னரியம், சண்முகத்தின் விழிச் சூட்டை உணர்ந்தாள்.

அதன் காரணம் அவளுக்குத் தெரியும். ஆனால் அதற்கு மசிந்துவிடும் எள்ளளவு எண்ணமும் அவளிடத்திலில்லை. அவளின் மசிவு காலகாலமான சம்பிரதாயங்களையும் நம்பிக்கைகளையும் உறவுப் பேணல்களையும் உருக்குலைய வைத்துவிடுமென்று

அவள் நம்பினாள். அந்த அவம் அந்தக் குடும்பத்தின்மீது விழுந்துவிடுவதை அவள் எப்போதும் அனுமதித்துவிட முடியாது. கடைசிப் பிள்ளைக்கு லாசரஸ் என்று பெயர்வைத்த சண்முகத்தின் அதிகாரத்தை அவள் உடைத்தே ஆகவேண்டும். எதற்காகவும் அல்ல, அந்தக் குடும்பத்தைச் சூழுறவுகளின் அழிவிலிருந்து காப்பதற்காகவேனும். அதனால்தான் காலையில் வந்திருந்த பைபிளம்மாவை அவள் வரவேற்காதிருந்தாள்.

பைபிளம்மா வருவதை சண்முகம் கிணற்றடியிலிருந்து கண்டிருந்தான். அதுமாதிரி வீடுவீடாய்ச் சென்று வேதபோதனையும், விவிலியம் வாசித்து விளக்கமும் செய்யும் பெண்கள்பற்றி அறிந்திருந்த பொன்னரியம், அவளை வரவேற்கத் தயங்கிநிற்க, அவ்வாறான பல்வேறு சந்தர்ப்பங்களை எதிர்கொண்டிருந்த அனுபவத்தில் பைபிளம்மா சிரித்துக்கொண்டே சென்று தானேயாக திண்ணையிலேறி அமர்ந்தாள். அவள் வயதுக்கு ஒரு மரியாதையுண்டு. பொன்னரியத்தைப் பொறுத்தவரை அவ்வளவுதான். அவள் அழைக்கச் சென்று திண்ணையில் பைபிளம்மாவின் எதிரே அமர்வதில் அவளுக்கு எந்தப் பிரச்சினையும் இல்லை.

பைபிளம்மா யேசுபிரானையும், அவரது அளவில்லாக் கருணையையும், அவர்மீது விசுவாசம் வைக்கவேண்டிய தேவையையும், பாவங்களைக் கழுவும் அந்த அருளொளியில் அவளும் ஆத்மபூர்வமாக தன்னை ஒப்புக்கொடுக்க வேண்டுமென்றும் சொல்லிக்கொண்டிருந்தாள். சிலுவை, மீட்பர், உத்தரிப்பு, மரணம், உயிர்த்தெழுதலென எதையெதையோ சொன்னதாகத் தோன்றியது பொன்னரியத்துக்கு. அவளுக்கு உத்தரிப்பு அப்போதே தொடங்கியது. நினைத்திராதபடி ஒரு யுக்தி அவளுக்கு திடீரெனக் கைகூடியது. அவள் கைகளைக் கூப்பியபடி, 'நமச்சிவாய வாழ்க ... நாதன்தாள் வாழ்க ... இமைப்பொழுதும் என்நெஞ்சில் நீங்காதான் தாள் வாழ்க ... எனத் திருவாசக வாசகத்தைத் திரும்பத்திரும்பக் கண்மூடிய நிலையிலிருந்து ஓதத் தொடங்கினாள்.

அதை பைபிளம்மா எதிர்பார்க்கவில்லை. அவளுக்கு அந்தமாதிரி அனுபவம் அதுவரை நேர்ந்ததில்லை. கோபித்து, தூஷணையால் ஏசி தம் எதிர்ப்பினைக் காட்டியவர்களே அவளது அனுபவத்தில் அதிகமாக இருந்திருந்தார்கள். அவ்வகை யுத்தம் அவள் கண்டுகேட்டிராதது. அது ஒரு சாத்வீக யுத்தம். சொல்லாலும் வன்முறையின்றி நடக்கும் யுத்தம். அவளுக்கு அங்கே செய்ய இனி ஏதுமில்லை. பொன்னரியத்தின் தீவிர எதிர்ப்பிலிருந்து சிரித்துக்கொண்டே எழுந்து பின்வாங்கிய பைபிளம்மா, தன்

செருப்புகளை மறந்துவிடாது கொளுவிக்கொண்டு படலையை நோக்கி நடக்கத் தொடங்கினாள்.

அவள் திரும்பிப்போவதை அப்போதுதான் அடி கழுவிவிட்டுத் திரும்பிய சண்முகம் கண்டு, 'என்னம்மா, வந்தவுடன திரும்பியிட்டியள்' என்று பின்னால் ஓடிவந்தான். பைபிளம்மா சிரித்தபடியே, 'அவ நான் சொல்லுறதக் கேக்க இன்னும் கொஞ்சம் நாளாகும், சண்முகம். அப்பத்தைக்கு வாறன்' என்றாள். 'ஏன், என்ன நடந்தது?' என்ற சண்முகத்தின் கேள்விக்கு நடந்ததைச் சொன்னாள் அவள்: 'அவவின்ர மனத்தில தன்ர சைவக் கடவுளில ஆழமான விசுவாசம் இருக்கு. அவ நான் சொல்லுறதயே கேக்கிறாவில்ல. கொஞ்சங் கொஞ்சமாய்த்தான் அவவின்ர விஷயத்தில நாங்கள் போதத்தைச் செய்யவேணும். நீர் இதுக்காக அவவோட தகராறொண்டும் பண்ணியிடாதயும். அது இன்னும் அவவின்ர எதிர்ப்பைத்தான் கூடவைக்கும். இப்பிடியும் சிலபேர் இருக்கினம்தான். நாங்கள்தான் பொறுமையாயிருந்து எங்கட நோக்கத்தில முன்னேறவேணும்.'

பைபிளம்மா போய்விட்டாள்.

எல்லாம் யோசித்துக்கொண்டிருந்த சண்முகத்துக்கு அவள் எப்போதுமே தான், தனது தாய், தந்தையர் சொன்னவற்றையெல்லாம்கூட தன் சுயவிருப்பத்தின் இணைப்போடும் செய்துவந்தாளென்பது ஞாபகமாகி வந்தது. எதற்கும் ஒரு மறுப்பு ஏன் அவளில் இருந்துகொண்டிருக்கிறது என்பதையும், அதற்கு பொருத்தமான ஒரு காரணத்தை அவள் சொல்லிக்கொள்வது எப்படியென்பதையும்பற்றி அவன் பெரும்பாலும் சிந்தித்ததில்லை. அப்போது அது அவன் சிந்தனையில் வந்து குதிர்ந்துகொண்டிருந்தது.

வெகுநேரத்தின் பின்னரே அந்த இடத்திலிருந்து அவன் எழுந்துசென்றான்.

அடுத்த சபாத் நாளிலும் பைபிளம்மா வந்தாள். பொன்னரியத்தின் நடைமுறை முந்திய வாரத்தில்போலவே இருந்தது. அழைப்பை மறுக்காமல் சென்றவள் பைபிளம்மா முன்னால் அமர்ந்துகொண்டு கைகூப்பி, சிவபுராணம் சொல்லத் தொடங்கிவிட்டாள். "நான் அடுத்த கிழமை வாறன்" என்றுவிட்டு பைபிளம்மா சிரித்துக்கொண்டே எழுந்து சென்றாள்.

மூன்றாம் வாரத்திலும் அதுவே நடக்க, சண்முகம் எல்லாம் கண்டுகொண்டிருந்துவிட்டு, "பொன்னு, நீ அடுத்த ஞாயிற்றுக்கிழமை வேதக்கோயிலுக்குப் போறாய்.

அங்கயெண்டாத்தான் நீ கொஞ்சத்தயாச்சும் இருந்து காதில வாங்குவாய்” என்றான்.

“சனிக்கிழமை எங்கட அம்மன்கோயில் கொடியேறுது. நான் விரதம் பிடிக்கவேணும்” என்றாள் பொன்னரியம்.

“பிடிக்காம விடு. வேதக்கோயில் போறது கட்டாயம்” என்றுவிட்டு தன் பாடுபார்க்க சண்முகம் கிளம்பினான்.

“வருஷா வருஷம் தவறாமப் பிடிக்கிற விரதம், இடையில விட்டா நல்லாயிராது” என்று பொன்னரியம் பின்னாலிருந்து சத்தமிட்டுச் சொன்னாள்.

“வேதப்பாடம் போய்க் கேட்டியெண்டா எல்லாம் நல்லாய் நடக்கும்” என்று திரும்பிப் பாராமலே கூறினான் சண்முகம்.

‘இஞ்சயிருந்து வீட்டுப் பண்ணயம் பாக்கத்தான் நானிருக்கிறன்போல!’ என முணுமுணுத்தாள் பொன்னரியம்.

அடுத்த வார விரதத்துக்கான ஏற்பாடுகள் தொடங்கப்பட்டன. வெள்ளி மாலை அடுப்படி வீடு மெழுகி, அவள் சனி விரதம் தொடங்க முழுத் தயாரிலிருந்தாள்.

சனிக்கிழமை அங்கணக்கடவையம்மன் கோயிலுக்குப் போய்வந்தாள். அவள் திரும்பிவந்தவுடன் சண்முகம் மீண்டும் அவளுக்கு ஞாபகமாக்கினான்: “பொன்னு, நாளைக்கு நீ வேதக்கோயில் போறாய். பிள்ளையளையும் கூட்டிக்கொண்டு போ.”

“நான் விரதம் துடங்கியிட்டன்...” என முனகினாள் அவள்.

‘என்ன?’ என்று கேள்வியாலும் அதிரவில்லை. பேசாமலிருந்தான். அந்த மௌனம் பேரச்சம் விளைக்கவல்லது. ‘போகாம விடு, அதுக்குப் பிறகு நான் பாத்துக்கொள்ளுறன்’ என்ற எச்சரிக்கையின் விரிப்பை பொன்னரியம் அதில் கவனிக்கவில்லை.

ஞாயிறு அவனுக்கு வட்டுக்கோட்டையில் மிகவும் தெரிந்த ஒரு மனிதர் வீட்டு விசேஷத்துக்குப் போகவேண்டியிருந்தது. அதிகாலையிலே எழுந்து போய்விட்டான் சண்முகம். அவன் சென்றபோது பொன்னரியம் எழுந்திருக்கக்கூடவில்லை. பின்னர்தான் எழுந்து குளித்துவந்து விரதத்துக்கான வேலைகளில் ஈடுபட்டாள்.

சண்முகம் திரும்பிவந்தபோது இருட்டு விழுந்திருந்தது. அன்று பெரும்பாலும் வட்டமாகிவிட்ட நிலாவின் பவனி இருந்திருந்தது. காற்று சற்றுப் பலமாக ஆடிக்கொண்டிருந்தது.

அதில் வாழையிலைகள் சப்தமிட்டு ஆடின. தூரத்து வாகை காய்ந்த விதைகளுடன் நின்று சரசரத்தது.

திண்ணையில் ஏறிய சண்முகத்தின் முதல் கேள்வியே, அவள் அன்று வேதக்கோயிலுக்குப் போனாளா என்பதாகவே இருந்தது. அவள் அவன் கோலத்தில் சிறிது தயங்கி, "நான் விரதமெண்டு சொன்னனானெல்லே..?" என்றாள்.

"அப்ப நீ போகேல்லை?"

அவள் அவ்வாறாக கோபம் உச்சமேறிய தோற்றத்தில் என்றும் அவனைக் கண்டிருக்கவில்லை. பதில் நெஞ்சுக் குழிக்குள் இறுகி நின்றிருந்தது. அவளது மௌனம் அவனை மேலும் உருவேற்றியது. அவன் எட்டி அவளது சட்டையைப் பிடித்து சட்டென இழுத்தான். ஊக்குப் பிடியிலிருந்து கிழிந்து நெஞ்சுப்பகுதி திறந்தது. மாறாடியைப் பற்ற தாவினான். ஒரு வெறிபிடித்த ஆகிருதி தன் பயண எழுச்சியும்கொண்டு, தாய் அடுப்படியிலிருக்கிறாள், பிள்ளைகள் இன்னும் திண்ணையிலிருந்து விளையாடிக்கொண்டிருக்கின்றன என்ற எந்தவிதமான யோசனையுமின்றி அந்த இடத்திலேயே வைத்து அவளின் விரதப் புனிதத்தைக் கெடுக்க அவாக்கொண்டு நின்றது.

அவள் ஓடினாள் முற்றத்திலிறங்கி.

பின்னால் பாய்ந்துபோய் வாழையடியில் வைத்து அவளைப் பிடித்தான் சண்முகம். "அய்யோ... என்னிய விட்டிடும்... என்னிய விட்டிடும்... அடுத்த நாயிற்றுக் கிழமை நான் வேதக்கோயிலுக்குப் போறன்... இன்னும் நாலு நாள்தான இருக்கு விரதம் முடிய... விரதம் முடிஞ்ச அடுத்தநாளே போறன்... சத்தியமாய்ப் போறன்..!"

அவளின் இறைஞ்சுதல் செவியில் விழுந்தது. கேட்கத்தான் அவன் தயாராகயில்லை. அவளை அப்படியே தள்ளிச் சென்று கொடிவேலியோடு சாய்த்தான். அவனது வலிய கரத்தின் பின்கழுத்துப் பிடியில் அவள் அசைவற்றுத் திணறினாள். கால்களும் கைகளும் அந்தரத்தில் துடித்தன. கிழிந்திருந்த சட்டைக்கூடாக முலைகள் குலுங்கின. சண்முகம் மேலும் வேலியோடு அவளைச் சாய்க்க, வேலி அப்படியே சரிந்தது அவளுடன். அவனும் அவளுடனேயே சாய்ந்து விழுந்தான்.

"வேண்டாம்... விட்டிடும்... உம்மாணை விட்டிடும்... நான் விரதம்... இந்த விரதம் முடிய கட்டாயம் போறன்... சத்தியமாய்ப் போறன்... வேண்டாம், விட்டிடும்..!"

பொன்னரியத்தின் பிரலாபம் எழுந்து காற்றில் கரைந்து கொண்டிருந்தது.

சமயாசாரத்தின் புனிதத்தைத் துளைத்து அவன் அவளின் ஜீவஸ்திதி எல்லாவற்றையுமே பாழ்படுத்திக்கொண்டிருந்தான்.

மேலே வானம் தெரிந்தது. வெள்ளிகள் தெரிந்தன. நிலா தெரிந்தது. அவன் அவளை ஒரு பலாத்காரத்தில் புணர்ந்துகொண்டிருந்தான். அவள் அப்போதும், "விட்டிடும்... என்னை விட்டிடும்..." என முனகிக்கொண்டு, கண்கள் பார்க்கின்றனவாவெனத் தெரியாத ஸ்திதியில் கிடந்து நிலாவை வெறித்திருந்தாள்.

நடப்பதை நிழல் காட்சியாகாமல் அமுக்கிக்கொண்டிருந்தது.

புலம்பலை காற்று விழுங்கிக்கொண்டிருந்தது.

அடுப்படியிலிருந்த மயிலாச்சி வெகுநேரமாகியும் கிணற்றடி சென்றவர்கள் திரும்பவில்லையேயென மெல்ல அழைத்தாள்: "சம்முகம்... பொன்னு..!"

சண்முகம் தன் உடல்வெறி தீர, மனவெறியும் தணிந்தவனாய் எழுந்து, "வாறனாச்சி" என்றுவிட்டு மெல்ல நடந்தான்.

சாய்ந்திருந்த வெற்றிலை, இஞ்சி, மஞ்சள், ராசவள்ளிக் கொடிவேலியில் இன்னும் உருகியொழுகும் நிலவைப் பார்த்தபடி கிடந்தாள் பொன்னரியம். வாய், "நான் விரதம்... என்னிய விட்டிடும்..." என முனங்கிக்கொண்டிருந்தது.

9

கனதி பெற்றிருந்தன அக்காலத்திய நாட்கள். எட்டு மூலைச் சில்லின் தேர்போல் தேங்கித் தேங்கி இயல்பில்லாததாய் இருந்தது அவற்றின் நகர்ச்சி.

சண்முகம் தன் உள்ளொளியை ஆராதித்ததைவிட, அது கொண்டிருந்த வேறு வடிவமான பிடிவாதத்தினை, முழுமூச்சாகச் செயற்படுத்தினான். சிவகடாட்சத்தின் அத்தனை சைவப் பெருமிதத்துக்கும், பொன்னரியத்தின் அத்தனை சைவ ஆசாரத்துக்கும் எதிராக அவனது மனநிலை போர் தொடுத்திருந்தது என்பதுதான் அங்கே நடந்த நிஜம். அன்றிரவு வெட்டவெளி இருட்டில் மேற்கொண்ட அவள்மேலான வல்லுறவு, அவள் மீதேயில்லை, அவளது ஆச்சாரத்தின்மீது மேற்கொள்ளப்பட்டதாகவே தெரிந்தது. அவளை விரதத்துக்கான புனிதமிழக்க வைப்பதின்மூலம் அந்த ஆச்சாரத்தையே தாக்கியதாக அவன் நினைத்தான்.

வலிய அந்த உறவின் வலி அவளுக்கும் பெரிதாக இருக்கவில்லை. அதன்மூலம் அழிந்த விரதம் அவளுக்கு முக்கியமானது. எந்த விரத அனுஷ்டான அணுகலுக்கும் அது அவளுக்கான அச்சுறுத்தலாயிருந்தது. அவளின் இயல்பின் செயற்பாடுகள் ஸ்தம்பிதமடைந்தன.

எல்லா வீட்டு விஷயங்களையும் அந்தக் காலத்தில் தலைகீழாக மாற்றி வைத்தான் சண்முகம். ஏழாலை சைவப் பிரகாச வித்தியாசாலையில் படித்துக்கொண்டிருந்த மூத்த மகன் அரியரத்தினம் இப்போது மிஷனரிப் பள்ளியில் போய்ப் படிக்கத்

தொடங்கியிருந்தான். காலையில் எண்ணெய் வைத்துத் தலைவாரி, வேஷ்டி உடுத்தி, சட்டை அணிவித்து, திருநீறு பூசி இரண்டு மைல் தூரத்தைக் கடந்து படிக்கப்போனவனை வாசல்வரை போய் அனுப்பிக்கொண்டிருந்த பொன்னரியத்துக்கு அந்த இயக்க மாற்றம் ஒரு வீழ்ச்சிபோலாயிற்று. அவன் மார்க்கம் தவறிப் படிக்க ஆரம்பித்தது அறவே பிடிக்கவில்லை. தன் அடி தொலைந்தது என அவள் எண்ணினாள். அது ஆங்கிலத் துரைத்தனத்தில் வேலை பார்க்கும் சிவகடாட்சத்தின் குடும்ப அடியும் தொலைந்ததான அர்த்தமானது அவளுக்கு. மறுமணம் விலக்கி தன் ஒரே மகளை தன் குடும்பத்து ஒற்றை வாரிசாய் சைவமார்க்கத்தில் தழைக்கவைக்க கோயில் சுற்றாடலின் குடும்பத்தில் மாப்பிள்ளை தேடினார். எல்லா அவரது கனவும் சண்முகத்தின் முரட்டுத்தனத்தில் சிதைந்துகொண்டிருந்தன. அது அவளை ஒரு தீராத சோகத்தில் விழுத்தியது. பொன்னரியம் ஒரு உடைவின் விளிம்பில் நின்று தடுமாறிக்கொண்டிருந்தாள். கனதி பொறுக்கமுடியாமல் உடைந்துவிடுபவளாக இருந்தாள். எங்காவது ஓடித் தன் இறுக்கத்தைத் தளர்த்த முடியுமாவென்று யோசித்தாள். பதில் தெரியாத நிலையில் உள்ளுக்குள்ளாய்ப் புழுங்கிக்கொண்டு திரிந்தாள்.

ஏற்கனவேயிருந்த முரண் மேலும் இறுகி திண்ணையில் வந்து பாயைப் போட்டு, ‘புழுக்கம் தாங்கேலாமல் கிடக்கு’ என்றுகொண்டு சிலஇரவுகளில் அவள் படுக்கிற அளவுக்கும் சென்றது. அந்த நாட்களில் காலையில் குளிப்பும், மாலையில் முகங்கழுவுதலும்கூட அவள் செய்யாமலிருந்தாள். திருநீற்றுப் பூச்சையும், பெரிதாயிடும் குங்குமப் பொட்டையும்கூட மறந்துவிட்டாள்போலிருந்தது. வாரப்படாத கூந்தல் கொண்டைக்குள்ளும் அடங்கிநிற்காமல் அவிழ்ந்தவிழ்ந்து பெரும்பாலும் தொங்கிக்கொண்டே இருந்தது எந்நேரமும். சுருண்டு கிடந்த அதன் நீளம் பரவசம் கிளர்த்திய காலம் போய், சண்முகத்தை அச்சுறுத்தல்செய்யத் துவங்கியிருந்தது. அலையலையாய்ப் புரளும் கூந்தல், தன்னையிழுத்து மூச்சுத்திணறச் செய்வதுபோலும் அவ்வப்போது அவன் உணர ஆரம்பித்தான். எப்போதோ கேட்டிருந்த ‘மயிர்போட்ட சிவக்கொழுந்தி’யின் கதை ஓரொருபொழுதில் ஞாபகமாகி அவனை நடுங்க வைத்துக்கொண்டிருந்தது. சிவமண்ணைதான் அந்தக் கதையையும் சொல்லியிருந்தான்.

‘சிவக்கொழுந்து… சிவக்கொழுந்தெண்டு ஒரு பேய்க் கறுப்பி முந்தி எங்கட ஊரில இருந்தாளடா, சண்முகம். அவளுக்கு நல்ல சிவப்பான தன்ர மாமன்ர மோன் காத்திகேசுவைக்

கலியாணம் செய்யவேண்டுமெண்டு ஆசைவிழுந்திட்டுது. ஆனா காத்திகேசு அவளின்ர சிரிப்பு சிங்காரமொண்டையும் கண்டுகொள்ளேல்லை. அவனுக்கு தன்ர சின்னமாமியின்ர பெட்டை நல்லம்மாவிலதான் புறியமிருந்திது. இது தெரிஞ்ச சிவக்கொழுந்தி, ஒரு சூக்குமம் செய்ய நெச்சாள். ஒருநாள் அவனை வீட்டுக்கு விருந்துக்கு வரப்பண்ணி, சாப்பாட்டுக்குள்ளை தன்ர தலைமயிரொண்டைப் புடுங்கிப்போட்டு குடுத்திட்டாள். சாப்பிடேக்க தொண்டைக்குள்ளை எதோ சிக்கலாய் இறங்கிறது தெரிஞ்சாலும் கோழியிறைச்சியின்ர ருசியில காத்திகேசு ஒண்டையும் கவனிக்காமல் சாப்பிட்டு முடிச்சிட்டான்.

'சமயம் காத்திருந்து சிவக்கொழுந்தி அவனைப் பிறகும் பிறகும் விருந்துக்குக் கூப்பிட்டு போடவேண்டிய மூண்டு மயிரையும் சாப்பாட்டிலபோட்டுக்குடுத்திட்டாள்.

'இப்ப காத்திகேசுவுக்கு நல்லம்மாவிலயிருந்த புறியம் மெல்லமெல்லமா மாறி சிவக்கொழுந்தியில விழத் துவங்கியிட்டுது. எப்ப பாத்தாலும் பெரியமாமி . . . பெரியமாமியெண்டு அவனும் அங்கயே அடுகிடைபடுகிடையாய் விழுந்துகிடக்கத் துவங்கியிட்டான்.

'காத்திகேசுவின்ர தாய்க்காறிக்கு விருப்பமிருக்காட்டியும் தேப்பன்ர கரச்சலில கடைசியில காத்திகேசுவுக்கும், சிவக்கொழுந்திக்கும் கலியாணம் நிச்சயம் பண்ணிச்சினம்.

'இது நல்லம்மாவுக்கு இடிவிழுந்தமாதிரிப் போச்சு. அவளுக்கு கயிறுவிட்டிட்டு கண்ணிலயும் காணாமல் ஒழிஞ்சு திரிஞ்சான் காத்திகேசு. தொடாத இடத்திலயெல்லாம் தொட்டுத் தொட்டு பேசினவன் கண்ணிலயும் படாமல் திரியிறத நம்பமுடியேல்ல நல்லம்மாவால. இதில எதோ சூக்குமம் இருக்கெண்ட சந்தேகம் வந்திட்டுது அவளுக்கு. கடைசியில நோண்டிநோண்டி விசாரிச்சு சிவக்கொழுந்தி விருந்தில தலைமயிர்போட்டுக் குடுத்த விசயத்தைத் தெரிஞ்சிட்டாள்.

எண்டாலும் அவளால இதை காத்திகேசிட்ட சொல்ல வழியில்லாமப் போச்சு.

'கலியாணம் முடிஞ்சு கொஞ்சநாளுக்குப் பிறகு ஒருநாள் காத்திகேசுவை ஒழுங்கையில கண்டாள். இனியென்ன செய்யிறது, ஒண்டுக்க ஒண்டு, அவன் கலியாணம் முடிச்சதும் தன்ர ஒண்டுவிட்ட தமக்கையைத்தானயெண்டு சமாதானமாக அவளால முடியேல்லை. அவன் தொட்டதும் கசக்கினதும் எல்லாம் நெக்கநெக்க அவளுக்கு என்னம்பொண்டெல்லாம் எரியத்

துவங்கியிட்டுது. சிவக்கொழுந்தியிலவிட காத்திகேசுவிலதான் அவளுக்கு கோவமாய் வந்திது. அதால,‘பேய்ப் பூனாமோனே! நீயுமொரு ஆம்பிளயோ?’ எண்டெல்லாம் பேசி, ‘சிவக்கொழுந்தி போட்ட மயிரில மயங்கிக் கிடக்கிறவன்தான நீ. ஒருநாளைக்குப் பார், உள்ள போன மயிரெல்லாம் வளந்து வளந்து உன்ர தொண்டைக்குள்ள வந்து அடைக்கப் போகுது. நீ துடிச்சுத் துடிச்சுச் சாகிறதை நானும் என்ர கண்ணால பாக்கத்தான் போற’னெண்டு எல்லாத்தையும் போட்டு உடைச்சிட்டாள்.

‘காத்திகேசு அவளின்ர பேச்சை கணக்கிலயெடுக்கேல்ல.

‘நாள்ப் போக நாள்ப் போகத்தான் அவனுக்கு தன்ர தொண்டைக்குள்ள அடிக்கடி எதோ வந்து மெல்ல மெல்லமாய்த் தடவி இடஞ்சல் செய்யிறமாதிரி தெரியத் துவங்கியிருக்கு. இப்ப காத்திகேசுக்கே பயம் வந்திட்டுது. ஆளும் நோய் பிடிச்ச கோழிமாதிரி சூம்பிச் சூம்பி போய்க்கொண்டிருந்தான்.

‘ஒரு ராத்திரி தொண்டையடைக்குது... தொண்டையடைக்கிது எண்டு கத்திக்கொண்டு எழும்பி முத்தமெல்லாம் ஓடித்திரியத் துவங்கியிட்டான் காத்திகேசு.

‘விடியப் பாத்தா . . . காத்திகேசுவை வீட்டில காணேல்லை. எங்க போனானெண்டு ஒருதருக்குமே தெரியேல்லை. ஒரு மாசமாச்சு ... ரண்டு மாசமாச்சு ... ஒரு வரியமாச்சு ... ரண்டு வரியமுமாச்சு ... காத்திகேசு திரும்பி வரேல்ல. சாமியாராயி கோயில் கோயிலாய் திரிஞ்சுகொண்டிருக்கிறதாய் பிறகு கண்டவை ஆரோ சொல்லிச்சினம்.

‘சிவக்கொழுந்தி கடைசிவரை தனியக்கிடந்து அழுந்தித்தான் செத்தாள்.’

தன் பயத்தை மறப்பதற்காக எப்போதும் வெளியிலேயே திரிந்துகொண்டிருந்தான் சண்முகம். பிறகு ஓர் உபாயம் தோன்றியது. பறங்கியர் காலத்தில் மலையாளத்தோடு தொடங்கிய புகையிலை வியாபாரம் அப்போது பெருவிருத்தி பெற்றிருந்தது. அதனால் பெருஞ்செல்வம் சேர்த்தோரும் பலரிருந்தார்கள். ஆறுமுகச் செட்டியாரும், முத்துவேலுச் செட்டியாரும் அத்தகையவர்களே. அவர்களோடு சேர்ந்தியங்கி பின்னால் தனியாக வர்த்தகம் நடத்திப் பெரும் பணக்காரராகிய கொக்குவில் அருணாசலம்பற்றியும் அவன் நிறையவே அறிந்திருக்கிறான். புகையிலை வர்த்தகத்தில் ஏன் அவன் ஒரு முயற்சியைச் செய்யக்கூடாது?

10

அந்த வருஷம் ஆனி மாதத்தில் சிவமண்ணையை அழைத்துக்கொண்டு இந்தியா புறப்பட்டான் சண்முகம். கும்பகோணத்திலிருந்து நேரே மலையாளம் போய், புகையிலை வியாபாரம் சம்பந்தமாய் சில வர்த்தகர்களைக் கண்டுவருவது அவனது திட்டமாயிருந்தது.

வெண்தோலின் ஈர்ப்பு இப்போது மறுபடி அவனிடத்தில் விண்ணிடத் துவங்கியிருந்தது. சிவமண்ணை தன் அபூர்வக்கதைசொல்லும் ஆற்றலால் அவனை வீறுகொள்ளச் செய்துகொண்டிருந்தான். கும்பகோணம், தஞ்சாவூர் என இரண்டு நாட்கள் குதிரைவண்டியில் திரிந்து இடங்களைப் பார்த்த பின்னர், மலையாளம் போய் திக்குத் திசை தெரியாமல் நான்கு நாட்களாக அலைந்த பின் ஒரு புகையிலை இறக்குமதிசெய்யும் கம்பெனியை அணுகி பேச்சுவார்த்தை பிரயோசனமில்லாமல் மலையாளப் பயணத்தை முடித்தான் சண்முகம். ஊரிலே வாயடிக்கும் சிவமண்ணைக்கு மலையாளம் சென்ற பிறகு வாயே அடைத்ததுபோல் ஆகிவிட்டது.

கும்பகோணம் வீதிகளில் திரிந்துகொண்டிருந்த ஒருநாள் பழைய குதிரைவண்டிக்காரன் எதிர்ப்

பட்டான். அன்றிரவு அவன்தான் தாசி சந்தானலட்சுமி வீட்டுக்கு சண்முகத்தைக் கூட்டிப்போனது. மேலும் இரண்டு நாட்கள் தங்கி விடுப்புப் பார்த்துவிட்டு நான்கு முழ நூல்வேட்டிகளும், பட்டு வேட்டி சால்வைகளும் வாங்கிக்கொண்டு திரும்பத் தயாரானான் சண்முகம்.

தஞ்சாவூர் நாள்களின் இரவுகள் மறக்க முடியாதபடி அவனுள்ளத்தில் அமிழ்ந்திக் கிடந்து இன்னுமின்னும் எனக் கேட்டுக்கொண்டிருந்தன. யாழ்ப்பாணத்துப் பெரு நிலபுலக்காரனைப் பிரிய முடியாமல் சந்தானலட்சுமி கண்ணீரோடு விடைகொடுத்தாள். ஆடி மாதத்தின் கடற்பெரும் அலைகள் அடங்கி பயணவழி திறந்ததும் மீண்டும் வருவதாகக் கூறிப் புறப்பட்டான் அவன்.

ஒரு வியாழன் காலையில் தனுஷ்கோடியில் தோணியேறி தலைமன்னாருக்கு அன்று மாலையே வந்துசேர்ந்தார்கள் சண்முகமும் சிவமண்ணையும். இரவிரவாய் ஒருசுமைக் கூலியுடன் நடந்து வெள்ளி காலையில் வீடு வந்தபோது தெரிந்தது, பொன்னரியத்தை கடந்த மூன்று நாட்களாக வீட்டில் காணவில்லையென்பது. மயிலாச்சி சொன்னபோது மூத்தவன் அரியரத்தினம் கேட்டுக்கொண்டிருந்து அழுதான். அவனழுவது கண்டு தங்கை மங்களநாயகியும் அழுதாள். சண்முகம் வெளியே சென்று அக்கம்பக்கத்தில் விசாரித்து வந்தான். பொன்னரியம் போன திசையைக்கூட கண்டவரில்லை.

மறுநாள் உடுவிலுக்குப் போனான். உடுவிலிலும் பொன்னரியம் இல்லை. தந்தை சிவகடாட்சம் விஷயமறிந்து துடித்துப்போனார்.

தேடலும் விசாரணையுமாக நாட்கள் சென்றுகொண்டிருந்தன.

பொன்னரியத்துக்குத் திண்ணமெதுவும் இருக்கவில்லை வீட்டிலிருந்து கிளம்பியபோது. அவனுக்கு அவன் விரும்பிய படியான ஒரு குடும்பம் வேண்டுமெனில் அதை அவனே வைத்துக் காபாந்து பண்ணிக்கொள்ளட்டும் என்பதாக மனத்தில் வைரமெழுந்து அறைந்துகொண்டிருந்தது. தன் வீழ்ச்சியின் வேதனையை அவளால் அப்படித்தான் தணிக்கமுடிந்தது.

முதலில் அவள் மாசிப்பிட்டி அம்மன் ஆலயத்துக்குச் சென்றாள். கடந்த ஆறாண்டுக் காலத்திலே அவள் அடியடியாய் அளந்த சந்நிதி அது. ஆனால் அந்தளவு பாந்தம் அப்போது அவளிடத்தில் இருக்கவில்லை. அந்த அதிகாலையில் மாற்றுத்

துணியுமின்றி கேணியிலே நீராடிவந்தாள். ஈரம் சொட்டச் சொட்ட கோவிலுக்கு வந்து கும்பிட்டு நீறணிந்து, குங்குமமிட்டு சந்தனம் பூசி நடையைத் தொடங்கினாள். திசையின்றித் தொடர்ந்த பயணத்தில் அவளுக்கு கோபுரம் தெரிந்த ஊரெல்லாம் யாத்திரையின் தலமாயிற்று. கோயிலையே அவள் தேடவில்லை. கோயிலைவிட்டால் அவளுக்கு வேறு போக்கிடம் இருக்கவில்லையென்பதே அதில் நிஜமாயிருந்தது.

கண்முன்னே கிடந்த வழியில் சென்று, கால் நலிந்து நின்ற இடத்தில் அவளொரு கோவிலின் கோபுர முடி கண்டாள். அன்றைய பொழுதை அங்கே கழித்தாள். மதியங்களில் அந்தந்தக் கோவில்களிலேயே ஊண் கிடைத்தது. இறைஞ்சி நிற்காமல் வருந்தியழைத்து கொடுக்கப்பட்டவை அவை.

கடைசியாக அவள் நின்ற இடம் நல்லூர் கந்தசுவாமி ஆலயம். செட்டித் தேரடித் தெருவுக்கு வந்தாள். கோவிலடியைவிட அந்த இடத்தில் ஜனங்களின், குறிப்பாக ஆண்களினது, ஊடாட்டம் அதிகமாகவிருந்தது. சந்தனமும் ஜவ்வாதும் அத்தரும் மணக்க மணக்கத் திரிந்துகொண்டிருந்தார்கள். அந்த இடத்தின் பரபரப்பு அவளுக்கு ஆச்சரியமாக இருந்தது. அங்கே மிலாந்திக்கொண்டிருந்த பொழுதிலேதான் தாய்மாமன் நல்லசிவம் கண்டு அவளை உடுவிலுக்கு அழைத்துவந்து தந்தை வீட்டில் விட்டுச்சென்றார்.

தகவல் கிடைத்து சண்முகம் போனான். ஒட்டுறவில்லாதவளை அனுப்புவதுபோல அவளை அனுப்பிவைத்தார் சிவகடாட்சம்.

வீட்டுக்கு வந்த பொன்னரியத்தின் போக்கில் எந்த வித்தியாசமும் தென்படவில்லை. இயல்பில்போல் இயங்கிக் கொண்டிருந்தாள். நடந்தவை எதுவுமே ஞாபகத்தில் இல்லாததுபோல் தொடர்ந்தும் அங்கேயே இருப்பதான அந்தப் பாவனை சண்முகத்தை வருந்தவைத்தது. மயிலாச்சியும் அப்போது உடல் நலினமுற்றவளாக அடிக்கடி திண்ணையையே கதியென்று படுப்பவளாயிருந்தாள். சுவரோடு சாய்ந்திருந்து எதிர்வீட்டிலிருந்து அங்கே நடப்பதெல்லாம் காணும் நாகாத்தைக்கு சண்முகம்பற்றியும், பொன்னரியம்பற்றியும் புள்ளிவைத்தமாதிரியான அபிப்பிராயங்கள் இருந்தன. செல்லத்துரையின் சடலம் சுடலையில் எரிக்கப்பட்ட அடுத்த நாளிலேயே சண்முகம், அந்தச் படுபாவி செல்லத்துரை போட்ட நடுவேலியை வெட்டியகற்றுவான் என அவள் காத்திருந்தாள். ஆனால் எதுவும் நடக்கவில்லை. ‘பெத்தாச்சி, நீ செல்லத்துரை

இருக்கும்வரைதான் அநாதை. இனி அப்படியில்லை'யென சண்முகம் ஓடிவந்து ஆசை தீர அழைக்கவுமில்லை. அவன் மாறாதிருந்துவிட்டான் வளர்ச்சியின் வேறு திசையில். அவனது காமமும், அவனது அவாக்களும் அவள் கண்கூடாகவே காண்கிறாள். அவனது நெறி அவளுக்குப் பயம். அது சாம்பசிவம் போன்ற சைவப்பற்றாளர்களின் அனைத்துக் கனவையும் அடித்துப்போடுவது. அவன் யோசிக்க இயலாதவனாக இருந்தான். யோசிக்க முடிந்தவள் அவனுக்காக துக்கித்துக்கொண்டிருந்தாள்.

11

குடும்பத்தில் இருந்த திமிலோகத்தில் ஊரில் கிளர்ந்துகொண்டிருந்த அமசடக்கமான கிறித்துவ எதிர்ப்பலையை சண்முகத்தினால் கவனத்திலெடுக்க முடியாதுபோனது. ஊர்ப் பெரிசுகள் ஒருநாள் மதியம் கடந்த ஒருபொழுதில் சாம்பசிவத்தின் வீட்டில் கூடி, வெகுத்துவரும் வேத மதப் பரம்பலைத் தடுப்பதற்கான வழிமுறைகளை யோசித்தனர். அப்போது அவர்களுக்கெதிராக முன்னின்று கருமமாற்றிய லீச் சகோதரிகள் இல்லாத சூழ்நிலை தமக்குச் சாதமாகவிருப்பதால், தீவிரமான நடவடிக்கையெடுக்கலாமென ஒருவர் குறிப்பிட்டார். கச்சப்பு காரணமாக எழுந்த பிரச்சினை முடிந்தவிதத்தை அவர்கள் மறக்கவில்லை. அது அவரவர் நெஞ்சுக்குள்ளும் கிடந்து வன்மமடைந்திருந்தது. மிக அவதானமாக, நன்கு திட்டமிட்டுக் கருமமாற்றினால் அந்த அளவிலேனும் கிறித்துவத்தைத் தடுத்துநிறுத்த முடியுமென்று அவர்கள் நம்பினர்.

அந்த நம்பிக்கை வன்முறையில் ஊன்றியது. எண்ணாயிரம் சமணர்களைச் சோழன் கழுவேற்றியதும், சங்கிலி மன்னன் மன்னாரிலே அறுநூறு கிறித்தவரை அழித்ததும் கொலைபாதகமாக வரலாற்றில் கருதப்படவில்லையென்பது அவர்களுக்கு ஊக்கமூட்டுவதாக இருந்தது.

“இனியெல்லாம் சும்மா அடிச்சுப்போட்டு விட்டா சரிப்படாது. ஆளை முடிச்சாத்தான் ஆக்களுக்கும் பயம்வரும். எப்பிடிச் செய்யலா மெண்டதைச் சொல்லுங்கோ” என சாம்பசிவம்

தொடக்கிவிட, "உவன் காளவாய்க் கந்தசாமி இப்ப கிட்டடியில தான் மறியல்ல இருந்து வந்தவன். அவனைப் பிடிச்சால் கோட்டைப் பக்கத்திலயிருந்து நாலு சண்டியன்மாரை நாங்கள் காசு குடுத்து எதையும் செய்ய வைக்கலாம்" என்றார் வடிவேலு பட்டிருந்த ரணத்தின் வாய்திறந்து மொழியெடுத்ததுபோல். "தூக்குப் போடுற சின்னவியும் காசெண்டா எதுக்கும் துணிஞ்சவன். கழுத்தில கயித்தைப்போட்டு தூக்கியிட்டு உடம்பு பதட்டமடங்கினவுடன சடலத்தைக் கீழயிறக்கி குதிக்காலை வெட்டியிட்டு வாறவனெண்டா சும்மாவே?" என தன் மனைவிக்கு மறைந்து அங்குவந்து என்றோ புகுந்திருந்த தன் வன்மத்தில் சொன்னார் கார்த்திகேசுவும்.

"அப்ப எல்லாருக்கும் சம்மதம்தான எல்லாம்? சரி... இதுதான் முடிவெண்டா ஆள் ஆரெண்டதை நாங்கள் யோசிக்கவேணும். போயிட்டு ராவைக்கு வாருங்கோ, கதைப்பம்" என்றார் சாம்பசிவம்.

அன்று இருள்விழக் கூடிய கூட்டம் கள்ளோடும் வெற்றிலையோடும் சுருட்டோடும் நள்ளிரவுவரை தொடர்ந்து முடிந்தது.

இது நடந்து ஒரு வாரமாகியது.

ஒருநாள் மாலைநேரம். சண்முகம் அன்று சந்தைக்குப் போய்வந்த பின்னால் வழக்கம்போல வீட்டிலே படுத்துக் கிடந்தான். காலையில் கந்தன் இறக்கிவைத்த கள்ளை மதியத்தில் எடுத்துக் குடித்துவிட்டுச் சாப்பிட்டான். பின்னேரப்பாட்டில் அவன் தோப்புக்குச் சென்றபோது, மரங்களுக்கு அதரெடுத்து குப்பை தாழ்க்க வந்திருந்த கூலிக்காரர் வேலைமுடிந்து போய்க்கொண்டிருந்தனர். தோப்பை அடைந்த சண்முகம் பின்வளவு போனான். காவலாளி சின்னான் குடிலுக்கு முன்னால் நின்று வளைந்து கும்பிடு போட்டான். எல்லாம் இயல்பில் இருப்பதான நிறைவோடு வாழைத் தோட்டப் பக்கமாய்ச் சென்றான். வாழைகள் சில தள்ளியிருந்த குலைகள் வெட்டிப் புகைபோட பதமாகியிருந்தன. அடுத்த சந்தைக்குப் பதினைந்து குலைகளாவது வெட்டலாமெனக் கணிப்பிட்டபடித் திரும்பி நடுவரம்பில் ஏறினான்.

வாழைக்குள் சரசரப்பு கேட்டது. அது இயல்பில்லாத சத்தம். அவன் திரும்பினான். சதக்கெனப் பாய்ந்தது முதுகுப்புறமிருந்து ஒரு கூராயுதம். "ஆ... காத்தைக்கோழி... ஆரடா அது?" என்று திரும்பிப் பார்க்க முயன்றான். முதுகைத் துளைத்து நெஞ்சுவழியாய் வெளியேறியிருந்த ஆயுதத்தில் கொலையாளியின்

கை இன்னும் இறுக்கமாயிருந்து அவனது எந்த அசைவையும் தடுத்தது. குனிந்து மார்புவழி வெளியேறியிருந்த ஆயுதத்தைப் பார்த்தான். அலவாங்கின் கூர்முனை பளீரெனத் தெரிந்து கொண்டிருந்தது. விழுத்தியிட்டாங்கள் என்றே நினைத்துவிட்டான். அத்தனைக்கு அது உயிர் வகிரும் வலியாயிருந்தது. தலைசுற்றிவர அவன் மெல்லச் சரிந்துவந்தான். சிலநொடிகளில் ஆயுதத்தின் கைபிடி விலக மண்ணில் படாரென மோதி விழுந்தான். இருள் கண்களுள் நிறைந்து வந்தது. “யேசுவே... ரட்சியும்... யேசுவே...” என வாய் முணுமுணுத்தது.

உடலைச் சரித்து ஒருவன் மூச்சைக் கவனித்தான்.

கடைசி மூச்சு பறிந்தது.

மீண்டும் வாழைச் தோட்டத்தில் சரசரப்பு. சிறிதுநேரத்தில் அதுவும் அடங்கியது.

மறுநாள் விதானை, உடையார், பொலிஸ் எல்லாரும் வந்தார்கள். காவலாளி சின்னானால் எந்தவிதமான பிரயோசனமுள்ள தகவலையும் சொல்ல முடியவில்லை. “சம்முகம் வந்தாரும்... பேந்து வாழைக்கொல்லை போனாரும்... நான் ஆரையும் காணயில்லயும்... சம்முகம் கீழ கிடக்கத்தான் நான் கண்டனும் . . .” என்பதையே திரும்பத் திரும்ப சொல்லிக்கொண்டிருந்தான்.

அயலூர்த் திருடர்களின் கைவரிசையென ஒத்தபடி எல்லாரும் கூறினர். வில்லுக்கத்தி ஆறுமுகம், வினை காத்தியென மூன்று நான்கு பேரை சந்தேகத்தின் பேரில் விசாரிக்க முடிவெடுத்தனர்.

அடுத்தநாள் மதியத்துக்கு முன்பாகவே காரியங்களெல்லாம் தொடங்கப்பட்டன. மதியம் கடந்த நேரத்தில் சண்முகத்தின் உடல், அடுக்கிய ஈமத்தில் மகன் அரியரத்தினம் வைத்த கொள்ளியில் மூண்ட தீயில் பொசுங்கி, கருகி, எரிந்து சாம்பராகத் தொடங்கியது.

சண்முகத்தின் ஆன்மா தன்னுடலை வேதக்காரரின் சவக்காலையில் அடக்கம் செய்வதை விரும்பியிருக்கலாம். ஆனாலும் உறவினரின் விருப்பப்படி அது எரிக்கப்பட்டது.

பொன்னரியம் அழாமலே உடலை அனுப்பிவைத்தாள். அவள் கணவனின் கொலையில் மனம் பேதலித்துப்போனாளென ஊர் பரிதாபப்பட்டது.

இரண்டு வாரங்களின் பின் மூத்த மகன் அரியரத்தினம் பழையபடி ஏழாலை சைவப்பிரகாச வித்தியாசாலை போய்ப் படிக்கத் துவங்கினான். சதாசிவத்தின் உறவுக்காரப் பெண்ணொருத்தி ஒருநாள் படலையடியில் மயிலாச்சியைக் கண்டு ஒரு கொடுப்புச் சிரிப்போடு கேட்டாள், “பேரன் இப்ப முன்னமாதிரி ஏழாலைக்கு படிக்கப் போறார்போல?” என.

“ஓ... அங்க போய்ப் படிச்சா வரேக்க நல்ல தண்ணியும் குடிச்சிட்டு வரலாமெல்லே, அதுதான்” என்றாள் மயிலாச்சி.

சண்முகம் இல்லாத நிலையில் அயல் அடிக்கடி வந்து பொன்னரியத்தின் நிலை பார்த்துச் சென்றது. பக்கத்து வீட்டாச்சி நாகாத்தை பெரும்பாலும் அங்கேயே தங்கியிருந்தாள். அதுக்காகவே குறுக்கு வேலியில் ஒரு பொட்டும் இட்டிருந்தாள்.

ஒரு மாதமாகியிருந்தது. சாவுத் துடக்கு கழிந்த ஒருநாள் மறுபடி பொன்னரியத்தைக் காணவில்லை. மயிலாச்சி அழுதழுது பிள்ளைகளைக் கவனித்தாள். விபரம் தெரிந்து சிவகடாட்சம் வந்து மூத்தவன் அரியரத்தினத்தை அழைத்துக்கொண்டு போனார். அங்கேயிருந்தால் அவனது படிப்பு பாழாகிவிடுமென மயிலாச்சியிடமும் நாகாத்தையிடமும் சொன்னார்.

மூன்றாம் தவணை விடுமுறையில் வந்தவர், இரண்டாவது பிள்ளை மங்களநாயகியைக் கூட்டிப் போனார்.

லாசரஸ் கடைசிவரை மயிலாச்சியோடேயே இருந்தான்.

12

ஒரு எழுதாவிதியின் கரங்களில் சண்முகத்தின் குடும்பம் நாற்றிசையும் சிதறடிக்கப்பட்டது. அக் குடும்பத்தின் ஒரு பிள்ளை கிறித்துவனாயும், மற்றைய பிள்ளைகள் சைவசமயிகளாகவும் வாழ்ந்து வெவ்வேறு வழித்தடங்களில் நடக்க ஆரம்பித்தனர். அதுபோல ஆயிரம் குடும்பங்கள் அங்கே. பொன்னரியம் பயந்திருந்ததுபோல் அவள் குடும்பத்துக்கு ஆகியே போனது.

ஒருநாள் கொல்லைக்குச் சென்ற மயிலாச்சி நீண்டநேரமாய்த் திரும்பிவராததைக் கண்டு நாகாத்தை பார்க்கச் சென்றாள். குப்புற ஒரு புதரோடு விழுந்துகிடந்தாள் மயிலாச்சி. திடுக்கிட்டு ஓடிச்சென்று புரட்டிப் பார்க்க, மயிலாச்சி கடைசி மூச்சைவிட்டு அரைமணி நேரமாவது ஆகியிருந்தது தெரிந்தது. மெல்லத் திரும்பி முன்னொழுங்கைக்கு வந்தாள். கிராமங்கள் மக்களால் நிறைந்துகொண்டிருந்த காலமது. நீண்ட காலமாய் அம்மையோ, வாந்திபேதியோ வராமலிருந்ததில் அந்தச் செறிவு அங்கே கூடியிருந்தது. முடக்கடி குமாரசாமி வர நிலைமையைச் சொல்லி, அக்கம் பக்கம் தெரியவைத்து, இறுதிக் கிரியைகளைத் திருப்திகரமாய் நிறைவேற்றி வைத்தாள் நாகாத்தை. லாசரஸ் கொள்ளி வைத்தான்.

சாவு வீட்டுக்கு உடுவிலாருக்கும் சேதி சொல்லியனுப்பப்பட்டது. நெருங்கிய சொந்த மெல்லாம் ஆறேழு வண்டிகட்டி வந்திருந்தார்கள்.

பொன்னரியம் தானேயாக ஒருநாள் குணம்மாறித் திரும்பிவந்தாள். தலைவிரிந்து கிடந்தது. புரிபுரியாய்ச் சடை முறுகித்தொங்கியது. படலையில் நின்றும், வேலியால் எட்டியும் ஊர் முழுக்க வந்து புதினம் பார்த்தது. நாகாத்தை வாய்பேசாமல் அவள் செய்வதெல்லாம் கண்டுகொண்டிருந்தாள்.

மற்றப் பிள்ளைகள் எங்கே, மயிலாச்சி எங்கேயென்று ஒரு வார்த்தை பொன்னரியத்தின் வாயிலிருந்து பிறக்கவில்லை. எப்படியோ தெரிந்துகொண்டாளென எண்ணலாம்போலவும் இருந்தது. உதாசீனமாய் இருக்கிறாளேயென கோபிக்கலாமாகவும் இருந்தது.

பங்குனி மாதம் பிறந்திருந்த கொதிக்கும் வெய்யில் நாளில் சந்நியாசி ஒருவர் ஒழுங்கை மணலில் பதைபதைத்து வீட்டு முற்றம் வந்திருந்தார். அந்த வயதுக்கு அவர் எங்காவது கோவில் மடத்தில் விழுந்து கிடக்கவேண்டிய மனிதர். வயதே அவரது எல்லாக் கோலங்களையும் மீறிய இரக்கத்தைத் தருவித்துக்கொண்டிருந்தது. எல்லாரையும் அழைத்து திருநீறு கொடுத்தார். திண்ணையில் அமர்ந்தார். தண்ணீர் கேட்டுக் கொடுக்க பாதி செம்புக்குமேல் பருகித் தாகம் தணிந்தார். பொன்னரியத்தின் கோலத்தில் என்ன நினைத்தாரோ, கதிர்காமக் கந்தனைத் தரிசிக்க பாதயாத்திரை தொடங்கியிருப்பதாகச் சொன்னார்.

“உங்களால ஏலுமா, சாமி?” பொன்னரியம் கேட்டாள் ஒரு கேந்திச் சிரிப்போடு.

“ஏலாதுதான். அதைவிட இஞ்ச கிடக்கவும் ஏலாமல்தான கிடக்கு?” என்றார் சாமி அவளது கேந்தியைக் கண்டுகொள்ளாமல்.

“ஏன், சாமி?”

“என்னத்தையெண்டு சொல்ல? எல்லா இடத்திலயும் ஞானத்த அடிச்சுத் துரத்திற மனிசரே இருக்கிறாங்கள். ஒரு மனிசன் தன்ர வாழ்நாள்ல சேர்க்கத்தக்க பெறுமதியான சொத்து ஞானமெங்கினம். அதையே தேடுறதாயிருக்கு துறவு. நான் ஆண்டிப் பண்டாரமில்லயெணை, ஆண்டைப் பண்டாரம். நிலபுலங்களோடதான் இருந்தன். என்னமாதிரியோ வாழுறதில பிடிப்பறுந்து போச்சு. அதுக்குப் பின்னால பெண்சாதியென்ன, பிள்ளையென்ன? அப்பிடியே சன்னியாசம் வாங்கியிட்டன். எதோ ஊரடிச்சு அடைஞ்ச ஞானமில்லை இது. நல்ல ஞானவான்களின்ர சங்காத்தத்தில கயிற்றப்பட்டு அடைஞ்சது. அப்பிடியடைஞ்ச ஞானத்தால ஒராளுக்கு துன்பம் வருகுதெண்டா ஞானம் நல்லதா, கெட்டதாவெண்டு எனக்குள்ளயே யோசனை

வந்திது. பிறகு தெரிஞ்சுது, ஞானம் நல்லதுதான், ஆனா அது மவுனமாயிருக்கவேணுமெண்டது."

"சாமி, எந்தக் கோயில் மடத்தில தங்கியிருந்தியள்?" என்று பொன்னரியம் கேட்டதற்கு, "சன்னதியில இருந்தன்... நல்லூரில இருந்தன்... துக்கை அம்மன் கோயில்ல இருந்தன். அங்க இருக்கேக்கயெண்டாலும் நான் வாயை வைச்சுக்கொண்டு சும்மா இருந்திருக்கவேணும். கேக்கேல்லயே. வாய் துறக்க வார்த்தை கொட்டுண்டுபோச்சு" என்றார் சாமி.

"அப்பிடி என்னத்தச் சாமி சொன்னியள்?"

"என்னத்த சொன்னன்? புனிதமெல்லாம் மண்மூடிக் கிடக்கிற அநியாயத்தச் சொன்னன். வேறயொண்டும் நான் சொல்லேல்லயணை. தன்ர மட்டுமே புனிதமெண்டு ஒருத்தன் மற்றதெல்லாத்தயும் அழிக்கிறான். அவன் தன்ரயே புனிதமெண்டு இவன்ரய அழிக்கிறான். இப்பிடியே சொல்லிச் சொல்லி செய்த கொடுமையளால இண்டைக்கு புனிதமெல்லாம் மண்ணுக்குள்ள போய்க் கிடக்கு?"

"விளங்கேல்ல, சாமி."

"ஆருக்கு விளங்கிச்சுது, இப்ப உமக்கு விளங்கிறதுக்கு?" என்று சிரித்தார்.

"சொல்லுங்கோ, சாமி, எனக்கு விளங்கும். இந்தப் பக்கத்தில நான் போகாத கோயிலில்லை."

"தெய்வபக்தி நல்லாய் இருக்குப்போல?"

"கும்பிட ஆர் போனது? அங்க நான் நிம்மதியைத் தேடிப் போனன்."

சாமி கொஞ்சநேரம் தயங்கி அவளை உற்றுப் பார்த்தபடி இருந்தார். என்ன புரிந்தாரோ, சிரித்தார். பின், "அதுவேற. இப்ப நான் சொல்லுறது வேறயெணை. எல்லாக் கோயிலுக்கும் போய் கும்பிடுறதும், விரதங்கள் பிடிக்கிறதும் இதுவும் ஒண்டில்ல" என்றார். அவளது உணர்ச்சிகளை கணிப்பவர்போல் சிறிதுநேரம் அவளையே பார்த்துக்கொண்டு பேசாமலிருந்தார். பின் அவளின் கோலத்தையும், உரையாடலின் மாறான கோணங்களையும் கணித்து தனக்குள் ஒரு தெளிவை அடைந்துகொண்டு சொல்லத் தொடங்கினார்: "கோயிலுகள் ஏன் ஒருக்கா இடியுது, ஏன் திரும்ப கட்டியெழும்புது எண்ட கேள்வி வந்திட்டா, பக்தி நிலையிலயிருந்து ஞானத்தின்ர முதல்படிக்குப் போயிடலாம்.

இஞ்ச அங்கணவைக்கடவையில இருக்கிற மீனாட்சி கோயில் பறங்கியளின்ர காலத்தில மண்ணுக்குள்ள போச்சுது. சங்கிலி ராசா தன்ர காலத்தில மன்னாரில அய்நூறு அறுநூறு கத்தோலிக்க வேதக்காறரை தலைவெட்டிச் சாக்கொண்டான். முதல்ல வந்த பறங்கியும், பின்னால வந்த ஒல்லாந்தனும் நிமிந்துநிண்ட எல்லாச் சைவக் கோயிலுகளையும் இடிச்சழிச்சான். அதைக் கண்டிட்டு கோயில் மூர்த்தங்களயெல்லாம் பூவலுகளில கொண்டுபோய் தமிழாக்கள் ஒழிச்சுவைச்சிட்டினம். ஒருகாலத்தில யாழ்ப்பாணத்திலயிருந்த அறுவது புத்தபிக்குமாரை எரிச்சுக் கொண்டினம் அந்தப் பக்கத்துச் சைவ ஆக்கள். எரிஞ்ச பிக்குகளின்ர தந்தங்களை, அதுதான் அவையின்ர பல்லுகளைச் சொல்லுறனெணை, தாதுகோபுரம் கட்டி வைச்சினம் மிச்சமாயிருந்த புத்தசமயத்தாக்கள். அதுகளும் இப்ப இந்தக் கந்தரோடை மண்ணுக்குள்ள தாண்டுதான் கிடக்கு."

"இஞ்சயோ? கந்தரோடையிலயோ? என்னெண்டு சாமி, யாழ்ப்பாணத்தில ..."

"விளங்குது, நீர் என்ன கேக்கப்போறிரெண்டு. கொண்டுவந்துதான் வைச்சினம். எல்லாத்தயும் விடுவம். அங்கணம்மைக்கடவை கண்ணகி கோயிலைப்பற்றிக் கேள்விப்பட்டிருக்கிறிரெல்லோ? அது ரண்டாயிரம் வருஷப் பழசு. செங்குட்டுவனெண்ட அரசன் வடநாட்டிலயிருந்து கொண்டுவந்த கல்லில கட்டின தென்னாட்டுக்கோயில் கும்பாபிசேகத்துக்கு இலங்கை ராசா கயவாகு போனார். அவர் திரும்ப வரேக்க அந்தக் கல்லில கொஞ்சத்தக் கொண்டுவந்தார். அத வைச்சுக்கட்டின கோயில்தான் இந்தக் கண்ணகி கோயில். அதையும் இடிச்சழிச்சாங்கள். கல்லுக் கொண்டுவந்த ராசாவுக்கு கோயில் பிரகாரத்தில வைச்ச சிலையையும் ஆனையால இடறவைச்சு உடைச்சாங்கள். என்ன அர்த்தம் இதுக்கெல்லாம்? அவனவனும் தன்ர தன்ர மதம் பெரிசெண்டு நெக்கிறான். நெச்சபடியாத்தான இண்டைக்கு ஆயிரம் புனிதம் மண்ணுக்குள்ள போய் மறைஞ்சு கிடக்கு? இதைத்தான் சொன்னனெணை. பயித்தியமெண்டு சொல்லியிட்டாங்கள். பயித்தியம் எந்த நேரத்தில, என்ன செய்யுமெண்டு தெரியாது, மடத்திலயோ கோயில் பக்கத்திலயோ கண்ணிலயும் படக்குடாதெண்டு சொல்லிக் கலைச்சிட்டாங்கள். நான் பரதேசி, என்ன செய்யேலும்? பஞ்சாயம் வைக்கேலுமோ? கதிர்காம யாத்திரைதான் இருந்த ஒரேவழி. முடியுமெண்டு நெச்சு வெளிக்கிட்டிட்டன். முடிஞ்சாப் போறன். இல்லாட்டி இடையில கிடந்து சாகிறன்."

சாப்பிட்டு வெய்யில் தாழும்வரை அங்கே வேலியோரமாயிருந்த மருதமரத்தின் கீழிருந்து ஓய்வெடுத்த சந்நியாசி அவளிடம், "கிளம்புறனெணை" என்றுவிட்டு யாத்திரையைத் தொடங்கினார்.

சந்நியாசி வந்துபோன நாளிலிருந்து பொன்னரியத்துக்கு மறுபடி யோசனை பிடித்துவிட்டது. தனக்குள் எழுந்துகொண்டிருந்த அந்தக் குரலை அங்கேயே கொல்ல அவளால் முடியாதிருந்தது. நினைவுகள் தொடரமுடியாத தூரத்தில் எல்லாவற்றையும் அவளால் துறக்கமுடியும். உள்ளே உறைந்திருந்த குரலை முதலில் கொல்வாள். உள்ளே படிந்திருக்கும் நினைவுகளை இறுதியாக. எந்தவொரு கணத்திலும் அவள் அந்த வீட்டைவிட்டுக் கிளம்பும் உக்கிரம் கொண்டிருந்தாள்.

அவளுக்கு ஒரு அசரீரியின் அழைப்பு எழவேண்டி இருக்கவில்லை, 'பொத்தடி வாயை!' என்று அவளது இயல்பான ஆசைக் கிளர்ச்சிகளை அழித்த குரல், மனம் கிழித்து எழுந்தாலேபோதும். அவள் ஒன்றைத் தேடி ஓடுபவளல்ல, ஒன்றிலிருந்து விடுபட்டு ஓடுபவள். எங்கே போனால் என்ன? ஓடினால் போதும். கதிர்காம யாத்திரை தொடங்கினாரே, அந்தச் சாமிபோலும் ஓடலாம். ஓடினால் சாமியையே இடைவழியில் கண்டாலும் காணலாம். கூடிக்கொண்டு கதிர்காமத்துக்கே போவதானாலும் போகலாம். இங்கேயுள்ள எந்தக் கோயிலிலும் தங்கமுடியாமல் சாமி கதிர்காமம்தான் ஓடுகிறார். அங்கே தங்கமுடியாத அவள் ஓடினால் என்ன? ஆண்டையாய் இருந்தவர் அந்தச் சாமி. ஓட நினைத்தபோது எல்லாவற்றையும் விட்டு ஓடவில்லையா?

பொன்னரியம் எல்லாவற்றையும் எண்ணியெண்ணி தன்னைத் தகவமைத்துக்கொண்டிருந்தாள்.

எங்கோ போய்விட்டு சோர்வாய் லாசரஸ் அப்போது வந்தான்.

நாகாத்தை அழைத்தாள்: "லாசரசு, இஞ்ச வா, அப்பு. இவ்வளவுநேரமாய் எங்க நிண்டிட்டு வாறாய்?" கிட்ட வந்தவனை அணைத்துப் பக்கத்திலே அமர வைத்தாள். லாசரஸ் அவளது கேள்வியையே கவனிக்காதவனாய் ஏக்கத்தோடு கேட்டான்: "இனியும் ஆச்சி வீட்டைவிட்டு ஓடுமா, பெத்தா?"

திடுக்கிட்டாள் நாகாத்தை. அந்தப் பிஞ்சின் மனத்தில் கிடந்து அரிக்கிற வேதனை இதுதானா?

ஆனால் அவளுக்குத் தெரிந்திருந்தது பொன்னரியம் என்ன செய்வாளென்று. அதை லாசரஸிடம் சொல்லிவிட முடியுமா? ஆனாலும் அவன் அதைத் தெரிந்திருக்கவேண்டுமென்று ஏனோ அவளுக்குத் தோன்றியது. அதனால் அவனைச் சமாதானப்படுத்தி, "அப்பு, நீ போய் முதல்ல மோத்தக் கழுவியிட்டு வா, நாங்கள் சாப்பிடுவம். பேந்து எல்லாம் விளப்பமாய்ச் சொல்லுறன்" என்றனுப்பினாள்.

ஓரச் சுவரோடு சாய்ந்து அங்கே நடப்பனவெல்லாம் கண்டுகொண்டிருக்கிறாள் நாகாத்தை. முன்புமே எல்லாம் கண்டுகொண்டிருந்தவள்தான். பின்வீட்டில் இருந்தபோதே தாழ்வாரத்தின் கீழாகப் பதிந்து வளைந்தும், வேலியைத் துளைத்து ஊடுருவியும் அவளது பார்வைக் கதிர்கள் அந்தவீட்டின் ஒவ்வொரு மனிதரின் அசைவிலும் பதிந்து கொண்டுதானிருந்தன. ஒவ்வொருவர் நினைப்பையும் தோண்டியெடுத்துக்கொண்டிருந்தன.

சங்கரன்பிள்ளை இருந்தபோது இரண்டு வீடுகளுக்குமிடையே குறுக்கு வேலி இருக்கவில்லை. செல்லத்துரைதான் அந்த வேலிபோட்டான். தன் மருமகள் மயிலாச்சி செல்லத்துரையோடு சோரம்போனதாய்த் தெரிந்த நொடியில், அவளுக்கும், அவளே பெற்றாளாதலால் அவள் மகன் சண்முகத்துக்கும் சேர்த்து, அவள் சொல்லால் ஒரு வேலி போட்டாள். தன் வீட்டு முற்றத்திலும் காலடி வைக்கப்படாதென்று சொன்னது தெரிந்த செல்லத்துரை நிஜவேலியே போட்டுவிட்டான். அப்படியொரு வேலிக்குள் அவளைச் சிறைவைப்பதாய் அவனது நினைப்பு. இல்லாவிட்டாலென்ன, வேலி இல்லாமல் அந்த வீட்டை ஒரு சிறையாய்க் கருதி அவளே ஒதுங்கியிருப்பாள். தன் மனத்துள் கிடந்த சந்தேகங்களையும் சஞ்சலங்களையும் அந்தச் சிறையுள் சாபமாய் விரித்தெடுத்துக்கொண்டு அவள் இருந்திருப்பாள். அழிவுகள் காண அவள் கலக்கமற்றுக் காத்திருந்திருப்பாள்.

நடமாட்டம் அறுத்தவளிடத்தில் சொந்தங்கள் சில வந்தன, போயின. ஆனால் அவளுக்கு போக்கும்வரத்தும் இருக்கவில்லை. அது அவளது சிறை!

அன்றைக்கு காவல் போய்விட்டிருந்தது. வேலியும் பிய்ந்து பிய்ந்து தன் திரை விலக்கியிருந்தது. அவளும் மயிலாச்சி சண்முகத்துக்காக வைத்த ஒப்பாரியில் மனமிளகித் துணையாக அங்கே வந்துவிட்டாள்.

தன் கண்களால் காதுகளால் மனத்தால் அவள் அறிந்தவை ஆயிரம். அவற்றை தன் அனுபவத்தில் அவள் உரசியுரசி

விசாரித்தாள். காலத்தில் நாளைய நிகழ்வுகள் அவளுக்குத் தரிசனமாகிய விதம் அது. அனுபவம்தான் அவளது வாழ்நாளின் சம்பாத்தியம். யாரால் முடியும், அந்த சம்பத்தைச் சம்பாதிக்க? ஆயுளின் நீட்சியில் அதுவெல்லாம் அவளுக்குச் சாத்தியமாயிற்று. அவள் சாத்தானாய், தேவனாய் யாராகவும் இருக்கலாம். ஆயுளின் நீட்சியில் பெற்ற அனுபவத்தால் தேவனும், சாத்தானும் சமத்துவரே. சமத்துவரெனில் யாராக இருந்தாலென்ன?

தன் அறிவின் சுடரிலிருந்து நாகாத்தை கணிக்கிறாள், பொன்னரியத்தினுள் விழுந்த பொறி ஒரு தருணத்தில் அவளை எரித்தே தீருமென்று. அவள் அத்தனை பட்டாள். இருள் மூடிய வெளியில் அவளது பேரன் சண்முகம் கொடிவேலியில் அவளை மல்லாக்க விழுத்தி போகம் செய்தான். நாகாத்தையின் பார்வை தூரவிருந்தும் இருளைத் துளைத்துவந்து அதைக் கண்டது. பல்வேறு இரவுகளில் எழுந்த பொன்னரியத்தின் அனுக்கங்கள் அவள்மேல் புரியப்பட்ட போகங்களின் திணிப்பை அவளுக்குத் தெரிவித்தன. ஒருபொழுது தேவதையாய், இன்னொருபொழுதில் பிசாசாய் அவள் கொண்டிருந்த கோலங்கள், அவள்மேல் வற்புறுத்தப்பட்ட இரட்டைவாழ்க்கையின் வெளிப்பாட்டு அடையாளங்களென்பது அவளுக்குப் புரிந்தது. அவள் மிகமிகப் பட்டுவிட்டாள். அதனால் அவளுக்கு அதுவே விடுதலையெனில், அவள் இனியும் ஓடட்டும் என்பதாகவே நாகாத்தையின் முடிவு இருந்தது.

லாசரஸ்..? இருக்கும்வரை அவள் காப்பாற்றுவாள். இல்லாதபோது..? அதற்கு அவளிடத்தில் உபாயமுண்டு. மிஷனரி கைவிட்டுவிடாது. அவனை பொன்னரியத்துக்காக அவள் காப்பாற்றியே ஆகவேண்டும். கொள்ளிப் பிராப்தம் தர அவனே எஞ்சியிருக்கிற வகையில் தனக்காகவும் அவனை அவள் காத்தல் அவசியம். நாளை சங்கரன்பிள்ளையின் பேரனாய், சண்முகம்பிள்ளையின் மகனாய் லாசரஸ் ராசரத்தினம் தன்மதக் கலப்புகளுக்கூடாகவும் அந்தச் சமூகத்தில் நின்றிருக்கவேண்டுமென்ற ஓர் ஆவேசம் அவளிடத்தில் எழுந்தது.

நிதானமாக எல்லாம் எண்ணித் தீர்மானம் கொண்ட நாகாத்தை தாழ்வாரப் பீலிக்குக் கீழாகக் குனிந்து வெளியைப் பார்த்தாள். மேற்காற்று வீசிக்கொண்டிருந்தது. மேலே சூல்மேகங்கள் குமைந்துகிடந்தன. பிந்திக் காய் பிடித்த தாலங்களிலிருந்து அப்போதுதான் பழங்கள் தொபுக்... தொபுக்கென விழுந்த சத்தங்கள் கேட்டன.

"சோறு போடட்டா, அப்பு? வந்து திங்கிறியா?" லாசரஸை விளித்தாள் நாகாத்தை.

லாசரஸ் சாப்பிட்டுக்கொண்டிருக்கையில் அருகேயிருந்து அன்பொழுக அவனது முதுகைத் நீவியபடி நாகாத்தை கேட்டாள்: "லாசரசு, ஆச்சி முந்தியப்போல வெளிக்கிட்டுப் போயிட்டா அப்பேக்கயும் பெத்தாவோட இருப்பியா, அப்பு?"

லாசரஸ் திடுக்கிட்டதுபோல நிமிர்ந்து பார்த்தான். "ஆச்சி இனியும்... வெளிக்கிட்டுப் போகுமா, பெத்தா?"

நாகாத்தை மௌனத்தை உறையவைத்து அமர்ந்திருந்தாள் சிறிதுநேரம். பின், "போகும்" என்றாள். "ஆனா நீ யோசிக்காத, அது ஒருநாளைக்கு திரும்ப வீட்டை வரும். அப்பேக்க நான் உன்னைக் காப்பாத்தி வைச்சிருந்து அதுகிட்டக் குடுக்கவேணும். ஆருமே இல்லாம அது அந்தரிச்சுப் போப்பிடாது, அப்பு, கடைசிக் காலத்தில."

லாசரஸ் உறைந்திருந்தான். ஆச்சி இனியும் ஓடுவாளென்பதை அவனால் தாங்க முடியாதிருந்தது. பெத்தா சொல்வது அதைத்தான். ஆச்சியின் கோலமும் பார்வையும்கூட அதையே தெரிவிக்கின்றன.

"ஆச்சி பாவம், அப்பு. இஞ்சயிருந்து பட்டபாட்டிலை மனமொடிஞ்சுபோய்க் கிடக்கிது. ஓடிச்சுதெண்டா எங்கனயோ போய் அது கொஞ்சநாளைக்கு நிம்மதியாய் இருக்கும். இஞ்சயிருந்தா அது கெதியில செத்துப்போகும், அப்பு."

லாசரஸ் எதுவும் எதுவும் பேசாதிருந்து அழுதான். திரும்பிப்பார்க்க விறாந்தையிலிருந்த ஆச்சி வெளியை வெறித்து நோக்கிக்கொண்டிருப்பது தெரிந்தது. ஆச்சி நீண்ட துக்கத்தோடிருக்கிறாள் என்பதை அவன் தெரிந்தான். தன் துக்கத்தை மீறியும் முகம் கொண்டிருந்த அழகுடையாள் சீக்கிரமே பாடையேறுவதென்பதுஅவனுக்குத் தாங்கமுடியாமலிருந்தது.

நாகாத்தை ஆவலோடு லாசரஸின் முகத்தையே பார்த்தபடியிருந்தாள். சிறிதுநேரத்தில் லாசரஸ் தானேயாகத் தெளிந்து சொன்னான்: "சரி, பெத்தா. ஆச்சி போனாவும் நான் உன்னோடய இருக்கிறன்."

"நான் உன்னைப் பாப்பன், லாசரசு. உன்ர அண்ணை அரியரத்தினத்தைவிட, அந்தாள் சிவகடாச்சத்தைவிட நீ பெரிய நிலைமைக்கு வருவாய், இருந்து பார். பெத்தா செத்துப் போனாவும் என்ர அருளை உன்னில கொட்டிக்கொண்டிருப்பன் எப்பவும். பெத்த தாயைக் கவனிச்சா அந்தக் கடவுளும் கண்திறந்து எங்கட பக்கம் பாப்பார், அப்பு. நீ ஒண்டுக்கும் யோசிக்காத" என்று நெஞ்சு நொதும்பி வாய்வழி எண்ணிய நாகாத்தை,

லாசரஸின் கையிலிருந்த தட்டை வாங்கி தானே அவனுக்கு ஊட்டிவிட ஆரம்பித்தாள். வழியும் தன் கண்ணீர் தட்டுக்குள் விழுந்துவிடாதபடி அவள் மிகுந்த கவனம்கொள்ளவேண்டி இருந்தது.

அப்போது பொன்னரியத்தின் பார்வை காலமுரைத்த முதியோள்மீதும், அது அறிந்து துக்கமடைந்தாலும் பின் தெளிந்துகொண்ட சின்னவன்மீதும் நிலையாய்ப் பதிந்திருந்தது.

(முற்றும்)